சத்தியமேவ

(ஒரு கற்பனை)

சத்தியமேவ

(ஒரு கற்பனை)

கிருத்திகா

எழுத்து பிரசுரம்

Title: Satyameva
Author's Name: Krithika

Published by Ezutthu Prachuram

Ezutthu Prachuram
(An imprint of Zero Degree Publishing)
No. 55(7), R Block, 6th Avenue,
Anna Nagar,
Chennai - 600 040

Website: www.zerodegreepublishing.com
E Mail id: zerodegreepublishing@gmail.com
Phone: 89250 61999

Ezutthu Prachuram First Edition: October 2022
ISBN: 978-93-91748-35-7
TITLE NO EP: 366

Rs.

Cover Design & Layout: Vijayan, CreativeStudio
Printed at Manipal Technologies, India

எனது பிரிய கணவருக்கு சமர்ப்பணம்

பொருளடக்கம்

பாத்திரங்கள்

சுமந்திரன், அசோகன்	- மந்திரிகள்
மனுவர்க்கன், சனத்குமார்	- ஜனசபை அங்கத்தினர்கள்
அமலன்	- திரிசங்கு பதிப்பாசிரியன்
பாஸு	- பத்திரிகை நிருபன்
கமலன்	- விஞ்ஞானி
ஈசுவரதாஸ்	- ஒரு பணக்காரன்
கு.கு.கு. சர்மா	- அசோகனின் ஆலய உத்யோகஸ்தர்கள்
ராஜகோபாலன்	- மற்றுமோர் ஆலய உழைப்பாளி
ராஜு	- மந்திரி அசோகனின் காரியதரிசி
சங்கரதாஸ், காந்திலால்	- ஈசுவரதாஸின் காரியதரிசிகள்
ஸ்ரீதேவி	- அசோகனின் மனைவி
பூமாதேவி	- ராஜகோபாலனின் மனைவி (ஸ்ரீதேவியின் பெரிய தகப்பனாரின் பெண்)
சுகுணா	- சர்மாவின் மனைவி
தாரா ராணி	- ஒரு தேச சேவகி
கல்பனா	- தாரா ராணியின் மகள்
ரம்பா	- அசோகனின் நாய்
சுவாமி நித்யானந்த தீர்த்தா	- சப்தரிஷி ஆசிரமத் தலைவர்

கு.கு.கு.வின் மனைவி; சுகுணாவின் தாயார்

பூர்வாங்கம்

சீதையைத் தரிசித்துவிட்டு, ஹனுமான் மகிழ்ச்சியுடன் ஆகாய மார்க்கமாய் இலங்கையிலிருந்து திரும்பிக் கொண்டிருந்தான். பெருமையால் அவன் இதயத்தில் கர்வம் பொங்கிக் கொண்டிருந்தது. பிராட்டியைக் கண்ணாரக் கண்டுவிட்ட அக்கண்களில் ஆனந்தக் கண்ணீர் ததும்பித் துடித்தது. அவன் களிப்புடன், 'என்னைவிட பாக்கியசாலி இருக்க முடியாது' என்று நினைத்தான். அப்படி எண்ணினானோ இல்லையோ அவனுடைய அகன்ற மார்பு மேலும் விரிந்து கொண்டது. அந்தச் சமயத்தில் அவன் தற்செயலாக கீழேயுள்ள பூமியைப் பார்க்க நேரிட்டது. சமுத்திரத்தைக் கடந்து அப்போது அவன் அடர்ந்த காட்டின் வழியாகப் போய்க்கொண்டிருப்பதை அறிந்தான். சில புண்ணிய ஆசிரமங்கள் தென்பட்டன. ஒரு ரிஷி ஆழ்ந்த யோகத்தில் வீற்றிருக்கும் காட்சி அவன் கவனத்தைக் கவர்ந்தது. தனக்கு நேர்ந்துள்ள இந்த அரும்பெரும் பாக்கியத்தை இனிமேல் வெளியிடாமல் அடக்கிக்கொள்ள முடியாது என்று ஹனுமானுக்குத் தோன்றிற்று. இந்த முனிவரிடம் விஷயத்தைச் சொல்லலாமா? உடனே அவன் கீழே இறங்கி, முனிவரை அடைந்து வணக்கத்துடன் கைகூப்பி நின்றான். அதே சமயத்தில் அவரும் தன் கண்களைத் திறந்தார்.

"மஹானு பாவரே! ஸ்ரீ ராமச்சந்திரனுடைய கணையாழியான இதைச் சிறிது நேரத்திற்குப் பத்திரமாகப் பார்த்துக்கொள்ள

முடியுமா? நான் கொஞ்சம் அப்பால் சென்றுவிட்டு ஒரு நொடிப் பொழுதில் திரும்பி விடுகிறேன்."

ஹனுமான் விநயத்துடன் அவரை வேண்டிக் கொண்டான். முனிவருக்கா விஷயம் தெரியாது. 'ஸ்ரீராமனுடைய கணையாழியைக் கொண்டு வருபவனான நான் யாராக இருக்கக் கூடுமென்று ஊகித்தாய் அல்லவா?' என்று கேட்பது போலிருந்தது, ஹனுமானுடைய பாவம், குரல், தொனியின் நயம் யாவும். ஒரு புன்னகை பூத்தார் முனிவர். பிறகு வாய் திறவாமல் தன்னருகே இருந்த கமண்டலத்தைச் சுட்டிக் காட்டினார். ஹனுமானும் மோதிரத்தை அதில் போட்டு விட்டுப் போனான்.

சிறிது நேரம் கழித்து, அவன் திரும்பி வந்து மோதிரத்தைப் பெற விரும்பியபோது முனிவர் 'கமண்டலத்தில் இருக்கிறது. எடுத்துக் கொள்' என்ற மாதிரியில் மறுபடியும் பேசாமலேயே சமிக்ஞை செய்தார். ஹனுமான் ராம முத்திரையை எடுக்க கமண்டலத்திற்குள் எட்டிப் பார்த்தான்; திடுக்கிட்டான். இதென்ன! இத்தனை மோதிரங்கள் இங்கே எப்படி வந்தன? அவன் ஒன்றைத்தானே அதில் போட்டுவிட்டுப் போனான்? அதுவுமல்லாமல் எல்லா மோதிரங்களிலும் ராம நாமங்கள் தீபச் சுடர்கள் போல் ஒளிவீசுகின்றனவே! இதென்ன மாயம்! பிரமிப்புடன் முனிவரைப் பார்த்தான் ஹனுமான். அப்போதுதான் அவர் முதன் முதலாக உரக்கச் சிரித்தார்.

"அப்பனே, நான் இங்கே பல கல்பங்களாகத் தங்கி வருகிறேன். எத்தனை கல்பகாலம் என்று தெரியாது. எண்ணவில்லை. ஆனால் அதற்குள் எத்தனையோ ராமாவதாரங்கள் பார்த்தாய் விட்டது. எத்தனையோ ஹனுமான்கள் இவ்வழியே வந்து போனார்கள். இவை அவர்கள் போட்டுவிட்டுப் போன கணையாழிகளோ என்னவோ!" என்றார்.

இதைக் கேட்டவுடன் ஹனுமானுக்கு அந்த மாய முனியின் ஹாஸ்யம் விளங்கிவிட்டது. அவன் வெட்கத்துடன் தலை குனிந்தான். 'ஆகா, ரகுநாதா, ஒரு கணப்பொழுதிற்குள் இப்பேதை மனதில் உதித்த இறுமாப்பை நீ எத்தனை அழகாக எடுத்து உணர்த்தி விட்டாய்' என்று அகத்தில் கௌசல்யானந்தனைத்

துதித்தபடி மறுபடியும் கிஷ்கிந்தையை நோக்கிப் பயணமானான்.

எத்தனையோ ராமர்கள்... எத்தனையோ ஹனுமான்கள் என்று முனிவர் சொன்னார் அல்லவா? ஒரு காலத்தில் பிரசித்தி பெற்று விளங்கிய அந்த சூரிய வம்சத்திற்கு நிகராகத் திகழ்ந்தது ஆதித்திய வம்சம் என்பது எத்தனையோ ராமர்கள்... என்பது போல் எத்தனையோ ஆதித்தியர்கள் புகழுடன் அரசாண்டு வந்தார்கள். அவர்கள், சத்தியோத்தியா என்ற சிறப்புப் பட்டணத்தைத் தலைநகராகக் கொண்டு ஆட்சி புரிந்து வந்தார்கள்.

இடையில் தெய்வாதீனமாகச் சில நூற்றாண்டுக்கு ஆதித்திய ஒளி மங்கி இருந்தது. ராஜ்யம் சீர்குலைந்தது. அப்போது வெளிநாட்டார் படை வகுத்து வந்து ஆதித்திய நாட்டைத் தாக்கினார்கள். அவ்விதமாக வந்த மிலேச்சர்கள் கூட்டத்தில் மதர்லாந்து தேசத்தவர்கள் மிஞ்சினார்கள். அவர்கள் நாட்டை ஜெயித்ததும் அல்லாமல், சத்தியோத்தியா நகரையே தங்கள் தலைநகரமாகக் கொண்டு தேசத்தை ஆளத் தலைப்பட்டார்கள். மதர்லாந்துக்காரர்கள் பல நூதன முறைகளைக் கையாண்டார்கள். தம் சொந்த தேசத்தைப்போல் ஆதித்திய நாடும் புதுமை வழியில் முந்த வேண்டுமென்று நினைத்தார்கள். அதற்காக நாட்டின் முன்னேற்றத்திற்குரிய அபிவிருத்தி ஏற்பாடுகளை விரைவாகச் செயல்படுத்தி வந்தார்கள்.

ஆனால், இதர ஆதித்திய குல நீதிகளும் முறைகளும் அழிந்தன. சத்தியம், சீலம், நல்லொழுக்கம் போன்ற வேத வாக்குகளைப் பின்பற்ற ஜனங்கள் மறந்தார்கள். என்ன லௌகீக நன்மைகள் உண்டானாலும் அடிமை அடிமைதானே! பல நூற்றாண்டுகளுக்கு ஆதித்திய நாட்டார்கள், அடிமைகளாகப் புழுங்கினார்கள்; நொந்து கொண்டார்கள்; சுதந்திரத்திற்காக ஆசைப்பட்டார்கள். அந்தச் சமயத்தில் ஒளி பெற்ற ஓர் ஆதித்திய திலகன் தேசத்தை விடுவிக்க முன்வந்தான். அவனுடைய பொலிவுடைய தோற்றம் ஜனங்களைக் கவர்ந்தது. மனதில் உறுதியும், வாக்கில் இனிமையுமே நமக்கு ராமபாணங்களாக உதவ வேண்டுமென்று ஆதித்தியன் அவர்களுக்கு உபதேசித்தான். மதர்லாந்துக்காரர்களுடைய மாய வித்தைகளை நாம் கையாள

முடியாது. காரணம் அவர்களுக்குள்ள விஞ்ஞான அறிவும், முன்னேறும் முறைகளும் நம்மிடமில்லை. அதனால் வாக்கு சாதுரியத்தினாலேயே நாம் சுதந்திரம் அடைய முயல வேண்டுமென்று போதித்தான். இந்த உபதேசம் ஆதி நாட்டார் மனப்போக்குக்குத் தகுந்தவாறு இருந்தது. கயிறு திரித்தாற்போல் பேசுவது அவர்களுக்கு இயற்கை அன்னை கொடுத்த ஒரு வரம். உடன் எங்கும் ஜனங்கள் பொதுக்கூட்டம் கூடிப் பேச ஆரம்பித்தார்கள். ஆதித்திய குலமணிகள் பேசினார்கள் மற்றும் அவர்களைச் சார்ந்த வீரதீரத் தலைவர் பேசினார்கள்; மன்றாடினார்கள் வார்த்தைகளால் பாணம் தொடுத்தார்கள்; சொற்குண்டுகள் வெடித்தன; வசனமாரிகள் மழைபோல் பெய்தன; சுதந்திர தாகம் அதிகரித்தது. நாடெங்கும் ‘விடுதலை, விடுதலை’ என்ற மொழிகள் ஒலித்தன. எல்லோரும் சுதந்திரப் போரில் தீவிரமாகக் கலந்து கொண்டார்கள். அதுசமயம் வயோதிகர்களும் வாண்டுகளும் கூச்சல் எழுப்பி மிகவும் உதவினார்கள். மதர்லாந்து வாசிகள் ஆதித்தியர்களுடன் வாதாட முடியவில்லை. அவர்களுக்கு வாய்ச்சாலகம் போதாது.

வசனப் போர் வலுக்க வலுக்க அவர்கள் தளர்ந்து விட்டார்கள். தேசியக் கவிகள், விடுதலை கீதங்கள் இயற்றிவிட்டார்கள். ஆனந்த சுதந்திரக் களியாட்டங்களும், நாடகங்களும் நடந்தன. மதர்லாந்துக்காரர்கள் வாயடைத்துப்போய் விட்டார்கள். அவர்கள் தொண்டையிலிருந்து பேச்சே வெளிக்கிளம்பவில்லை. பேச்சுக் கூட்டம் பலக்க பலக்க அவர்கள் சோர்ந்து மலிந்து வாடினார்கள். கடைசியில் ஆதித்திய நாட்டின் வசனக் கூக்குரலைக் கேட்கச் சகியாமல் வீட்டைப் பார்க்க ஓட்டமெடுத்தார்கள். ஆதித்திய நாடு மறுபடியும் சுதந்திரப் பொலிவுடன் பிரகாசித்தது.

அதன் பிறகு பண்டைக்காலத்துச் சிறப்புடன் ஆதித்தர்கள் நாட்டை ஆண்டு வந்தார்கள். இருந்தும் சுதந்திரம் கிடைத்த பிறகு வாக்குவன்மையின் மகத்தான மகிமையை ஆதித்தியர்கள் உணர்ந்து கொண்டார்கள். தங்கள் அரசுரிமை நீடுழி திகழ வேண்டுமானால் சொல்கட்டைத் தளரவிடக் கூடாது என்று அறிந்தார்கள். அதற்காக ஜனசபை என்றும் மந்திரி சபை என்றும் குடியரசு ஆட்சிக்குரிய ஸ்தாபனங்களை நிறுவி,

அவற்றை நடத்த ஜனங்களுக்குப் போதுமான சொற்பயிற்சி அளித்தார்கள். ஜனங்களும் தாமே ராஜ்யம் ஆளுவதாகப் பிதற்றிக் கொண்டார்கள். இப்படியே பிரசித்தி பெற்ற ஆதித்தியர்கள் தம் ஆதிக்கம் பலக்க சொல்மொழியை உதவச் செய்தார்கள். அதன் மூலமாகத் தம் கருத்துகளை ஜனங்களின் விருப்பங்களாக வெளிவர ஏற்பாடு செய்தார்கள்.

அப்போது அந்த ராஜ்யத்தில் மந்திரிகளும் ராஜ தந்திரிகளும் இருந்தார்கள். உத்தியோகஸ்தர்களும் இருந்தார்கள். ஜன சபையும் மற்றும் பொது ஸ்தாபனங்களும் இருந்தன. அங்கே ஆடலுமுண்டு; பாடலுமுண்டு; மாபெரும் விஞ்ஞான சாத்திர அறிவுமுண்டு. சட்டங்கள் ஏற்பட்டிருந்தன. பட்டங்கள் வழங்கப்பட்டன. பரிசு விழாக்களும் நடைபெற்றன. சுருங்கச் சொல்லப்போனால் நம்முடைய தற்போதைய உலகிற்கும், அதற்கும் அதிக வித்தியாசமில்லை. ஒரே ஒரு சின்ன வேற்றுமைதான்; அதாவது மதர்லாந்துக்காரர்கள் வெளியேறின பிறகும் கூட அவர்களுடைய விஞ்ஞானப் பயிற்சிகளைப் பின்பற்றி ஆதித்தியர்கள் தம் நாட்டைத் தீவிர முன்னேற்றப் பந்தயத்தில் இறக்கியிருந்தார்கள்.

ஓர் எச்சரிக்கை: இது ஒரு கற்பனை. இக்கதையில் வரும் கதாபாத்திரங்களுக்கும் உண்மை மனிதர்களுக்கும் யாதொரு சம்பந்தமும் இல்லை.

இதை ஒரு சங்கீத அனுபவம் என்றுகூடச் சொல்லலாம். ராமாயணத்தைச் சுருதியாக வைத்துக் கொண்டு, உபநிஷத்து வாக்கியமான ‘சத்தியமேவ ஜயதே’ என்பதை ராகம், தானம், பல்லவியாக இணைத்துக் கொண்டிருப்பதால் இதை ஓர் இசைக் கட்டாகவும் விஸ்தரிக்கலாம். சாகித்தியச் சொற்கட்டை லயமாக பாவிக்கலாம். இதோ... கன ராகங்கள், சௌக்க காலக் கிருதிகள், காமாட்சி என்பவை போன்ற இனிய ஸ்வரஜதிகள், ‘மாஜானகி’ போன்ற மறைபொருள் கொண்ட வேதங்கள், பிறகு த்ருத காலத்தில் சில மெட்டுகள், துக்கடாக்கள்... தில்லானா... அவ்வளவே.

பைரவி ஸ்வரஜதி "காமாட்சி"

அது பனிக்காலம். இளவேனிலில் சத்தியோத்யா நகரம் அழகாக ஒளிர்ந்தது. மண்டபங்களையும், வீடுகளையும் சுற்றியுள்ள தோட்டங்களில், நிறங்கள் மேகநாதனைப்போல் மாய வித்தைகள் செய்தன. புல் தரைகள் நன்றாக ஒட்ட வெட்டிவிடப்பட்டிருந்ததால், பூக்களின் கோலாகலம், அதிக எடுப்புடன் பிரகாசித்தது. பட்சிகள், தம் கூரான அலகுகளை மலர்களுக்குள் இட்டு, இதழ்கள் இடையே ஒளிந்துகொண்டிருக்கும் எளிய இன்பரசத்தைப் பருகிக் கொண்டிருந்தன. அவற்றின் வர்ண ஜ்வலிப்பு சூரியகாந்தியில் இந்திர ஜாலத்தை ஒத்திருந்தது. இயற்கை அழகிற்கு நடுவில் மேகநாதனும், இந்திரனும் இடும் இந்தப் போட்டியை, காரில் போய்க்கொண்டிருந்த அசோகன் கவனிக்கவில்லை.

இவ்வித எளிய இன்பங்களை நுகர மந்திரி அசோகனுக்கு நேரமேது? மேலும் அப்போது அவன் மனம் அங்கே இல்லை. எதையுமே அவன் கண்ணெடுத்துப் பார்த்ததாகத் தெரியவில்லை. பக்கத்தில் உட்கார்ந்திருந்த அவனுடைய அருமை நாயைக்கூட ஏறிட்டுப் பார்க்கவில்லையென்றால்? தன் உணர்வையே மறந்திருந்தான் போலும்!

நாயோ முதலில் அவனைக் கொஞ்சும் பாவனையில் பார்த்தது. பிறகு அது பலிக்கவில்லை என்று தெரிந்ததும்,

குழைந்து கொண்டு வந்து அவன் மடிமேல் தன் தலையைச் சாத்திக்கொண்டது. அப்போது எங்கிருந்தோ மங்கலாக வந்த அறிக்கை போல் அந்தச் செய்கையை அவன் உணர்ந்திருக்க வேண்டும். ஏன் என்றால் அவனையும் அறியாமல் அவன் கை நாயின் முகத்தைத் தடவிக் கொடுத்தது.

அவன் மனம் அவன் விட்டுவந்த மந்திரி சபையிலேயே இருந்தது. சுமந்திரனுடைய வார்த்தைகள், அவன் உள்ளத்தில் அம்புகள் போல் பாய்ந்ததும் அல்லாமல், இப்போதும் அங்கேயே செருகி நின்று அவனை வருத்தின.

“நம் நாடு உலகப் பிரசித்தி அடைய வேண்டுமென்று மந்திரி சபையில் எல்லோருக்கும்தான் ஆசை. இருந்தாலும் இவ்வளவு தூரம் தொழிற்சாலை முன்னேற்றம் செய்ய நமக்குப் போதுமான சக்தி வேண்டாமா? நம்முடைய பொருளாதார நிலைமையை யோசித்துப் பார்த்தாயா? ஆக்கத் தொழிற்சாலைகளை நடத்த நம்மிடத்தில் தகுந்த சாதனங்களோ, பொருள்களோ, உத்தியோகஸ்தர்களோ இருக்கிறார்களா அசோகா, மதர்லந்தைப்போல் நாமும் பொது நல ஆட்சி புரிய முடியாது. அங்கே ஆள் ஒன்றுக்கு நம்மைவிட எத்தனை அளவு வரும்படி அதிகம் தெரியுமா? வேலையில்லாதவர்களுக்கு அவர்களைப் போல் நஷ்டஈடு சம்பளம் நம்மால் கொடுக்க முடியாது. இலவச வைத்தியம் செய்யவும் முடியாது. அவர்கள் செய்வதில் நூற்றில் ஒரு பங்கு கூடச் செய்ய நம்மால் இயலாதே! நமக்கு இருக்கும் சொத்தை எத்தனை கடைந்தாலும் இருப்பது தானே மேலே வரும். அது கூட அதிகமாகக் கடைந்தால் இருப்பதும் உருகிவிடும். முன்னேற்றத்தைப் பற்றி மக்களுக்கு ஆசை ஊட்டுவதில் ஆபத்திருக்கிறது. அதனால் அவர்களுடைய அவாக்கள் அடக்க முடியாத அளவிற்கு வளரக்கூடும். அதிக ஆசையினால் திருப்திக் குறைவும் உண்டாகலாம்?”

சுமந்திரனுடைய இவ்வார்த்தைகளுக்கு அசோகன் எத்தனையோ விதத்தில் பதில் சொல்லியிருக்கலாம். ஆனால் அவன் சொல்லவில்லை. ராஜீய நிர்வாகத்தில், சில சமயம் உறுதியான எதிர்ப்பும், மற்ற சமயங்களில் பவ்வியமான இணங்குதலும்தான் சீலம் என்பதை அவன் அறிவான்.

மேலும், மந்திரிகளுக்குள் சுமந்திரனுக்கு ஆதித்தியனிடம் செல்வாக்கு அதிகம். ஆதித்தியனுக்கு முன்னேற்றத்தில் விருப்பம் இருந்தால்கூட அவன், சுமந்திரனைப் போலுள்ளவர்களின் அபிப்பிராயங்களுக்கு மதிப்புக் கொடுப்பது வழக்கம். காரணம், ரகுரஸ கட்சியில் சுமந்திரனுக்கென்று ஒரு தனி அனுசரிப்பும், பின் தொடர்புமுண்டு. இவ்விதப் பொதுஜனப் பிரதிநிதிகளை அலட்சியம் செய்ய ஆதித்தியனுக்கு இஷ்டமில்லை போலும்!

சுமந்திரனும் தன்னுடைய இந்தப் பிடியைத் தக்கவாறு உபயோகித்துக்கொண்டான். ஜனசபைக் கொள்கைகளுக்கு விரோதமாக, சம்பிரதாய மாறுபாடுகளோ, தொழிற்சாலை முன்னேற்றமோ, விரும்புவது ஆதித்தியர்களுக்கு அபாயம் என்று அவர்களைப் பயமுறுத்தி வந்தான். இந்த எச்சரிக்கை எத்தனை தூரம் அவனுடைய சொந்த அபிப்பிராயத்திலிருந்து வந்தது எந்த அளவிற்கு ஜனசபையோர்களைச் சேர்ந்தது என்று யாரால் கவனிக்கவோ, கணிக்கவோ முடியும்? அசோகனால் கூட இதைத் தீர அறிந்துகொள்ள முடியவில்லை என்றால்..? ஆதித்தியன் தன்னுடைய திடமான நிச்சயத் தோற்றத்தில் அடிக்கடி தயக்கம் காண்பதில் ஆச்சரியமில்லை அல்லவா? அது நிற்க, பொதுவாக ஆதித்தியர்களுக்குத் தன் மேலுள்ள விசுவாசத்தைப் பற்றி பறையடித்துக்கொள்ள சுமந்திரன் தவறுவதில்லை. அவனுடைய பலம் நாளுக்கு நாள் அதிகரித்துக் கொண்டே வந்தது. ஜனசபையிலோ, மந்திரி ஆலய உத்தியோகஸ்தர் குழுவிலோ, மந்திரி சபையிலோ... எங்கேயானாலும் சரி, அவனை எதிர்த்துப் பேச எல்லோரும் அஞ்சினார்கள்.

அசோகனுடைய ஊக்கத்தினால் ஆக்கத்தொழில் விருத்திய டைந்து வந்தது. புதிய துறைகளில், ஜனங்களுக்குப் பயிற்சிக்கும் முன்னேற்றத்திற்குமான பல சந்தர்ப்பங்கள் கிடைத்தன. இதனால் நாட்டில் அசோகனுடைய பெருமையும், புகழும் அதிகமாய் விட்டால்...? ஆமாம், சுமந்திரனுக்கு இதுதான் கவலையைக் கொடுக்கிறது என்று அசோகன் நினைத்துக் கொண்டான்.

இருந்தாலும் தன்னுடைய திட்டங்களுக்கு இடைவிடாத தடங்கலாக இருக்கும் சிலரை நினைக்கும் பொழுது அவனுக்கு

ஆத்திரம் பிறந்தது. அவர்கள், எதிர்க்கட்சியான 'ஜனகாதி' களைச் சேர்ந்தவர்களாக இருந்தால் அவனுக்குப் புரிந்திருக்கும். ஆனால் அதுதான் இல்லை. ஆபீஸிலும், ஜனசபையிலும், பொதுஜனக் கூட்டத்திலும், அவனைச் சேர்ந்த ரகுரஸ கட்சிக்காரர்களே, அவனை எதிர்த்தார்கள் என்றால், அவனுக்கு எப்படி கோபம் வராமல் இருக்கும்?

இதை ராஜதந்திரம், அரசியல் நிர்வாகம் அல்லது அரசியல் வாதம் என்று சொல்லி அப்பால் தட்டிக் கழிக்க முடியாது. இதற்கு ஒரே ஒரு பெயர்தான் உண்டு. அதாவது பொறாமைக் காய்ச்சல்.

இதற்குள் பிரம்மாண்டமான சதுரங்க மந்திரி ஆலயம் அவன் முன் தோன்றிற்று. அசோகன், யோசனையில் ஆழ்ந்தபடியே வண்டியை விட்டு இறங்கிச் சென்று 'லிஃப்டில்' ஏறிக்கொண்டான். நாயும் அவன் கூடவே சென்றது.

மந்திரியின் அறைக் கதவை ஒரு சேவகன் மெதுவாகத் திறந்தான். உள்ளே நுழையப்போன அசோகன் அப்படியே வாசலண்டை நின்று விட்டான். ஓகோ! மேஜையை அவன் விதித்தபடி மாற்றிப் போட்டு விட்டார்கள் போல் தெரிகிறது! இப்போது அது அவனுக்கு பத்தடி தூரத்தில்தான் இருந்தது. முதலில், அந்த விசால அறை (சுமார் முப்பது அடி நீளம்) முழுவதையும் தாண்டினால்தான் அவன் தன் மேஜையை அடைய முடியும். அந்த இடத்திலிருந்து, வந்தவர்களைக் கவனிக்க தனக்கு அதிக சாவகாசம் இருக்குமென்று அசோகனின் கருத்து.

ஆனால் கு.கு.கு. சொன்னான். "ஒரு அரசியல்வாதி, பொதுமக்கள் மனதில் நம்பிக்கை ஏற்படும் ரீதியில் எப்போதும் நடந்துகொள்ள வேண்டும். அதனால் உங்களைப் பேட்டி காண வருபவனுக்கு என்ன தோன்றும் என்று நினைத்துப் பாருங்கள். முதலாவது உள்ளே நுழைந்ததும், இத்தனை தூரம் நடந்து வரும்போதே, அவனுக்குக் கூச்சமுண்டாகும். அப்படி வரும்போது, மந்திரி தன்னை உற்றுப் பார்ப்பதைப்பற்றி சங்கோசம் கொள்ளுவான். அந்தக் கலவரத்தில் தான் சொல்லவந்த விஷயத்தைச் சரியாக வெளியிட முடியாமல் தவிப்பான். காரியம் கெடும்; பொழுதும் வீணாகும். சங்கதி இப்படி கொஞ்சம் விபலமாய் போய்விட்டதே

என்று வந்தவன் மெதுவாக நழுவிக் கொள்ளலாமென்று பார்த்தால், கதவு வெகு தொலைவில் இருப்பது இடைஞ்சலாக இருக்கும். சட்டென்று எழுந்து மறையவும் அவனால் முடியாது. அதனால் மந்திரியைப் பேட்டி காண வருபவர்கள் விடைபெற்றுக் கொள்ள நினைக்கும்போது, கதவு பக்கத்தில் இருக்கும்படி மேஜை நாற்காலிகளை அமைப்பதுதான் நல்லது" என்று. கு.கு. கு.வின் இந்த யோசனை அசோகனுக்கு மிகவும் பிடித்திருந்தது. உடனே தன் மேஜையை மாற்றிப் போட உத்தரவிட்டான். கு.கு. கு.வுடைய ஆலோசனை மோசமில்லை என்று எண்ணியவாறு அசோகன் தன் நாற்காலியில் அமர்ந்து கொண்டான். மந்திரி என்றால் வயதானவராக இருக்கவேண்டுமென்று நினைப்பவர்கள், அவனைப் பார்த்து ஏமாந்து போவார்கள். அவனுக்கு நாற்பத்தைந்து வயதுதான் இருக்கும். அவன் தேகம் கொழுகொழுவென்று உருண்டிருந்தது. வழவழப்பான அவனுடைய சிவந்த மேனியில் யௌவனக் களை சொட்டியது. உருண்டையான அவன் முகத்தில் சிறிய கறுப்புக் கண்கள் பளபளத்தன. அவன் சிரிக்கும்போது அவை, கதுப்பு கதுப்பாக இருந்த அவனுடைய கன்னங்களுக்குள் சுருங்கி மறைவதுண்டு. இருந்தும், இத்தனை கொதகொதப்பிற்குள் மிதமிஞ்சிய ஆர்வமும் திடமான உறுதியும் இருக்கின்றனவென்றால் யாரும் நம்பமாட்டார்கள்! ராஜீய விஷயத்தில் தான் காண்பிக்கும் இந்த ஊக்கம். அசோகனுக்கு இயற்கையாகவே தோன்றியதுதான். அதை பதவி மோகத்தினால் உண்டாகும் பேராசை என்று அவன் சொல்ல மாட்டான். அப்படி இருந்தால் கூட என்ன? மனிதன் மேலும் மேலும் உயர ஆசைப்படுவதினால்தானே இந்த உலகம் இப்படிப் படிப்படியாக உயர்ந்துகொண்டு வருகிறது.

மந்திரி வந்துவிட்டார் என்ற செய்தி ஆலயம் முழுவதும் ஒரு நொடியில் தீயைப்போல் பரவிவிட்டது. நடைகளில் பரபரப்பு, எல்லோரிடமும் ஒரு சுறுசுறுப்பு. கு.கு.கு. உள்ளே வந்தான். மேஜையைக் கவனித்தவுடன் அவனும் மந்திரியும் ஒருவரை ஒருவர் பார்த்துப் புன்னகை புரிந்துகொண்டார்கள். ஓர் ஓரமாகப் படுத்திருந்த நாய், மூடியிருந்த தன் கண்களைத் திறந்து பார்த்துவிட்டு மறுபடியும் ஆயாசத்துடன் அவற்றை

மூடிக் கொண்டது. அந்தச் செய்கையில் 'இவன்தானா!' என்ற அலுப்பு பளிச்சென்று தென்பட்டது.

குலசேகரம் குஞ்சுக்குமரன் என்கிற கு. கு.கு. என்பவன் கூரிய புத்தியுள்ள ஒரு செக்ரெட்டரி. நல்ல அனுபவம் படைத்தவன். அமைதியான பாவமுள்ளவன். மந்திரிக்கு உதவி புரிய பல செக்ரெட்டரிகள் இருந்தார்கள். இருந்தும் கு.கு.கு.விடம் அசோகனுக்கு அலாதியான நம்பிக்கை. பல பீடிகைகளுடன் அவன் செய்யும் ஆடம்பரமான பிரசங்கங்களைக் கேட்டு அசோகனுக்குச் சிரிப்பு வராமல் இருக்குமா? "நல்ல மனம் படைத்தவன். கொஞ்சம் ஹாஸ்யரசம் குறைவு" என்று தனக்குள் எண்ணிக் கொள்வான். ஆனால் ஆலயங்களிலுள்ள இதர உத்தியோகஸ்தர்கள், இப்படி ஒருவருக்கொருவர் தம் குணபேதங்களை, பெருந்தன்மையுடன் பார்ப்பது வழக்கமில்லை. எதிலும் ஒரு மறைபொருளையோ, புதைந்த அர்த்தத்தையோ தேடும் அவர்களுடைய சமுசய உள்ளம், கு.கு.கு.வின் வஞ்சகமில்லாத பேச்சில் சூழ்ச்சியையே தேடிற்று. 'ஃபைலில்' விஷயங்களைத் துருவித் துருவி ஆராய்வதாலோ என்னவோ, இந்தக் குணம் அவர்களுக்கு இயற்கையாகி விட்டது.

கு.கு.கு.வின் சரீரம் பருமனும், உயரமும் கொண்டது என்றாலும், அவன் முகத்தில் பச்சிளங் குழந்தையின் குழைவு மிளிர்ந்தது. அவனைக் காணும்போதெல்லாம் அசோகனுக்கு சற்று அதிகமாய் வளர்ந்துவிட்ட ஒரு பாலகனின் நினைவே வரும். கு.கு.கு.வின் வாழ்க்கை நியமம், மனித பிறவிக்கே ஒரு உதாரணமாய் விளங்க வேண்டியது என்று மந்திரி தன் மற்ற ஆபீஸர்களுக்கு அடிக்கடி எடுத்துச் சொல்வான். என்ன காரணத்தினாலோ, இதைக் கேட்கும்போதெல்லாம் அவர்கள் தமக்கு வரும் சிரிப்பை அடக்க முடியாமல் திண்டாடுவார்கள்.

அன்று கு.கு.கு. உள்ளே வந்தவுடன் அசோகன் குறும்பாய்க் கேட்டான். "இன்று மார்க்கெட்டில் ஏதாவது விசேஷமான காய்கறிகளைப் பார்த்தாயா?" என்று. கு.கு.கு. இந்தக் கேள்வியை ஒரு வேடிக்கையாக பாவிக்கவில்லை. அவன் கம்மென்ற தடித்த குரலில் பதில் சொன்னான். "சார், மனைவிக்கும் உதவின மாதிரியாகும், குழந்தைகளையும் பள்ளியில் கொண்டுவிட்ட

மாதிரியுமாகும் என்று நான் தினசரி காலையில் இப்படி சுற்றிவிட்டு வருகிறேன். மேலும் சதா ஃபைலுடன் உழலும் எங்களைப் போலுள்ளவர்களுக்கு, நாடோடி வாழ்க்கையில் பங்குகொள்ள இம்மாதிரியான சில சந்தர்ப்பங்கள்தானே வாய்க்கின்றன?"

அசோகன் உள்ளுக்குள் சிரித்துக் கொண்டான். கு.கு. கு.வை எல்லோரும் மறைமுகமாகப் பரிகாசம் செய்வதில் என்ன ஆச்சரியம்! அவன் முகத்தில் பிரதிபலித்த அந்த 'தன்னைப் போலுண்டோ' என்ற பெருமை, பார்க்க ரொம்ப வேடிக்கையாகத்தான் இருந்தது.

"எல்லாக் கடமைகளையும் இப்படி செவ்வனே நடத்த உனக்கு எப்படி சமயம் கிடைக்கிறது? நீ சொல்வதைக் கேட்டால் மனைவியிடம் பேசக்கூட ஒரு பகுதி தனியாக ஒதுக்கி வைத்திருப்பாய் என்று தோன்றுகிறதே!"

"ஆமாம் சார். காலையில் மார்க்கெட்டுக்குப் போய்விட்டு வந்தால், பிறகு பத்திரிகையை அரைமணி படிப்பேன். அதற்கப்புறம் மற்ற காலைக் கடன்களை முடிப்பேன். பிறகு சிற்றுண்டி.... மிதமாகத்தான் சாப்பிடுவேன் சார். ஒரு கரண்டி கஞ்சி, ஒரு டம்ளர் காப்பி - ஒரு ஆரஞ்சு - இவ்வளவேதான் என் காலை போஜனம்."

"அவ்வளவுதானா?" அசோகன் குறுக்கிட்டுக் கேட்டான். தான் பேசிக்கொண்டே தன்னையும் மறந்து இலையில் உட்கார்ந்தால், அதிகமாய் சாப்பிட்டு விடுவதைப்பற்றி தன் மனைவி அடிக்கடி சொல்லிக் காட்டுவது, அவனுக்கு நினைவு வந்தது. கு.கு. கு.விற்கு இத்தனை உறுதி எப்படியுண்டாகிறது? "ஆமாம்" என்று கு.கு.கு. தான் விட்ட இடத்திலிருந்து சம்பாஷணையைத் தொடர்ந்தான். "அப்புறம் மத்தியானம் ஒரு கப் ஓவல்டின் சாப்பிட்டால், பிறகு இரவில்தான் போஜனம்."

"சரி, உன் மனைவியிடம் நீ எப்போது பேசுவாய் சொல். சத்தியோத்தியாவிலுள்ள பெண்களுக்கு இது ஒரு பெரிய குறையாயிற்றே. எங்கே போனாலும் எந்தப் பெண்மணியைச் சந்தித்தாலும், ஆண்களுக்கு எங்களைக் கவனிக்க எங்கே

பொழுது என்றுதானே முறையிடுகிறார்கள்?"

அசோகனுடைய குரலில் தொனித்த லேசான கிண்டலைக் கேட்டு, கு.கு.கு. அவனை ஒருதரம் நிமிர்ந்து பார்த்தான். அபூர்வமாக இப்படி ஒவ்வொரு சமயம், தான் பேசும்போது இடைமறித்து யாராவது பதில் சொன்னால் அவர்கள் தன்னைப் பார்த்துத்தான் ஏசுகிறார்களோ என்ற சந்தேகம் கு.கு.கு.விற்கு உண்டாவதுண்டு. ஆனால் அவ்வித சந்தேகங்கள் அதிக நேரம் நீடித்து நில்லாது. இப்போதும் அது போலவே அசோகனுடைய கிண்டலை லேசாக ஒதுக்கிவிட்டு மேலே பேசினான். முதுகை நன்றாக நிமிர்த்திக்கொண்டு பதில் சொன்னான்.

"என் மனைவியிடம் இவ்விதமான புகார்களே கிடையாது, சார். காலையில் சிற்றுண்டி ஆனதும் நான் ஃபைல்களைப் பார்க்க ஆபீஸ் அறைக்குள் செல்வேன். அது விஷயம் அவளுக்குத் தெரியும். அவள் அங்கே வரமாட்டாள். ஆனால் வேலை முடிந்து, ஆபீஸுக்குப் போகும் தருணம் வந்ததும், அவள் இருக்கும் இடத்தைத் தேடி நானே போவேன். அவளும் என்னைக் கண்டதும் குறிப்பை உணர்ந்து, தன் கைவேலையை விட்டுவிட்டு முன் அறைக்கு வருவாள். அப்போது அவள் உள்ளத்தில் பூரண திருப்தி ஏற்படும் முறையில் அரைமணி குடும்ப விஷயம், பெண்ணின் வரன்கள் அல்லது பிள்ளையின் படிப்பு, தாத்தாவிற்குப் பணம் அனுப்புவது, மாமியின் வாதம், வேலையாட்களின் சிக்கல், அன்றைய வரவு செலவு என்று பேசிவிடுவேன். அவளுக்குச் சந்தோஷமாய் போய்விடும். பெண்களுக்கு அத்தனைதான் வேண்டும். சில்லறை விஷயங்களை எடுத்துப் பேச அவர்களுக்கு மிகவும் பிடிக்கும்...."

அசோகன் 'சபாஷ்' என்று சொல்ல வாயெடுத்த சமயம் கதவைத் தட்டிக்கொண்டே ஒரு சிப்பந்தி உள்ளே வந்தான். கு.கு.கு.வால் தனக்குண்டான சிரிப்பை மறைக்க அசோகன் தன் கையால் முகத்தை மறைத்துக் கொண்டான்.

"பதினொன்றரை மணிக்கு ஜனசபை சனத்குமாருக்கு பேட்டி காண நேரம் கொடுக்கப்பட்டிருக்கிறது. இப்போது அவர் வந்து..."

அப்போது வெளியே நடையில் ஏதோ குமைச்சல் உண்டாயிற்று. சிப்பந்தி தான் சொல்ல வந்ததை முடிக்காமல் தயங்கினான். நடையில் யாரோ உரக்க தர்க்கம் செய்வது கேட்டது.

★★★

“அசோகனைக் காண எனக்குத் தனிப் பேட்டி நேரம் அவசியமில்லை. அவனை நான் எப்போது வேண்டுமானாலும் பார்க்கலாம்.”

கதவு படீரென்று திறந்து கொண்டது. மந்திரியின் அந்தரங்க காரியதரிசியான ராஜுவைத் தன் புறங்கையால் அப்புறமாகத் தள்ளிக் கொண்டே ஸ்ரீமதி தாரா ராணி உள்ளே பிரவேசித்தாள்.

அசோகன் கையால் ஜாடை காண்பித்தான். உடனே ஜனசபை அங்கத்தினரை நிறுத்தி வைக்க ராஜு வெளியே போனான். அவனைத் தொடர்ந்து சிப்பந்தியும் மறைந்தான். கு.கு.கு.வும் எப்படிப் போனான், எப்போது போனான் என்று தெரியாமல் அந்தர் தியானமானான்.

அசோகன் எழுந்து, ஒரு மாதிரியான அன்புக் குரலை வரவழைத்துக்கொண்டு, “வா தாரா” என்றான். பிறகு ஒரு நாற்காலியைச் சுட்டிக் காட்டி, “உட்கார்” என்று உபசரித்தான். ஆனால் தாரா ராணி, இந்தச் சமாதான வரவேற்பை ஏற்கும் மனோநிலையில் இல்லை. அவள் உள்ளம் கொதித்தது.

“அசோகா, நான் ராஜினாமா செய்துவிடப் போகிறேன்” என்று உரத்த குரலில் அறிவித்தாள்.

“என்ன, மறுபடியுமா?” என்ற அசோகனுடைய நிதானமான பதில் அவளுடைய கோபத்தை அதிகரிக்கச் செய்தது.

“பின்னே என்ன? அப்போது சர்க்கார் உத்தியோகஸ்தர் தொல்லை சகிக்கவில்லை. இப்போது இந்த இடத்தில்... பெண்களுடைய அதிகாரம் பொறுக்க முடியவில்லை.”

தாராவின் சாகசத்தால் தனக்கு உண்டான கோபத்தை அசோகன் மிகச் சிரமப்பட்டு அடக்கிக் கொண்டான். உணர்ச்சிக்கு இடங்கொடாமல், அவன் சாந்தமாகப் பேசி அவள் கோபத்தைத் தணிக்க முயன்றான்.

"தாரா, ஏன் இப்படி அவசரப்பட்டு ராஜினாமா என்று கத்துகிறாய்? யோசித்துப் பார், நீ இல்லாமல் இந்தச் சங்கதி சீராக நடக்க முடியுமா?"

"போதும். உன் பேச்சைக் கேட்டுத்தான் இப்படி அகப்பட்டுக்கொண்டு விழிக்கிறேன். ஏதோ அனாதைகள், பரம்பரையாக வாழ்ந்து வந்த தம் சொந்த பூமியிலிருந்து பெயர்க்கப்பட்டு அகதிகளாக இங்கு வந்திருக்கிறார்கள் என்று இரக்கப்பட்டு நல்லது செய்யப்போனால் எனக்கு இந்தப் பொல்லாத பெயர்தான் மிஞ்சிற்று. ஒரு சிறு நன்றி, கடுகளவு விசுவாசம் இருக்க வேண்டுமே! ஊஹூம்... அதற்காகத்தான் நான் உழைக்கிறேன் என்று சொல்ல வரவில்லை. நான் என் கடமையே பெரிது என்றுதான் இந்த வேலையில் ஈடுபட்டேன். ஆனாலும் இந்த மிஸஸ் கிரி இருக்கிறாளே... அவளும் அந்த ராட்சஸி சியாமளாவுமாகச் சேர்ந்து அங்கே படுத்துகிற பாட்டை நீ பார்த்தாயானால் அப்போது சொல்லுவாய்! அப்பாப்பா!"

"தாரா அவர்கள் கிடக்கிறார்கள். நம் கடமை அகதிகளுக்குப் பராமரிப்பு அளிப்பது இல்லையா?" என்று அசோகன் நயமாகக் கேட்டான்.

"அப்படி இருந்தால் கூட இந்த சியாமளாவிற்கு அடிமையாக முடியுமா?"

"பொறுத்துக்கொண்டு போனால்தான் ஒரு நல்ல காரியம் செய்யமுடியும். தாரா, நாமெல்லாம் சுதந்திரத்திற்காக அனுபவித்த கஷ்டங்களை நீ மறந்துவிட்டாயா? நம் ஜெயில் வாழ்வை கொஞ்சம் ஞாபகப்படுத்திக் கொள். எதற்காக இதையெல்லாம் பொறுத்திருந்தோம்? எதற்காக நாட்டை அந்நியர் பிடிப்பிலிருந்து விடுவிக்கப் பாடுபட்டோம்? இந்த ஏழை ஜனங்களுக்கு உதவிபுரிய வேண்டித்தானே!"

தாரா ராணி தன் உதட்டைப் பிதுக்கிக் கொண்டாள். "நாம் எத்தனை கஷ்டப்பட்டோமென்று இங்கிருப்பவர்கள் யாருக்காவது தெரியுமா?"

"தெரிவதற்கு நியாயமில்லை. ஒருவர் படும் துயரம்

மற்றொருவருக்குத் தெரியாது. கண்ணெதிரே பார்த்தால் கூடத் தெரியாது. அவரவர் அனுபவிப்பதே அவரவர்களுக்குப் பெரிதாகத் தோன்றும்."

"அப்போது அகதிகள் அனுபவிக்கட்டும். நான் போகிறேன்."

"தாரா, வீணாக ரோசப்பட்டுக் கொண்டு அவசரமாக...."

"அசோகா!" தாரா ராணியின் தொண்டை அடைத்துக்கொண்டது. "நான் ஜெயிலுக்குப் போனேன். சுதந்திரத்திற்காகப் பாடுபட்டேன். இப்போது பெருமைக்காகவோ பதவிக்காகவோ ஆசைப்படாமல்தான் உழைத்து வருகிறேன். ஆனால் இந்தப் பெண்கள் செய்யும் அவமரியாதையை என்னால் பொறுக்க முடியாது."

எப்போதுமே சிடுசிடுப்புடன் இருந்த தாரா ராணியின் முகம், 'இந்தப் பெண்கள்' என்று சொல்லும்போது அதிக வெம்மையால் சுருங்கிவிட்ட மாம்பழம் போல் வதங்கிவிட்டது. அழகிய பெண்களைக் காண அவள் சகியாள்.

"இந்தப் பெண்கள் என்னைக் கமிட்டியிலிருந்து விரட்ட என்ன பாடுபடுகிறார்கள்! நேற்று எனக்கு நடந்த அவமானத்தை நினைத்தால் என் உள்ளம் கொதிக்கிறது. அசோகா, இனிமேல் என்னால் தேசத்திற்காக உழைக்க முடியாது....?"

"தாரா, இதென்ன பேச்சு!"

"நீ என்ன கெஞ்சினாலும் நான் கேட்கமாட்டேன். வேர்க்க விறுவிறுக்க, வெயிலோ, மழையோ, பனியோ என்று கவனிக்காமல், இவர்களுக்காக எத்தனை பாடுபட்டேன்! கடைசியில் என்னையே ஒழித்துவிடப் பார்க்கிறார்களே! என்ன அநியாயம்! இது போன்ற பொறாமைக் காய்ச்சலை நீ எங்கேயாவது பார்த்திருக்கிறாயா?"

மந்திரி சபையில் உண்டாகும் புகைச்சல்களை எண்ணியவாறு, 'எனக்கா தெரியாது!' என்ற வகையில் அசோகன் பெருமூச்சு விட்டான். "தாரா, ஒருவன் பக்குவமாகவோ, அழகாகவோ ஒரு காரியத்தை உருப்படியாக முடித்தால், போற்றத்தக்க அந்தச் செயலைக் குறித்து, மற்றவர்கள் அசூயை காண்பிப்பது

இயற்கை. அதற்காக, எல்லாம் தெரிந்த நீ....” என்று பலவாறு அசோகன் அவளை மேலும் சமாதானம் செய்தான்.

அந்தச் சமயத்தில் ஸ்ரீதேவி அவனைப் பார்த்திருந்தால் இத்தனை பொறுமை அசோகனுக்கு எப்படி வந்தது என்று ஆச்சரியப்பட்டிருப்பாள்.

தாரா பதில் சொன்னாள், “உனக்குத் தெரியாது, அவர்கள் என்னைத் தொலைக்கவென்று நேற்று கமிட்டியில் செய்த ரகளையைப் பற்றிச் சொல்லக் கூச்சப்படுகிறேன்” என்று.

இதைக் கேட்டவுடன் அசோகன் முகத்தைச் சுளித்தான். தாரா ராணியின் அகந்தையும், பதவியில் அவளுக்குள்ள மோகமும், அவனுக்குத் தெரியாத விஷயமல்ல. அடக்கி வைத்திருந்த அவனுடைய எரிச்சல் வெளிக்கிளம்பிற்று.

வெடுக்கென்று எரிந்து விழுந்தான். “உன்னுடைய அதிகார தோரணையை அங்கே கொஞ்சம் அதிகமாய்க் காட்டிவிட்டாய் போலிருக்கிறது.”

“ஒன்றுமில்லை, நான் எப்போதும்போல் ஒரே மனதாக என் உழைப்பில் ஈடுபட்டிருந்தேன். ஒன்றா இரண்டா எத்தனையோ கமிட்டிகள், சங்கங்கள், கூட்டங்கள், எல்லாம் பார்த்தாய்விட்டது. இதென்ன பிரமாதம்? நீ என்னை சேர்மனாக நியமித்து ஆறு மாதங்கள் கூட ஆகவில்லை. அதற்குள் எத்தனை வேலை செய்துவிட்டேன், தெரியுமா? கேளு. இந்தக் குழுவிற்கு நான் பொறுப்பாளி ஆனபோது அங்கே எல்லோரும் தூங்கிக் கொண்டிருந்தார்கள். வரவைவிட செலவு அதிகமாய் இருந்தது; ஆஸ்பத்திரியில் மருந்துகள் இல்லை - கைத்தொழில் வேலை மோசமாய் இருந்தது. பார்க்கப்போனால் ரகுநாதபுரம் அகதிகள் கதி அதோ கதியாக இருந்தது. நான் போனவுடன் சீர்திருத்த ஆரம்பித்துவிட்டேன். ஆஸ்பத்திரி மேட்ரனை விரட்டினேன். பள்ளியில் அந்தக் கிழட்டு அகதி வாத்தியாரைத் துரத்திவிட்டு, சில கெட்டிக்கார நவ யுவதிகளை உபாத்தியாயினிகளாக அமர்த்தினேன். அகதிகளுடைய நன்மையை உத்தேசித்தே சத்தியோத்தியாவிலிருந்து, நர்ஸ்களையும் உபாத்யாயினிகளையும் வரவழைத்தேன். பிறகு செலவிற்கு வேண்டிய பொருள் திரட்ட சில உபகாரக் கச்சேரிகளும், நிகழ்ச்சிகளும் நடத்தினேன். போன

மாதம் கூட நாட்டிய கலாநிதி லதா அங்கே வந்து இலவசமாக ஆடினாள். இதைத் தவிர சில பெண்களை வீடு வீடாகப் போய் நிதி சேமிக்கச் செய்தேன். ஆனால் அனுகூலமான என்னுடைய இந்த ஊக்கம், அங்கே பொறாமைப் புகைச்சலை உண்டுபண்ணிவிட்டது. எல்லாம் அந்த மிஸஸ் கிரியினுடைய தூண்டலினால்தான்! அவள் சொல்லிக் கொடுத்துத்தான் அந்தப் பெண்கள் வீதியோடு போய் யாசகம் வாங்க மாட்டோம் என்று முரண் செய்ய ஆரம்பித்தார்கள். அந்தக் கிழட்டு வாத்தியார் வேறு தன் பிழைப்புப் போய்விட்டது என்று கமிட்டிக்கு மனுப் போட்டுப் புகார் செய்தான். பழைய நர்ஸுகள் புதிய மேட்ரனுடைய ஆட்சிக் கொடுமையைப் பொறுக்க முடியவில்லை என்று கூக்குரலிட்டார்கள். விஷயம் சர்க்கார் வரையில் எட்டி, புது மேட்ரனை நீக்கினால் நலமென்று மேல் அதிகாரிகள் கமிட்டிக்கு எழுதிவிட்டார்கள். எல்லாம் இந்த மிஸஸ் கிரி பின்னால் இருந்துகொண்டு செய்த வேலை. அவளுக்குத் தன்னைச் சேர்மனாகப் போடவில்லை என்று அகங்காரம். கொஞ்சம் கொஞ்சமாக கமிட்டி அங்கத்தினர்களை தன் சார்பாகப் பேசப் பழக்கிவிட்டாள். நேற்று நடந்த கமிட்டி மீட்டிங்கில் எல்லோருமாகச் சேர்ந்துகொண்டு என்னைத் தாக்கினார்கள். கமிட்டி விதித்திருக்கும் விதிமுறைகளுக்கு விரோதமாக, நான் நடந்து கொள்ளுகிறேனாம். பள்ளி வாத்தியார்களை அமர்த்தவோ நீக்கவோ எனக்கு அதிகாரம் கிடையாதாம். கமிட்டி அனுமதி கொடுத்தால்தான் அதை நான் செய்யலாமாம். அகதிகளுக்கென்று தனியாக போதுமான நிதி ஒதுக்கிவிடப்பட்டிருப்பதால் உபகாரக் கச்சேரிகள் மூலம் நிதி சோப்பது பிழையாம். அப்படி வசூலான பணம் எங்கே, எப்படி செலவாயிற்று... கணக்குகளைக் கொண்டு வாருங்கள் என்றெல்லாம் நேற்று அங்கத்தினர்கள் கூச்சலிட்டார்கள். என்ன அவமானம்! நான் அகதிகள் நிதியைத் தொடுவேனா? அவர்களுக்கு நன்மை செய்யப்போக எனக்கு அதிகாரம் வகிப்பதில் ஆசை, என்னுடைய ஆதிக்கம் கட்டுக்கடங்காதது என்றெல்லாம் பெயர் வாங்கிக் கட்டிக்கொண்டதுதான் மிச்சம். இதோ பார், கமிட்டி சுயேச்சையாகவும் சுதந்திரத்துடனும் பணி ஆற்றலாமென்று சட்டமிருந்தாலும், சேர்மனை நியமிக்க உனக்குத்தான் அதிகாரமுண்டு. நீ வேறு சேர்மனைத் தேடி

ஏற்பாடு செய்து கொள். நான் போகிறேன்." தாரா ராணியின் வார்த்தைகள் நெருப்புப் பொறிகள் போல் வெளிவந்தன.

அசோகன் திக்கற்ற தன்மையுடன் தன் தலையை அசைத்தான்; பொறுப்பு சர்க்காரைச் சேர்ந்தது என்று விதித்து, இவ்வித சுயேச்சை கூட்டங்களை எற்படுத்தினால், அவர்கள் இப்படி பொறுப்பற்று நடந்து கொள்வதில் ஆச்சரியமில்லை. கமிட்டிகளாலும் சங்கங்களாலும் விளையும் வினைகளை ஆதித்தியர்கள் தெரிந்து கொள்ளவில்லை. குடியரசு ஆட்சி என்ற பெயரில்... ஆனாலும் தாராவிற்கு மமதை கூடுதல். அவன் உரக்கச் சொன்னான்:

"உனக்குப் பொறுமை போதாது. இங்கிதம் குறைவு. நீ எங்கே போனாலும் பூசல்தான். ஆறு மாதங்களுக்கு முன்புதான் உத்தியோகஸ்தர் ரானடேயுடன் உனக்கு ஒத்துக்கொள்ள வில்லையென்று அவாந்தி பஞ்சக் கமிட்டியிலிருந்து உன்னை விலக்கும்படி ஆயிற்று. உனக்கு அதிகாரம் வகிக்க ஆசை..."

"அப்படியானால், அசோகா, பேசாமல் என்னை ஒரு உதவி மந்திரியாக்க ஏற்பாடு செய். உனக்கு இது ஒரு பெரிய காரியமில்லை. அகதிகள் சேவையை விட்டு விட்டு வருவது கொஞ்சம் கஷ்டம்தான். இருந்தாலும், உனக்காக நான் இதைச் செய்ய..."

"என்ன...!" அசோகனுக்குத் தன்னையும் மீறி கோபம் வந்து விட்டது. "என்ன உளறுகிறாய்? உதவி மந்திரியாவது! உன்னால் இவ்வித பதவியை வகிக்க முடியுமா? மேலும் நீ ஜனசபை அங்கத்தினர் கூட அல்லவே... பேராசைக்கு ஒரு அளவு கிடையாதோ!" என்று அசோகன் வியந்து கேட்டான்.

"அதற்கென்ன பிரமாதம்! லட்சுமண்புரி பிரதிநிதி திடீரென்று இறந்துவிட்டார்! தெரியுமே உனக்கு! அடுத்த மாதம் அங்கே மறு தேர்தல்; நீ மாத்திரம் எனக்கு ஒரு சீட்டு வாங்கிக் கொடுத்தாயானால்..."

"தேர்தல்... ஜனசபை, உதவி மந்திரிப் பதவி, இவையெல்லாம் சுலபமாகக் கேட்ட மாத்திரத்தில் கிடைத்துவிடுமென்பது போல் பேசுகிறாயே."

அசோகன் சீற்றத்துடன் கேட்டான்.

தாரா ராணிக்கு முகம் சிவந்துவிட்டது. அவள் கண்கள் அக்னியைக் கக்கின. ரகுநாதபுர அகதிகள் முன்னேற்றக் கமிட்டி அங்கத்தினர்கள் இந்த ரௌத்திர தோற்றத்தை நன்கு உணர்வார்கள். அசோகனும் இப்போது அந்த சொரூபத்தைக் காண நேர்ந்தது.

"ஓகோ! உனக்கு என் சார்பாகப் பேச இஷ்டமில்லை என்று தெரிகிறது. எதற்கு வீண் விவாதம்? ஆனால் பத்திரம்! என்னை இப்படிக் கேவலமாக நடத்தாதே! இப்போது உனக்கு ராஜ்யம் ஆள உரிமை வந்து விட்டது. ஆனால் அந்த நாளில், இதே ரகுரஸ கட்சியில், உனக்கு ஊசி நுழையக்கூட இடமில்லாமல் இருந்தது ஞாபகமிருக்கட்டும். இந்தத் தாரா ராணிதானே அப்போது சுமந்திரனிடம் சிபாரிசு செய்ய உதவினாள்? அசோகா! யார் மூலமாக உனக்கு ஆதித்தியர்களிடம் முதன் முதலாகப் பரிச்சயம் ஆயிற்று என்பதை மறந்து விடாதே!"

தாரா ராணியின் கூக்குரல் நடையில் தெளிவாகக் கேட்டது. அசோகனுடைய அந்தரங்கக் காரியதரிசி ராஜுவின் அறையிலும் ஒலித்தது.

பொறுமையை இழந்தவாறு தன் எதிரில் உட்கார்ந்திருந்த ஜனசபை அங்கத்தினரான ஸ்ரீ சனத்குமாரை ராஜு அப்போது சமாதானப்படுத்திக்கொண்டிருந்தான். அவனுக்கு சளசளவென்று பேசும் சுபாவம். பேட்டி காண வருபவர்கள் நீண்ட நேரம் காத்துக் கொண்டிருக்கும் போது அவர்கள் அலுத்துக் கொள்ளாமல் இருக்கச் செய்ய இந்த அரட்டை சுபாவம் உதவிற்று. அவன் சனத்குமாரிடம் சொல்லிக் கொண்டிருந்தான், "மந்திரிக்கு வேலை ரொம்ப அதிகம். ஆனால் அவர் சளைப்பதே இல்லை. என்ன வேலை முழி பிதுங்கினாலும்...."

"உன்னைப் போல் அருமையான காரியதரிசி இருக்கும்போது அவருக்கு என்ன கவலை... சமயம் பார்த்து ஃபைல்களை பொறுக்கிக் கொடுப்பதில்..."

இதைக் கேட்டு ராஜு வெட்கத்துடன் தன் உடம்பை முறுக்கி விட்டுக் கொண்டான்.

"சார், என்னுடைய கடமையை நான் செய்ய முயலுகிறேன். மந்திரிக்கு எல்லா விஷயத்திலும் கருத்து, முன்னேற்றத்தில் ஊக்கம், யந்திரம், தந்திரமென்று எல்லா சங்கதிகளையும் ஆராய முன்வருவார். நேற்றுகூடப் பாருங்கள்... நான் முற்பகல் முழுதும் மந்திரி ஆலய புத்தகசாலையைத் துருவி அவருக்கு வேண்டியதைக் கொண்டு வந்து சேர்த்தேன். 'ராஜு, நீ போனால் தான் ஆகும்' என்று சொல்லிவிட்டார். என்ன செய்ய...? ஒரு புது விஷயம், சார் அதைப்பற்றி அவர் எழுதியிருக்கும் குறிப்பைப் பார்த்தால் இவரே ஒரு விஞ்ஞானியோ என்று மலைக்கும்படி..."

"அதுதானே போன தடவை நான் வந்திருந்தபோது சொன்னாயே... ஏதோ ஒரு புது யந்திரத்தைப் பற்றி விஞ்ஞான அறிவுடன் எழுதியிருக்கிறாரென்றாயே...... ஆமாம்... அந்த ஃபைலைக் கூடக் காண்பித்தாயே! அதுதானே!"

"ஓ... நீங்கள் பார்த்துவிட்டீர்களா! அப்போது நான் விளக்காமலே உங்களுக்கு மந்திரியின் நுண்ணிய புத்தி தெரிந்துவிட்டது, இல்லையா? ஆனால் அது யந்திரமில்லை. அது ஒரு புது மாதிரி விமானம்..."

அந்தச் சமயத்தில்தான் தாராவின் குரல் அவன் செவிக்கு எட்டியது. ராஜு திடுக்கிட்டவாறு, தான் பேசிக் கொண்டிருந்ததை முடிக்காமல், மந்திரிக்கு உதவி புரிய அவருடைய அறையைப் பார்த்து ஓடினான்.

உள்ளே சென்றவன், "மந்திரி அவர்களைப் பேட்டி காண வந்திருக்கும் ஸ்ரீசனத்குமார் அரைமணி நேரமாகக் காத்துக்கொண்டிருக்கிறார்" என்று விநயத்துடன் தெரிவித்தான்.

ஸ்ரீமதி தாரா ராணி அவனைச் சுட்டு விடுபவள் போல் விழித்துப் பார்த்தாள். பிறகு சேலைத் தலைப்பை இழுத்து வரிந்து செருகிக்கொண்டு, விர் என்று திரும்பிப் பார்க்காமல் வெளியே போய்விட்டாள். சனத்குமார் ராஜு அறையிலிருந்ததால், அவள் அவனைச் சந்திக்கவில்லை.

அவள் வெளிநடையைச் சேர்ந்ததும், "ஹல்லோ தாரா ராணி, உங்களுடைய தரிசனம் கிடைத்தது என் அதிர்ஷ்டம்" என்றது ஒரு குரல்.

“எதற்காக?” - தன்னை இப்படி தைரியமாக இடைமறித்த பாஸுவென்னும் அந்தப் பத்திரிகை நிருபனை அவள் எரிச்சலுடன் பார்த்தாள்; பார்வை மனிதனை எரிக்க வல்லதானால், அன்று தாரா ராணியின் தீப்பொறிப் பார்வையால் பாஸு சாம்பலாயிருப்பான். ஆனால் மந்திரி ஆலய நடைதாங்கிகளான பத்திரிகை நிருபர்களில் அவன் ஒருவன். இவர்கள் சுரணையற்ற ஒருவித தோல்களால், தங்களைப் போர்த்திக் கொண்டிருப்பார்கள். சொல் குண்டுகளோ நேத்திர பாணங்களோ அவற்றை ஊடுருவிப் பாய இயலாது.

“உங்கள் அருஞ்செயல்களின் கீர்த்தி நெடுந்தூரம் பரவிவிட்டது. உங்கள் நோன்பு, உங்கள் தியாகம், தன்னலமற்ற சேவை இவற்றைப்பற்றிப் பேச அவகாசம் எப்போது கிடைக்குமோ!”

தாரா ராணி தணிந்தாள். தன்னைப்பற்றிச் சொல்லிக்கொள்ளக் கிடைத்த இந்த நல்ல சந்தர்ப்பத்தை நழுவ விட அவள் இஷ்டப்படவில்லை.

“அதுவா... அதையெல்லாம் யார் சட்டை செய்கிறார்கள்? யார் பாராட்டுகிறார்கள்?”

“என்ன? மந்திரி அசோகன் கூடவா...” என்று பாஸு கேட்டு முடிப்பதற்குள் தாரா சொன்னாள், “இப்படி வாருங்கள், பொது அறைக்குப் போய் சாவதானமாகப் பேசுவோம்” என்று.

ஒன்றுமே அறியாத அப்பாவிபோல் பாஸு அவளைப் பின்தொடர்ந்தான். அவன் கண்கள் ‘வதந்தி வேட்டை’, ‘வம்பு வேட்டை’ என்று விளம்பரம் செய்தன.

★★★

தாரா ராணி போன பிறகு, “அப்பாடா” என்ற ஒரு பெருமூச்சுடன், அசோகன் ஒரு வினாடி விச்ராந்தியாக நாற்காலியில் சாய்ந்தான். ரம்பா என்னும் அந்த நாய் அவனுடைய அலுப்பை உணர்ந்துகொண்டு, தன் இடத்தை விட்டு எழுந்து வந்தது. பிறகு மெதுவாக அவன் கரத்தை நக்கிற்று. ‘போனால் போகிறது, இந்தத் தாராவைப் போலுள்ளவர்களை லட்சியம் செய்யக் கூடாது’ என்று சொல்வது போலிருந்தது, அதன் பார்வையும் செய்கையும். அப்போது கதவு மறுபடியும்

திறந்து கொள்ளும் சப்தம் கேட்டது. நாய், தன் உடம்பை ஒரு உலுக்கு உலுக்கிவிட்டு, அதே இடத்திற்குப் போய் படுத்துக் கொண்டது. சனத்குமார் உள்ளே வந்தான். இத்தனை நேரமாக தாராவின் உக்கிர தாண்டவத்தை மிக்க அலட்சியத்துடன் கவனித்துக் கொண்டிருந்த அது, என்ன காரணத்தினாலோ சாந்தமே உருவெடுத்தாற் போல் தென்பட்ட சனத்குமாரைப் பார்த்து உருமிற்று. அழுத்தமான அந்த முறுமுறுப்பைக் கேட்டு சனத்குமார் அச்சங் கொண்டான். அசோகன், கையால் ஒரு சின்ன ஜாடை செய்து நாயை அடக்கினான்.

"வா சனத். மன்னித்துவிடு. உன்னைக் காக்க வைத்துவிட்டேன்" என்று நயமாகச் சொன்னான்.

"அதற்கென்ன பரவாயில்லை. உன் காரியதரிசி பலே ஆசாமி. அழகாய்ப் பேசிப் பொழுது போவது தெரியாமல் அடித்து விட்டான்."

அசோகன் மிருதுவான புன்னகை புரிந்தான். தாரா ராணி செய்த அமர்க்களத்தை சனத்குமார் அறிவான் என்று மந்திரிக்குத் தெரியும்; ஆனால் அதை அவன் காரணமாக எடுத்துச் சொல்லவில்லை. சனத்குமாரும் அந்தக் குறிப்பை உணர்ந்து கொண்டு, அவளைப் பற்றிய பேச்சை எடுக்காமல் மௌனமாய் இருந்தான்.

"என்ன சமாசாரம்?" என்று அசோகன் தான் சம்பாஷணையைத் துவக்கி வைத்தான்.

சனத்குமார் தன் தாடியைத் தடவி விட்டுக் கொண்டான். அது அழகாகவும். வாளியைப் போலுள்ள ஒருவித பாணியிலும் அமைந்திருந்தது. அவன் கண்கள் குருவிக் கண்கள் போல உருண்டு உருண்டு பார்த்தன.

சத்தியோத்தியாவிலுள்ள பரம்பரைப் பணக்காரக் குடும்பங்கள் ஒன்றில் உதித்தவன் அவன். பணக்காரக் குடும்பங்களில் சோம்பேறிகள் அதிகம். யௌவன வயதில் சனத்குமார் சோம்பித்தான் திரிந்தான். சுகானுபவத்திலே மூழ்கிக் கிடந்தான். பின் என்ன நடந்ததோ! இன்பத்திற்கும் ஓர் எல்லையுண்டோ! அல்லது முடிவில்லா சுகத்தை நாடி அலுத்துவிட்டானோ?

அவன் திடீரென்று அதிகாரத்திற்காகவும் செல்வாக்குக்காகவும் போட்டி போட ஆரம்பித்தான். செல்வந்தர்கள் உழைக்க நினைப்பது பணத்திற்கு மேல் பணம் குவிக்கவேயாகும். அல்லது தம் செல்வாக்கை மேலும் வளர்த்துக்கொள்ளவேயாகும்.

இச்சைகளை வேண்டிப் போகும்போது ஏதாவது ஒரு தீவிர ஆசையால் தூண்டப்பட்டுதானே மனிதன் அவ்வழியே போகிறான்? சனத்குமாருக்குப் பதவிமேல் அவ்வித ஆத்திரம் போலும்! அவன் வெறி பிடித்தவன் போல் அரசியல் உலகில் இறங்கினான். அவனுடைய குடும்பம் பரம்பரையாக ஆதித்தியர்களுடன் நெருங்கிப் பழகியது. ஜனசபையில் அவனுக்கு லகுவில் இடம் கிடைத்தது. எந்தத் தீவிரத்துடன் அவன் சிற்றின்பத்தைத் தேடினானோ அதே ஆவலுடன் இப்போது அரசியல் வாதத்தில் புகுந்தான். ராஜ்ய விவகாரம் அப்பழுக்கின்றி பரிசுத்தமாகவும் சீராகவும் நடக்கவேண்டுமென்று அவன் பிரசாரம் செய்தான். அதற்காகத் தன் கட்சிக்காரர்களாக இருந்தும்கூட ராஜ்ய பாரம் வகிப்பவர்களை அடிக்கடி கண்டனம் செய்தான்.

மனைவியை எப்போதும் குற்றம் சொல்லும் சில நபர்கள், ‘நீ மேலும் மேலும் மெருகுடன் விளங்கவே இப்படிச் சொல்கிறேன்’ என்று தம்மைப் பெருமைப்படுத்தும் ரீதியில் சாக்குச் சொல்லுவார்கள். அதைப்போல், நம்மிடமுள்ள குற்றங்களை நாமே கண்டெடுத்து அலசி சுத்தம் செய்யவேண்டுமென்ற கொள்கையில், சனத்குமார் தன்னுடைய சொந்தக் கட்சியான ரகுரஸ கட்சியைத் துன்புறுத்தி வந்தான். இப்படிச் செய்வது தன் கடமை என்று நினைத்தான். உண்மையில் இச்சேவையை அவன் ஒரு விரதமாகப் பூண்டான் என்று சொன்னால் கூட மிகையாகாது. தன் உதாரமான கொள்கைகளைக் காட்டவே இப்படி தாடி வளர்த்து வந்தான் என்றுகூட சிலர் நம்பினார்கள். ‘திரிசங்கு’ பதிப்பாசிரியன் அமலன் இதற்கு வேறு புதுவிதமான விளக்கம் கொடுத்தான்.

“போகானுபவத்தினால் சீர்குலைந்து போன அவன் முகம், அவனுடைய தற்போதைய லட்சியங்களுக்குத் தோதாக அமைய வேண்டுமென்று, இந்தச் சாது வேஷம் போட்டிருக்கிறான்” என்பது அமலனுடைய அபிப்பிராயம்.

சனத்குமார் மௌனமாக இருக்கவே, "என்ன விசேஷம்?" என்று அசோகன் மறுபடியும் வினவினான்.

"ஒன்றுமில்லை... அடுத்த வாரம் ஜனசபையில் சில கேள்விகள் வரப்போகின்றனவாம். அப்போது உன்னைப் பகிரங்கமாய் கண்டிக்க வேண்டுமென்று ஒரு பேச்சுக் கிளம்பியிருக்கிறது." தான் சொல்ல வந்ததை வெளியிடக் கூச்சப்படுவது போல் சனத்குமார் இழுத்து இழுத்துப் பேசினான்.

"எதைப்பற்றி?" அசோகன் ஒரு மந்திரியின் தோரணையில் பேசினான். பல நாட்களாகப் பதவி வகிக்கும் அவனுக்கு இவ்விதச் செய்திகள் அதிர்ச்சியைக் கொடுக்கவில்லை. அரசியல்வாதிகளைப் பழிப்பது குடியரசு ஆட்சியில் சகஜந்தானே!

"ஸரஸ்வதி அன்ன விமானக் கம்பனியைப் பற்றித்தான் பேச்சு. அது உன்னுடைய இலாக்காவைச் சார்ந்த விஷயம் தானே! மதர்லாந்து கம்பனி ஒன்று வேறு இதில் கூட்டாளியாகப் பங்கு கொள்ளுகிறது போலிருக்கிறது." அசோகன் ஆமாமென்ற மாதிரியில் தலையை அசைத்தான்.

"இந்த யந்திரத்தைச் செய்வதில் திறமை வாய்ந்த மதர்லாந்து எஞ்சினீயர்கள், சமீபத்தில் புதிதாகச் செய்துள்ள அன்ன விமானங்களைப் பரிசோதித்தார்களாம். விமானம் நேராக இறங்கவில்லையாமே. இது விஷயம் ஜனசபையோர்களுக்கு எப்படித்தான் எட்டிற்றோ! ஆனால் அங்கத்தினர்கள் இடையே குசுகுசுவென்று பேச்சுக் கிளம்பி இருக்கிறது. என்னவெல்லாமோ நம்பக் கூடியதும், நம்பக் கூடாததுமாக வதந்திகள்....."

அசோகன் சாவதானமாக சனத்குமாரை நிறுத்தி குறுக்கே பேசினான். "அதுதானே! யந்திர சாலைகளையும், தொழிற்சாலைகளையும் மின்னல் வேகத்தில் அமைக்க ஆசைப்படும் நம் நாட்டில், இதெல்லாம் கொஞ்சம் ஏற்றத் தாழ்வாக நடக்கலாம். எல்லாம் நான்கு முறை பரீட்சை செய்தால் தானாக அமைந்துவிடும். வேண்டுமென்றுதானே இந்த விமானத்தைச் செய்ய கைதேர்ந்த மதர்லாந்து நிபுணர்களைத் தருவித்திருக்கிறோம்."

"விஷயத்தை அப்படி லாகவமாகப் பேசி ஒதுக்க முடியுமென்று தோன்றவில்லை!" இந்தத் தடவை சனத்குமார் குரலில் வெருட்சி இருந்தது. "அன்ன விமானம் பாமரனுக்காகச் செய்யப்படுகிறது என்பது ஆதித்திய நாடு முழுவதும் தெரிந்த சங்கதி. அதுவும் அந்தப் பாமரன் வழங்கும் வரிப்பணத்தைக் கொண்டே, பொதுஜன சார்பாக சர்க்கார் இந்த வேலையில் ஈடுபட்டிருக்கிறது. அப்படியிருக்கும்போது அசிரத்தையால் ராஜ்யத்திற்கே பல கோடிகள் நஷ்டமென்றால் ஜனசபை நடுங்காதா?"

"நஷ்டமென்று யார் சொன்னார்கள்?" என்று அசோகனும் கடுமையாகக் கேட்டான்.

"நஷ்டமில்லாமல்? ஒரு உத்தேசத்துடன் விமானங்கள் செய்யப் புறப்படும் போது, அவை வேறு விதமாக அமைந்தால்... அதை என்னவென்று சொல்லுவது?"

அசோகன் நிதானித்தான். அவனுக்குக் கோபத்தையோ, ஆத்திரத்தையோ உண்டாக்கி, அவன் ஜாக்கிரதைக் குறைவாக இருக்கும் தருணத்தில் அவன் வாயிலிருந்து சில வார்த்தைகளைக் கக்க வைக்கப் பார்க்கிறான் சனத்குமார் என்பதைக் கண்டு கொண்டுதான் சற்று நிதானித்தான்.

"அப்படி ஒன்றும் நேராது. இதையெல்லாம் வதந்திகளாக யாரோ கிளப்பிவிட்டிருக்கிறார்கள்."

"எனக்குத் தெரிந்தது இவ்வளவுதான், அதாவது ஒரு சாதாரண நாடோடி மனிதன் கையாளும் விமானத்திற்கு ஒரு குட்டை, ஜலத்திலோ பூமியிலோ இறங்கும்படியான லாகவம் இருக்க வேண்டும்" என்றான் சனத்குமார்.

"ரொம்ப சரி. நாங்களும் அப்படித்தான் ஏற்பாடு செய்திருக்கிறோம்." -அசோகன் ஒரு முடிவான குரலில் பேசினான்.

"ஏதோ ஜனசபைக் கேள்வி என்றதும் என் மனதில் பீதியுண்டாயிற்று, நீ ரகுரஸ கட்சிக்கு ஒரு தூண் போன்றவன்; சுமந்திரன் மற்றொரு தூண்... நீ சாய்ந்து விட்டால் என்ன

நேருமோ என்று சொன்னேன். மேலும்...” அவன் நிமிர்ந்து உட்கார்ந்தபடி தன் தொண்டையைக் கனைத்துவிட்டுக் கொண்டான். “நேர்மை என்பதில் எனக்குள்ள ஆர்வம்...”

அசோகன் அவனை மேலே பேசவிடவில்லை. பேச்சை மாற்ற இதுதான் தருணமென்று இனிய ஒரு புன்னகையுடன் சொன்னான், “ஆமாம், தேசத்தின் நன்மை உன் குறிக்கோள் என்பதை யார்தான் அறிய மாட்டார்கள்? அதுவும் சமீபத்தில் நீ செய்த அரும்தொண்டு.”

“ஓகோ... அதுவா! அதென்ன பிரமாதம்! சுமந்திரன் கூடச் சொன்னான்; இதற்காக ஆதித்தியர்கள் உனக்கு மந்திரி பதவியாவது கொடுத்து கௌரவிக்க வேண்டும், அவர்கள் உனக்குக் கடமைப்பட்டிருக்கிறார்கள் என்று. எனக்கு அந்த மாதிரி ஆசையே கிடையாது. இருந்தால் இதற்கு முன்னால் அது நடந்திருக்காதாவென்ன? ஆதித்தியனே என்னை எத்தனை முறை வேண்டியிருக்கிறான்.”

அசோகன் தொண்டையிலிருந்து அனுதாபத்திற்குரிய சில கமகங்கள் புறப்பட்டன.

சனத்குமார் மேலும் சொல்லிக்கொண்டே போனான். “ஆமாம். நீயே சொல்லு! எனக்கு எதற்குப் பதவி! நம் தேசத்தில் நேர்மையான உயர்ந்த சித்தாந்தங்களை நிலைநிறுத்த வேண்டுமென்பதே என்னுடைய ஒரே ஆசை.” அசோகன் மறுபடியும் ‘சூ-சூ-சூ’ வென்று ஏதோ உயர்தர ஸங்கீதத்தை ரசிப்பவன் போல சில ஓசைகள் செய்தான்.

சனத்குமார் மேலும் சொன்னான். “நேற்றுகூட யாரோ ஜனசபை நடையில் கேட்டார்கள். அசோகனை வேறு இடத்தில் தூக்கிப் போட்டுவிட்டு, அந்த மந்திரி ஆலயத்தை உன்னுடைய ஆதிக்கத்தில் விடப் போகிறார்களாமே என்று” இக் கடைசி வார்த்தைகளைச் சொல்லும்போது சனத்குமார் எழுந்து கதவண்டை போனான். “பதவி மோகமே எனக்குக் கிடையாது. நம் நோக்கம், நம்மெல்லோர் நோக்கமும் தேச சேவையாக இருக்க வேண்டும்” - இந்த உதாரக் கொள்கையை வெளியிட்டுவிட்டு சனத்குமார் கதவின் பின்னால் மறைந்தான்.

அசோகன் கு.கு.கு.வின் புத்திக் கூர்மையை மெச்சிக் கொண்டான். அவனுடைய ஆலோசனையைக் கேட்டு மேஜையை இப்படிக் கதவருகில் போடும்படி செய்து இருக்காவிட்டால், சனத்குமார் இத்தனை லகுவாக மறைந்திருப்பானா? அசோகன் அந்த வேடிக்கையான காட்சியை எண்ணி சிறிது நகைத்துக் கொண்டான்.

அப்போது ரம்பா அவளுடைய மூலையை விட்டு எழுந்து வந்து, அசோகன் எதிரில் உட்கார்ந்து கொண்டது. பிறகு தலையை ஒரு பக்கமாக சாய்த்த வண்ணம் அவனை அனுதாபக் கண்களுடன் பார்த்தது. "பார்த்தாயா ரம்பா? சும்மா இரு... இவர்களைக் கவனிக்காதே என்கிறாயே! பார்த்துக்கொள். இந்தச் சூழ்நிலையில் மனிதனுக்கு உன்னதமான நோக்கங்கள் எப்படி உண்டாகும்? ஸரஸ்வதி அன்னவிமானக் கம்பனியில் அவனுக்கு யார் யார் வேவுகாரர்களோ அவர்கள் என்னவெல்லாம் கிளப்பிவிட்டிருக்கிறார்களோ! எனக்குத் தெரியாமல் விமானப் பரீட்சைகள் நடத்திருக்க முடியுமா? என்ன நடக்கிறதென்று எனக்குத் தெரியும், ஜனசபையில் உன்னை அலசிவிடப் போகிறேன் என்ற தோரணையில் என்னவோ சொல்லுகிறானே... என்ன விஷயமாய் இருக்கக் கூடும்...? எனக்குத் தெரிந்த வரையில் ஸரஸ்வதியில் எல்லாம் ரொம்ப சீராகத்தானே நடக்கின்றன! மேலும்... என்னைத் தொலைக்க வேண்டுமானால், இவனுக்கு வேண்டிய செல்வாக்கு இருக்கிறதே! சுமந்திரன் அவன் நண்பன்... ஆதித்தியர்களிடம் அவனுக்கு நெருங்கின பழக்கம். அப்படி இருக்கும்போது என்னை அப்புறப்படுத்துவது அவனுக்கு என்ன கஷ்டம்! அல்லது பேசாமல் ஜனசபையில் வெடிகுண்டைப் போட்டு, அவ்விதமாகவும் என்னை மடக்கி இருக்கலாமே! 'உன் சமயம் கிட்டிவிட்டது' என்று இப்படி என்னை எச்சரிப்பானேன்? பயமுறுத்துவானேன்? என்ன ரம்பா? என் படத்தில் அவன் ஏற பல சுலபமான வழிகள் இருக்க... ஓகோ! ஒருவேளை ஜனங்கள் நம்பும் அளவிற்கு அவனுக்கு ஆதித்தியர்களிடம் நட்பு இல்லையோ! ஆமாம், அப்படித்தான் இருக்க வேண்டும். மற்ற வழிகளைக் கைப்பற்ற அவன் சந்தேகப்படுகிறான். அதனால்தான் என்னைப் பயமுறுத்திப் பார்த்து, என்னையும் அவன் கருத்துக்கு இசைந்து வருமாறு

செய்யப் பிரயத்தனப்படுகிறான். ஒன்று சனத்குமாருக்கு உதவ வேண்டும்... அல்லது ஜனசபையில் அவமானம்... என்ன ரம்பா... சனத்குமாருடைய கடைசி வார்த்தைகள் அதைத்தான் குறிப்பிட்டனவென்று நினைக்கிறேன்."

நாய் அசோகன் பேசுவதைக் கூர்ந்து கேட்டுக் கொண்டது; பிறகு எழுந்து வந்து அவன் மடியில் தன் தலையை வைத்தது. அசோகன் கனலாக ஒரு பெருமூச்சு விட்டான்.

"அப்பப்பா! என்னை நேர்மைப் பாதையில் போக விடாமல் எத்தனை தடங்கல்கள்" என்று முணுமுணுத்தான்.

அப்போது ராஜு உள்ளே வந்தான். "என்ன ராஜு?"

"மந்திரி அவர்களுக்கு மத்தியான்னம் தாசரதி ஹோட்டலில் விருந்து என்று ஞாபகப்படுத்த வந்தேன்."

"சரி... கு.கு.கு. அறையிலிருந்தால் வரச்சொல்."

கு.கு.கு மறுபடியும் தோன்றினான். "ஸரஸ்வதி அன்ன விமானங்களைப்பற்றிச் சில விஷயங்களைத் தெளிவுபடுத்தியாக வேண்டும். விமானத்தின் பல பாகங்கள் தயாராய் இருப்பதாகப் போன தடவை செய்தி வந்ததே! இப்போது அவற்றைப் பொருத்தி அமைக்கும் வேலை எந்த மட்டில் இருக்கிறது?"

கு.கு.கு தனது இயற்கையான பொம்மென்ற மாதிரியில் சொன்னான்: "அது விஷயம் கொஞ்சம் தாமதமாகலாமென்று தோன்றுகிறது."

"ஏன் தாமதம்? உடனே அதைப்பற்றி விசாரி."

"ஆமாம் சார்... எனக்கும் அப்படித்தான் தோன்றிற்று. நான் இதுபோன்ற விஷயங்களைத் தவக்கம் செய்து, சில ஆபீஸர்களைப்போல் ஃபைலை பாசி படர விடமாட்டேன். உடனே சர்மாவை ஸரஸ்வதிக்கு எழுதிப்போடச் செய்தேன். கூடிய சீக்கிரம் சகல விவரங்களும் அடங்கிய ஒரு ரிப்போர்ட்டை அங்கே இருக்கும் நம் உத்தியோகஸ்தர்கள் அனுப்புவார்கள்."

இந்த நீண்ட பிரசங்கம் முடிவடைய, அசோகன் பொறுமையுடன் காத்திருந்தான்.

“எப்போது எழுதினாய்?” என்று சுருக்கமாய் பதில் கேட்டான்.

“போன வாரமே எழுதியாகி விட்டது. சர்மாதான் இந்த விஷயத்திற்குப் பொறுப்பாளி. அவனைக் கேட்டால் பதில் வந்ததாவென்று தெரியும்.”

“நாமெல்லோருமே பொறுப்பாளிகள்தான்” என்றான் அசோகன்.

கு.கு.கு. விற்கு முக்கியமான ஸரஸ்வதி திட்டங்களைப்பற்றிப் பேசும்போது கூட இந்தத் தோரணையா? கு.கு.கு. சங்கதிகளை மேலே விளக்காததைப் பற்றி அசோகனுக்குக் கொஞ்சம் ஏமாற்றந்தான். இருந்தாலும் எல்லாவற்றையும் புரட்டிப் பார்த்துத்தானே ஆகவேண்டும்!

“சரி இருக்கட்டும். நான் சாப்பிட்டுவிட்டுத் திரும்பி வருவதற்குள் நீயும் சர்மாவுமாக விமானத் தொழிற்சாலை தொடங்கியது முதல், படிப்படியாக அந்த வேலை முன்னேறி வந்திருக்கும் விவரத்தை ஆராய்ந்து பாயிண்டுகளைக் குறித்து வைத்துக் கொள்ளுங்கள். மதர்லாந்து கம்பெனி, அவ்வப்போது, நம் நிபந்தனைகளைச் சரியாக நிறைவேற்றி வருகிறதாவென்றும் கவனிக்கவேண்டும். எல்லாவற்றையும் கோவையாகப் பேசித் தெளியவேண்டும்.”

கு.கு.கு போன பிறகு அசோகனுக்கு மேலே வேலை ஓடவில்லை. அச்சங்கொண்டு, அன்ன விமானத்தைப் பற்றி மனதிற்குள் சிந்தனை செய்ய ஆரம்பித்தான். இதுவரையில், தான் ரொம்பவும் சீராக காரியங்களை வகித்து வருவதாக, அவன் எண்ணியிருந்தான். ஆனால், சனத்குமார் வந்து உறுமிவிட்டுப் போன பிறகு நிஜமாகவே ஏதாவது பிழை வந்து விட்டதோவென்று சந்தேகம் தோன்ற ஆரம்பித்து விட்டது.

முதன் முதல் அன்ன விமானப் பேச்சை ஆதித்தியர்கள்தாம் கிளப்பிவிட்டார்கள். உண்மையில் நம் நாட்டுப் பெயரான ‘அன்ன விமான’மென்பதை ஆதித்தியன்தான் அதற்குச் சூட்டினான். அகில உலக மகாநாட்டை உத்தேசித்து, ஆதித்தியன் வெளிநாடு போன சமயம், மதர்லாந்திலிருந்து இந்த அன்ன விமானங்களில் ஒன்று இரண்டு கொண்டு வந்தான். லாகவமாக ஜலத்திலோ, தரையிலோ இறங்கும்படி அமைக்கப்பட்ட

இந்தச் சின்ன வாகனம் ஆதித்தியன் மனதைக் கவர்ந்தது. இது ஆதித்திய நாட்டு நாடோடிக்கு ஏற்ற விமானம் என்று அவன் சொல்லவாரம்பித்தான். எப்போதும் போல் தேசத்தின் பெரிய மனிதர்களும் கோடீஸ்வரர்களும் ஆதித்தியனைப் பின்பற்றி, தங்கள் சொந்த சௌகரியத்திற்காக, ஒன்று இரண்டு விமானங்களை மதர்லாந்திலிருந்து தருவித்துக்கொண்டார்கள். நாளாவட்டத்தில் ஜனசபையோர்கள் கூட அன்ன விமானத்தின் மீது ஆசை கொண்டார்கள்.

கடைசியில் ஆதித்தியனுடைய உத்தரவுக்குப் பணிந்து மந்திரி அசோகனே, 'அன்ன விமானக் கமிட்டிக்குச் சேர்மனாக' நியமிக்கப்பட்டான். அவன், இந்த விமானம் பாமரனுடைய எளிய வாழ்க்கைக்குப் பொருந்துமா; அவனுக்குக் கட்டி வரும் தொகையில், அதை நம் நாட்டிலேயே செய்ய முடியுமா என்றெல்லாம் விசாரிக்க மதர்லாந்து போனான்; அங்கே அவன் பல விமானங்களைப் பரிசோதித்தான்; பல நிபுணர்களிடம் ஆலோசனைகள் கேட்டான். கடைசியில் அன்ன விமானக் கம்பெனியொன்று, ஆதித்திய சர்க்கார் பொறுப்பிலும், அதே சமயம் சுதந்திரமாகவும் வேலை செய்ய நிர்ணயிப்பதென்றும், அதற்கு ஒத்தாசை புரிய மதர்லாந்து கம்பெனி ஒன்று விமான நிபுணர்களை அனுப்பி உதவுவது என்றும் தீர்மானம் ஆயிற்று. மதர்லாந்து கம்பெனிக்குக் கொடுக்க வேண்டிய காணிக்கைகள், மற்ற நிபந்தனைகள், திட்டங்கள், இவைபற்றி அசோகன் வெகுவாக யோசித்து, மிக்க சிரமப்பட்டு, பிறகே அவர்களுடன் ஆதித்திய சர்க்கார் ஒப்பந்தம் செய்துகொள்ள ஏற்பாடு செய்தான்.

அசோகன் தீவிரமாக யோசனை செய்தான். இத்தனை கவனமாக அவன் கணித்த தீர்மானத்தில் யாதொரு பிசகுமில்லை என்றுதான் அவன் நினைத்தான். இருந்தும் சனத்குமார் காரணமில்லாமல் இவ்வளவு பீடிகைகளுடன் அவனைத் தாக்க முன் வருவானேன்? மந்திரி மனதில் முதன் முதலில் சிறிது கவலை தோன்ற ஆரம்பித்தது.

அந்தச் சமயத்தில் அவன் சிந்தனையைக் குலைத்துக் கொண்டு இருபதாவது முறையாக மந்திரியின் அறைக் கதவு திறந்து கொண்டது.

"தாசரதி ஹோட்டலில் சுமந்திரன் விருந்து கொடுக்கிறான் என்பதை மறந்துவிட்டீர்களா? எனக்குப் பசி காதை அடைக்கிறது" என்று அழுத்தமாகவும் ஆத்திரத்துடனும் ஒரு குரல் ஒலித்தது.

ஈசுவரதாஸ் திருபுவனதாஸ் குப்தாஜீ அசோகன் முன்னால் நின்றான். இரு கால்களையும் அகல விரித்துக்கொண்டு, வாயில் ஒரு புகையிலைக் குழலைக் கடித்தபடி, அவன் கனம் மந்திரி எதிரில் சிறிதும் கூச்சமில்லாமல் நின்றுகொண்டிருந்தான். மகத்தான அவனுடைய சொரூபத்தின் அதிசயத்தைப் பார்த்தோ அல்லது அவன் தொனியில் தொக்கி நின்ற கனிவைக் கேட்டோ, அசோகன் முகத்தில் ஒரு அழகிய புன்னகை அரும்பியது. அவன் கன்னங்கள் உப்ப சிரித்தான். கண்கள் சுருங்கிக் கொண்டன.

"உன்னுடைய பகாசுரப் பசிதான் தெரிந்த விஷயமாயிற்றே" என்று பரிகாசமாய்ச் சொல்லிக் கொண்டே தன் இடத்தை விட்டு எழுந்தான்.

இத்தனை நேரமாக அங்கே வந்தவர்கள் எல்லோரையும் ரொம்ப அசிரத்தையுடன் கவனித்து வந்த ரம்பா, ஈசுவரதாஸ் உள்ளே வந்தவுடன் தன் அரைத் தூக்கத்திலிருந்து தூக்கிவாரிப் போட்டாற் போல் எழுந்து வந்து, தாவிக் குதித்து, அவனுடைய உருண்டைத் தொப்பை மேல் முன்னங்காலை ஏற்றி நின்றது. ஈசுவரதாஸ் ரம்பாவைத் தடவிக் கொடுத்தான்.

அவனும் மந்திரியும் நடைவழியாக சாவதானமாகப் பேசிக்கொண்டே நடந்து போனார்கள். கீழே இறங்கி வாயிற்படி அண்டை போனதும், காத்துக் கொண்டிருந்த வண்டிக் கதவைத் திறக்க ஒரு வில்லைச் சேவகன் முன்னால் ஓடினான். அப்போது அசோகனுக்கு என்றைக்கும் இல்லாத கோபம் பிறந்தது. சேவகனை அதட்டி அப்பறம் தள்ளிப் போகச் செய்தான். வண்டியில் ஏறினவுடன், "கொடியை மடித்து உள்ளே வை" என்று டிரைவரை வெடுக்கென்று கட்டளையிட்டான்.

சதா நிதானம் காட்டும் அசோகன் இப்படிக் குமுறுவதைப் பார்த்து ஈசுவரதாஸ் புருவங்களை உயர்த்தினான். 'இன்று ஏதோ நடந்திருக்கிறது. இல்லாவிட்டால், மந்திரியின் அதிகாரத்திற்கு

சின்னங்களாகத் திகழும் வில்லைச் சேவகனும் ஹனுமான் கொடியும் இன்று மாத்திரம் ஏன் அசோகன் கண்களை உறுத்த வேண்டும்? மந்திரி ஆலயங்களுக்குள் ரகசியமாக நடக்கும் மித்தியாசாரங்களுக்கு வெளிப்பூச்சு இவை என்று அவற்றை வெறுக்கிறானோ?'... ஈசுவரதாஸ் இப்படி யோசித்துக் கொண்டே காரின் கைத்தண்டின் மேல் சாய்ந்தான்.

★★★

கு.கு.கு. வின் அறையில் அவனும் சர்மாவுமாக ஸரஸ்வதி அன்ன விமானத்தைப் பற்றிய விஷயங்களை ஆராய ஆரம்பித்தார்கள். கு.கு.கு. தன்னுடைய ஓவல்டீனை மெதுவாக சூப்பிக்கொண்டே பேசினான். சர்மா புகைத்துக்கொண்டிருந்தான். அவன் காலையிலேயே வீட்டில் சாப்பிட்டுவிட்டு வந்து விடுவான். அதன் பிறகு ஓயாமல் சிகரெட்டு குடிப்பது அவன் வழக்கம். அதுவே அவனுடைய தினசரி ஆகாரம்.

"ஸரஸ்வதியிலிருந்து ஏதாவது விசேஷ அறிக்கைகள் வந்தனவா? மந்திரி புதிதாகச் செய்தி இருக்கிறதாவென்று அறிய ஆவலாய் இருக்கிறார்" என்றான் கு.கு.கு. சர்மாவிடம்.

சர்மா:- (குறும்புடன்) "ஏன்? சனத்குமார் வந்திருந்தானே! அவன் ஏதாவது வத்தி வைத்துவிட்டுப் போனானோ?"

கு.கு.கு.:- (பொம்மென்று) யார் என்ன சொன்னால் நமக்கென்ன? பொறுப்பு நம்மைச் சார்ந்தது என்பது மந்திரி கருத்து."

சர்மா:- "ஆமாம். நாமெல்லோரும் ஒன்றுகூடித்தானே இந்த விஷயத்தில் பொறுப்பு வகிக்க வேண்டும்!"

சர்மா இப்படிச் சொன்னதும் கு.கு.கு. நிமிர்ந்து உட்கார்ந்துகொண்டு, அவன் தன்னைப் பரிகாசம் செய்கிறானாவென்று கொஞ்சம் யோசித்தான். இருவரும் ஒருவரை ஒருவர் பார்த்துக்கொண்டார்கள். பிறகு மனத்திற்குள் எதிரேயுள்ளவனை அவனவன் எடை போட்டுக்கொண்டான். 'எத்தனை தூரம் இவனிடம் விட்டுப் பேசலாம்?', 'இவன் என்னை மடக்க எத்தனிக்கிறானா?', 'ஒருவேளை மந்திரியிடம் கோள் சொல்வானோ?' என்பன போன்ற எண்ணங்கள் அவர்கள் மனங்களில் தோன்றி மறைந்தன.

சர்மா:- “அதிருக்கட்டும், தாசரதியில் விருந்தாமே! போகவில்லையா? ஓவல்டீனை சாப்பிடுகிறாயே...”

கு.கு.கு:- “போனால் போகிறது. போய் கொஞ்சம் சாப்பிடா விட்டால், யாராவது ஏதாவது எண்ணிக் கொள்வார்கள். சுமந்திரனிடங்கூட போய்ச் சொல்லி விடுவார்கள். இந்தக் காரணத்தை உத்தேசித்துத்தான், காலைச் சிற்றுண்டியைக்கூட குறைத்துக் கொண்டேன்.”

இதைக் கேட்டு சர்மா தன் சிரிப்பை அடக்கிக் கொண்டான். ஏதாவது விருந்துண்ணும் வைபவமிருந்தால் கு.கு.கு. செட்டு டன் வீட்டில் சாப்பிட மாட்டான் என்பது ஆலயங்களில் தெரிந்த விஷயம். இந்த விஷயம் சர்மாவுக்கும் தெரிந்ததுதானே!

கு.கு.கு. :- “சரி... அன்ன விமானத்தைப் பற்றி அண்மையில் ஏதாவது செய்தி வந்ததா சொல்லு.”

சர்மா :- “இப்போதுதான் ஸரஸ்வதி தபால் கிடைத்தது. விமானத்தின் இயந்திரப் பகுதிகளைச் சேர்த்தாய் விட்டதாம். பரீட்சை செய்து பார்த்தபோது, அதென்னமோ நேரே பூமியில் இறங்காமல் கொஞ்சம் சரிவாகப் போகிறதாம். அதாவது விமானத்தை இறக்க குறைந்தபட்சம் நூற்றைம்பதடி ஜலமோ பூமியோ வேண்டி வருமாம்.”

கு.கு.கு :-அடாடா... பாமரன் நூறு அடி ஜலத்திற்கோ, பூமிக்கோ எங்கே போவான்?”

சர்மா:- கவலைப்படும்படியாய் ஒன்றுமில்லை. மேலே பரீட்சைகள் நடக்கின்றன. ஆராய்ச்சி பலமாகச் செய்து கொண்டு வருகிறார்கள் என்று நம் உத்தியோகஸ்தர் செல்வவிநாயகம் எழுதியிருக்கிறான்.

கு.கு.கு :- “மந்திரிக்கு சந்தேகம் வலுக்கும்.”

சர்மா : - “ஓகோ... நான் நினைத்தது சரி. சனத்குமார் ஏதோ சதி செய்யப் புறப்பட்டிருக்கிறான்!”

கு.கு.கு :- (தண்ணென்ற குரலில்) “அதைப்பற்றி நமக்கென்ன? சர்க்கார் இந்த விமானத்தைப் பாமரனுக்காகச் செய்கிறார்கள். ஜனசபையோர்கள் உன்னைப்போல் இந்தச் செய்தியை லேசாக ஒதுக்க விரும்பா விட்டால்....?”

இதைக் கேட்டதும் சர்மா தன் காதுகளைத் தீட்டிவிட்டுக் கொண்டான். ஆலய உத்யோகஸ்தர்கள் சர்மாவிற்குக் கலகப் பிரியன் என்ற பட்டப் பெயரைச் சூட்டியிருந்தார்கள். நாய் மோப்பத்தைக் கொண்டு துப்பறிவதுபோல் சர்மா ஒருவித இயற்கை அறிவினால், தந்திர யுக்திகள் நடக்கும் இடத்திற்கு முகர்ந்து கொண்டே போய்விடுவான். கு.கு.கு. விற்கு இது தெரியும். இவன் சர்மாவை அடக்கும் ரீதியில் பேசினான்.

கு.கு.கு. தொடர்ந்து சொன்னான். “அதனால் நான் என்ன சொல்ல வந்தேன் என்றால் எல்லாவற்றையும் மந்திரியிடம் மனம் விட்டுப் பேச வேண்டும்.... அப்போதுதான் சங்கதி தெளிவடையும். மதர்லாந்து விமானங்கள் ஒருவர் மட்டுமே சவாரி செய்ய ஏற்பட்டவை. அதாவது ஓட்டுபவனைத் தவிர அதிகமாக ஒருவன்தான் அதில் ஏறமுடியும். நமக்கோ நாலு பேர்களாக சவாரி செய்யும் அன்னவிமானமே தேவை. அதுவும்.... அது துரிதமாயும் செங்குத்தாகவும் பத்தடி சதுர பூமியில் இறங்கும்படியாக அமையாவிட்டால்..... ஜனசபையோர்களுக்குப் பிடிக்காமல் போய்விடும். சரி, ஃபைல்கள் எங்கே? அவற்றைப் பார்ப்போம்.”

சர்மா தன் காலடியிலுள்ள மணியை அழுத்தினான். உடனே ஒரு குமாஸ்தா கட்டுக் காகிதங்களைத் தூக்க முடியாமல் தூக்கிக்கொண்டு வந்தான்.

அவனைக் கண்டவுடன் கு. கு. கு. வின் குரல் மாறிற்று. “சர்மா! உன்னைப்போல் இவற்றை ஆராய யாராலும் முடியாது. நீ எல்லாவற்றையும் ஆராய்ந்து குறிப்புகள் எழுதி வை. மூன்று மணிக்கு மந்திரி அறையில் உன்னைப் பார்க்கிறேன்” என்று உபசாரமாகச் சொல்லிவிட்டு விடை பெற்றுக்கொண்டான்.

சர்மா அவன் போவதை ஒருவிதமாகப் பார்த்துவிட்டு முகத்தைச் சுளித்தான்.

ஈசுவரதாஸ் தன்னுடைய சகாக்களுக்கு போதிப்பதுண்டு: “உனக்கு சர்க்கார் உத்தியோகஸ்தர்கள் மூலமாகக் காரியம் ஆகவேண்டுமானால், ஒரே ஆபீஸிலிருக்கும் இரண்டு மூன்று பேர்களைச் சேர்த்துக் கூப்பிட்டு விருந்து செய்யாதே. அப்படிச் செய்தால் அவர்கள் ஒருவரையொருவர் சந்தேகத்துடன்

பார்த்துக்கொண்டு, நெகிழ்ந்து கொடுக்க மாட்டார் கள். சூழ்நிலை மோசமாகிவிடும். உன் காரியமும் கெடும். நிஜமாகவே அது கைகூட வேண்டுமானால், அவர்களைத் தனித்தனியாகக் கூப்பிட்டு அவனவனுக்குத் தகுந்தபடி தூபம் போடு" என்று. குப்தாஜீக்கா தெரியாது? அவனுக்கு இதெல்லாம் விளையாட்டுப்போல. இந்தச் சமயத்தில் கு.கு.கு.வும் சர்மாவும் நடந்து கொண்ட விதத்தைப் பார்த்தால் அவனுடைய இந்த அபிப்பிராயம் இன்னும் ஊர்ஜிதப்பட்டிருக்கும்.

★★★

கனராக கிருதிகள்

தாசரதி ஹோட்டலின் அமைப்பு ஆதித்திய ராஜ்யத்தின் மகிமையை நன்கு விளக்கிற்று. வெளித்தோற்றத்திற்கு அது பாரத நாட்டின் எல்லோரா அஜந்தா பாணியில் அமைந்திருந்தது. மாடங்களின் அணிவகுப்பு எல்லோராவை ஞாபகமூட்டியது. வளைந்த தோரணவாசல் அஜந்தா குகைபோல் இருந்தது. உள்ளே போனால் எல்லாம் மதர்லாந்து நாட்டின் நாகரிகச் சாயலில் தோற்றமளித்தன. இசைந்த நிறங்களில் பட்டுத் திண்டுகள், திரைகள், தோரணங்கள் ஆகியவற்றால் அறைகள் சிங்காரிக்கப்பட்டிருந்தன. நாற்காலிகளும், சோபாக்களும் விசித்திரமான முறையில் செய்யப்பட்டிருந்தன. பனிக்காலத்தில் கதகதப்பான சூடும் வேனிற்காலத்தில் குளிர்ந்த காற்றும் தரக்கூடிய சாதனங்கள் அங்கே வேலை செய்தன. அழகிய பெண்கள் ரம்மியமான உடைகள் அணிந்து கொண்டு ஆடவர்களுடன் இந்த இடத்தில் உல்லாசமாகப் பொழுது போக்கினார்கள்.

தங்கத் தெருவிலுள்ள தன்னுடைய அச்சாபீஸிலிருந்து முதல் முதல் அங்கே வந்தபோது, 'திரிசங்கு' வின் பதிப்பாசிரியனான அமலன் பிரமித்துவிட்டான். "இங்கே வருபவன் அல்லவா பொதுஜனத் தொண்டன்! இப்படி உல்லாச விருந்திலும்,

சீட்டாட்டத்திலும் நவநாகரிகமாய்ப் பொழுதைக் கழிப்பதில் ஒருவன் சமூகத்திற்கு எத்தனை சேவை புரிகிறான்.... அதை விட்டுவிட்டுத் தனிமையில் சங்கீதத்தையோ, நடனத்தையோ ரசிக்க எண்ணுபவன் கூட்டுறவு வாழ்வை தவிர்க்கிறான்! அவன் தன்னலக்காரன்! பொதுஜனத்தைப் புறக்கணிக்கிறவன்!" என்றானாம்.

விருந்திற்கென்று தனியாக ஒதுக்கிவிடப்பட்டிருந்த ஓர் அறைக்குள் அசோகனும் ஈசுவரதாஸூம் நுழைந்தார்கள்.

ஈசுவரதாஸ் போனதும் போகாததுமாய் அமலனைக் கண்டுவிட்டான். அங்கே ஏற்கனவே பல விருந்தினர்கள் கூடியிருந்ததால், எங்கும் ஒரே கலகலப்பான பேச்சின் சப்தமாக இருந்தது. பானங்கள் வழங்க வைத்திருந்த கிளாசுகள், கைமாறும்போது, கலுகலுவென்ற ஓசை செய்தன.

இந்த இரைச்சலுக்கு மேலே குரல் எழும்ப, "ஹே..... இன்றைய திரிசங்கு எந்த மட்டில்?" என்று ஈசுவரதாஸ் தன் நண்பனைக் கூவி அழைத்துக் கேட்டான்.

"ஒன்றுமேயில்லையே! தினமும் போல்தான்" என்றான் அமலன். அவன் முகம் ஒன்றும் உணராத ஒரு பச்சிளங் குழந்தையுடையதைப்போல் மாசற்று விளங்கிற்று. பரட்டைத் தலை, உப்பின கன்னங்கள், ஒளியிழந்த கண்கள்; அமலன் முகத்தில் எப்போதும் அசட்டுக்களை வழியும். மேலும் அவன் சதா பராக்குப் பார்த்த வண்ணமிருப்பான். பேசிக்கொண்டிருக்கும் போது அவன், தான் சொல்லும் விஷயத்தில் கவனம் செலுத்துவதாகத் தோன்றாது.

"அப்படியானால், துணுக்குகள் மிகுதி, துக்கடாக்கள் குறைவு என்று அர்த்தமா?"

"அதென்ன அப்படிக் கேட்கிறாய்? நான் எப்போதாவது வக்கிரமாய் ஏதாவது பேசுவதுண்டா?"

ஈசுவரதாஸ் சிரித்தான். அமலன் இந்த ஹாஸ்யத்தில் தனக்கென்ன சம்பந்தம் என்பதைப் போல் பேசாமல் இருந்தான்.

தூர இருந்தபடி இதையெல்லாம் கவனித்த ஜனசபை மனுவர்க்கன் தன் பக்கத்திலிருந்த பாஸூவைக் கேட்டான்.

"பார்த்தால் சாதுவாகவும், கபடமற்ற குழந்தைகள் போலவும் காணும் இவ்விருவர்களில் எவனை ஆழம் பார்க்கலாம்?"

"இருவரும் புலிகள். ஈசுவரதாஸின் சிரிப்பில் ஒருவித ஆக்கிரமிக்கும் சக்தியுண்டு. அவன் வலையில் சிக்கி நசுங்காதவர்கள் சத்தியோத்தியாவில் இல்லை. வெட்கம் தோய்ந்த அமலனுடைய முகத்தில் கள்ளமே தெரியாது. ஆனால் அடுத்த நாள் திரிசங்குவில் தெரியும் அவன் சுபாவத்தின் தன்மை. சார், நான் எதற்கு இதையெல்லாம் சொல்லப் போக வேண்டும்! அவர்கள் ஆதித்தியர்களுக்கு வேண்டியவர்கள்." பாஸு சொல்வதை ஆமோதிப்பது போல் மனுவர்க்கன் தலையை அசைத்தான்.

"அதிருக்கட்டும்; ரொம்ப நாட்களாகக் கேட்க வேண்டுமென்று இருக்கிறேன். உன் பத்திரிகைக்கு நீ ஏன் 'திரிசங்கு' என்ற பெயரைக் கொடுத்தாய்?" என்று ஈசுவரதாஸ் அமலனைக் கேட்டான்.

"அதுவா? நம்முடைய தற்போதைய மனோநிலைமையை விளக்கத்தான் அப்படிச் செய்தேன். இங்குமில்லை அங்குமில்லை என்று ஒருமாதிரி தத்தளிக்கும் நம் வாழ்வைச் சூரிய வம்சத்து மூதாதையருடன்தானே ஒப்பிடலாம்?"

"நாமென்ன அப்படி உறுதியில்லாமலா இருக்கிறோம்?" ஈசுவரதாஸ் சுவாரஸ்யத்துடன் கேட்டான்.

"பாரேன்! முழத்துண்டுடன் எளிய வாழ்வே சுவர்க்க வாழ்வு என்று ஒரு பக்கம் பிரசாரம். அதாவது காணி நிலம், பத்துப் பன்னிரண்டு தென்னை மரம், பக்கத்திலே ஒரு பத்தினிப் பெண் இத்தியாதி. ஆனால் அடுத்த தெருவிற்குப் போனால் அங்கே நெசவுத் தொழில் செழிக்கவேண்டுமென்று தொழிலாளர் கூட்டம் ஒன்று நடந்துகொண்டிருக்கும். பிறகு அத்தொழிலுக்கு ஊக்கம் கொடுக்க வேண்டுமென்று ஒரு கூப்பாடு கிளம்பும். அதன் விளைவாக சரக்குகள் மலிந்து, ஜனங்கள் ஒன்றுக்கு இரண்டாக சாமான்களை வாங்கிவிட்டாலோ, 'செட்டுடன் வாழுங்கள், செலவைக் குறையுங்கள்... தேசத்தின் சேமநிதி உயர வேண்டும்' என்ற இரைச்சல் எங்கும் ஒலிக்கும். இப்படி

நேர் எதிரிடையான அபிப்பிராயங்கள் பல திக்குகளிலிருந்து வரும்போது, ஜனங்களுக்கு தத்தளிப்பு, தவிப்பு... திரிசங்குவின் மனவுறுதியின்மை உண்டாகின்றது...." அமலன் முகத்தில் போலி அனுதாபம் பிரதிபலித்தது. ஈசுவரதாஸோ தொப்பை குலுங்க நகைத்தான்.

"அமலன் பத்திரிகையை நடத்த ஈசுவரதாஸ் உதவி புரிகிறானா?" இப்படி மனுவர்க்கன் பாஸுவை ரகசியமாகக் கேட்டான்.

பாஸு தலையை அசைத்தான்.

ஜனசபையோன், "என்ன சிரிப்பு?" என்றபடி வெறுப்புடன் ஈசுவரதாஸைக் கவனித்தான்.

அப்போது கமலன் என்னும் விஞ்ஞானி அவர்களுடன் வந்து கலந்துகொண்டான். "நீங்கள் கேட்டது நிஜமாக இருக்கலாம். வெளிப்படையாக யாதொரு சம்பந்தமும் இருப்பதாகத் தெரியவில்லை. ஆனால் ஈசுவரதாஸ் புகாத இடமே கிடையாது" என்று அவன் பாஸுவின் சார்பாகப் பதிலளித்தான்.

"அந்தச் சந்தேகத்தில்தான் நான் அப்படிக் கேட்டேன். சற்று முன்கூட அவனைப்பற்றி மற்றொரு விஷயம் கேள்விப்பட்டேன்" என்றான் மனுவர்க்கன். ஜனசபை அங்கத்தினன் என்கிற ஹோதாவில் எல்லோரும் அவன் சொல்வதைப் பயபக்தியுடனும் மரியாதையுடனும் அங்கீகரிக்க வேண்டுமென்பது அவன் நோக்கம். அவன் பேசும்போது ஆதிமனுவையே பின்பற்றி அவன் சத்தியோத்தியாவின் சட்ட முறைகளில் பங்கு கொள்வதாக எல்லோரும் எண்ண வேண்டுமென்பது அவன் கருத்து.

கமலனுக்கு முன் வெளிப்படையாக வதந்திகளைத் திரிக்க பாஸுவிற்கு பயம். அவன் பேசாமலே இருந்தான்.

ஆனால் மனுவர்க்கன் அவனை வம்பிற்கு இழுத்தான். "நீ சொல்வது சரி. இருவரும் ஆதித்தியர்களுக்கு மிகவும் வேண்டியவர்கள். ஆனால் எனக்கென்ன பயம்? நான் தேசத் தொண்டன். பலனைக் கருதாமல், ஜனசபையில், அபிவிருத்திக்காக உழைப்பவன். அசோகனைப்போல் எனக்குப் பதவிமேல் விருப்பம் இருந்தால்தானே நான் பயப்படவேண்டும். அவனைப் போலுள்ள அரசியல்வாதிகள்

சதா கண்ணும் கருத்துமாக இருக்க வேண்டும். அதுவும் தன் அருகே நெருங்கிப் பழகுபவர்கள் இடத்தில் ரொம்பவும் ஜாக்கிரதையாக இருக்கவேண்டும்! எனக்கென்ன... என் மனதில் ஒரு கபடமில்லை. நீ சொல்லு பாஸு.... நான் சொன்னதில் ஏதாவது தவறுண்டா....?" - பாஸு பதில் சொல்லுவதா வேண்டாமா என்றபடி வாயைத் திறந்தான்.

"அதிருக்கட்டும். இன்றைய சமாசாரத்தைச் சொல்லமாட்டேன் என்கிறாயே!" என்றான். ஈசுவரதாஸ் அமலனிடம்.

"தெரியாதா? நம் தேசத்திற்கு எதிர்பாராமல் ஒரு பெரிய சம்பத்து கிட்டிவிட்டது..."

"அப்படியா... அது என்ன?"

"ஆரியர்கோன் சுவிஸ்சுவாஸ் கோஷினுடைய புனிதமான அஸ்தி."

"என்ன? எப்படி? இந்தச் செய்தியை நான் கேட்கவில்லையே! எப்படிக் கண்டுபிடித்தார்கள்? எப்போது?"

அமலன் முகத்தில் வெட்கம் தோன்றிற்று. "ஜனசபை சனத்குமாருடைய வீர தீரச் செயலைப்பற்றி நீ கேள்விப்படவில்லையா? ஒருநாள் அவர் இந்திரப் பிரதேசத்தில் ஆகாயமார்க்கமாய்ப் போய்க்கொண்டிருந்தார். கருட விமானத்திலிருந்து குனிந்து பார்த்ததும் கீழே ஒரு குன்று தெரிந்தது. பக்கத்திலுள்ள ஒருவரிடம் இதென்ன இடமென்று விசாரித்தார். 'இது அழகன் குந்து; மதர்லாந்துக்காரர்கள் நம் நாட்டை நசுக்கி ஆளும் காலத்தில், பிரசித்தி பெற்ற ஆரியர்கோன் சுவிஸ்சுவாஸ் கோஷ், அவர்கள் கையிலிருந்து தப்பி ஓடிவந்து, இங்கே மறைவாக வசித்து வந்ததாகக் கேள்வி. இருந்தும் என்ன? இந்தக் கட்டாந்தரையை யார் கவனிக்கிறார்கள்! நம் தேசத்தவர்களுக்குத்தான் உந்துதல் போதாதே... அவர் அங்கே என்னென்ன வைத்து விட்டுப் போனாரோ! எல்லாம் கவனிப்பாரற்று மண்ணோடு மண்ணாய்க் கிடக்கிறது என்று நினைக்கிறேன்' என்று அவர் சொல்லி வைத்தார்."

"இந்தக் கதை சனத்குமாருடைய மனதை வெகுவாக இளக்கிவிட்டது. அவர் யோசித்துக்கொண்டே வீடு

சென்றார். எத்தனையோ பேர்கள் தேசத்திற்காக எவ்வளவோ உழைத்திருக்கிறார்கள். நாம் என்ன செய்திருக்கிறோம்? இப்போதாவது இது சம்பந்தமாக ஏதாவது செய்தால் என்ன? என்று அவர் நினைத்திருக்க வேண்டும்."

"சனத்குமாருக்குத்தான் ஓரளவு சொத்துண்டு என்று உனக்குத் தெரியுமே! சென்ற தேர்தலில் கூட அதை வைத்துக்கொண்டு அவர் செய்த இட்லி, காப்பி விநியோகத்தினால்தான் ஜனசபைக்குள் புகுந்தாரென்று ஒரு வதந்தி."

"சீக்கிரத்தில் அழகன் குந்தில் வேலை ஆரம்பமாயிற்று. பெரிய பெரிய இயந்திரங்கள் வந்து மண்ணைத் தோண்டின; லாரிகள் தூளியை வாரி அப்புறப்படுத்தின. சரித்திர ஆராய்ச்சி நிபுணர்களும், மானிட நூல் சாத்திரக்காரர்களும் அங்கே வந்து குவிந்தார்கள். மண்ணிற்குள் ஒரு செருப்பு, ஒரு கிழிந்த பழைய ரோஜா ஜிப்பா, சில எலும்புகள், இவை கிடைத்தன. அவற்றைப் பரிசோதித்த நிபுணர்கள், 'இவை கோஷுடையவை' என்று ஒரு மனதோடு தீர்மானமாகக் கூறினார்கள். 'சந்தேகமே இல்லை; இது பட்டவர்த்தனமாக ருசுவாகி விட்டது' என்றனர் மானிட நூல் ஆராய்ச்சிக்காரர்கள். உடனே சனத்குமார் அவற்றைத் தம் கைகளாலேயே ஏந்தி வந்து மிகுந்த பக்தியுடன் தேசிய பொருட்சாலைக்குச் சேர்ப்பித்தார். கொட்டுமேளமும், மங்கள வாத்தியங்களும் இந்த ஊர்வலத்தைப் பின்தொடர்ந்தன. இப்படியே மிக்க அருமையான செல்வம் ஒன்று பொது ஜனங்களுக்குச் சொந்தமாயிற்று."

ஈசுவரதாஸுக்கு சிரிப்புத் தாங்கவில்லை. "எதற்குச் சிரிக்கிறாய்?" என்றான் அமலன். அவனுடைய கண்கள் சூனியமாய்த் தோன்றின.

"உன் கதைகளே இப்படித்தான். போன வருஷம் காட்சிசாலைக்காக சர்க்கார் வாங்கின சிற்பங்களை நீ வர்ணித்ததும், ஏதோ நமக்கு ஒரு மகத்தான கலை சம்பத்து கிட்டிவிட்டதென்று நினைத்தேன். அடுத்த நாள் பத்திரிகையைப் பார்த்தவுடன் அல்லவா நிஜம் தெரிந்தது!" - ஈசுவரதாஸ் விக்கலுக்கு இடை இடையே பேச முயன்றான்.

அமலன் அவனை ஆச்சரியத்துடன் பார்த்தான். "நான் என்ன பொய்யா சொல்லுகிறேன்! இந்த அரிய தொண்டைப் புரிந்த பிரமுகர் சனத்குமாருக்கு மந்திரிப் பதவி கொடுக்க வேண்டுமென்று ஆதித்தியனே பகிரங்கமாய் சொன்னதாகக் கேள்வி."

இதைக் கேட்டதும் ஈசுவரதாஸின் முகம் மாறிற்று. அமலன் அதைக் கவனித்துவிட்டான். "அரசியல் உலகிலும், பொருளாதார உலகிலும், சும்மாவா ஈசுவரதாஸ் என்றால் நடுங்குகிறார்கள்!" என்று எண்ணிக் கொண்டான்.

பாஸு பதில் சொல்லத் தயங்கிக்கொண்டிருக்கும்போது கமலன் சொன்னான்: "உங்கள் மனதில் கபடமில்லை என்பது நிஜம். ஆனால் உங்களைப்போல் எல்லோரும் இருக்கிறார்களா? அரசியல்வாதிகள் மாத்திரம் என்ன? எல்லோரும் எல்லோரிடமும் ஜாக்கிரதையாகப் பழக வேண்டியிருக்கிறது. நேராக அதிகாரம் வகிக்க முடியாவிட்டால் கூட தமக்குள்ள மதிப்பைக் கொண்டு சிலர் அதிகாரத்தைத் தமக்கு அனுகூலமாகத் திருப்பிக் கொள்கிறார்கள்..."

அப்போது அமலன் அங்கே வந்து கமலனின் தோள் மேல் கையை வைத்தான். "உன்னால் அது முடியாது" என்று கூறியபடி அவர்கள் சம்பாஷணையில் கலந்து கொண்டான்.

கமலன் விநயத்துடன், "வாஸ்தவம், நான் கேவலம் ஒரு விஞ்ஞானிதானே..." என்றான்.

உடனே அமலன், பாஸுவைப் பரிதாபத்துடன் பார்த்தான். எனக்கு என்ன தெரியுமென்று நினைக்கும்படி இருந்தது அந்தப் பார்வை. ஆனால் அவன் வாயிலிருந்து வந்த வார்த்தைகள் வேறு விதமாய் இருந்தன. "கமலா, பாஸுவை வைத்துக்கொண்டு புதிய கருத்துகளை வெளியிடாதே! அவன் புடம் போட்ட பத்திரிகைக்காரன். என்னைப் போல் அல்ல... அவன் செய்திகளை கணக்கன் கணக்கைக் கணிப்பது போல் கணித்து விடுவான். கூட்டமாக எல்லோரும் பேசிக்கொண்டு நிற்கும்போது, ஆங்காங்கே காதுகளைத் தீட்டிவிட்டுக் கொண்டு, நடக்கும்போதே சங்கதிகளை மனதிற்குள் எழுதிவிடுவான்."

இதைக் கேட்டு பாஸு குழைந்தான். அமலனுடைய பாவம் பவ்யமாய் இருக்கவே, அவன் சொன்னதைப் பாராட்டுதலாக எடுத்துக் கொள்வதா அல்லது பொடிப் பேச்சு என்று முடிவு செய்வதா என்று அவனுக்கு விளங்கவில்லை. என்ன இருந்தாலும் இரண்டு பத்திரிகைக்காரர்களுக்கு இங்கு இடமில்லை என்று நினைத்துக் கொண்டே அவ்விடத்தை விட்டு நழுவினான்.

“உயிரில்லாத சில வாடைகளுக்கும் கந்தகங்களுக்கும் அடிமைப்படுகிறவனுக்கு மாத்திரம் ஆசையென்று இருக்காதா என்ன?” என்றான் மனுவர்க்கன்.

“இருக்கும்; ஆனால் திராவகங்களுடைய கொதிப்பு அதிகார மோகம்போல் அத்தனை தீட்சண்யமாய் இருக்காது. இல்லையா?” அமலன் கமலனைக் கேட்பது போல் கேட்டான்.

“ரொம்ப சரி, செல்வாக்கைத் தமக்கு அனுகூலமாகப் பயன்படுத்திக்கொள்ள சில பேர்களால்தான் முடியும்...”

அமலனுடைய தூண்டுதல் காரணமாக இப்படித் தைரியமாய் பேச ஆரம்பித்த கமலன், அதைச் சொல்லி முடிக்க அஞ்சி, தயங்கினான்.

“ஓ.... புரிந்தது. சத்துருக்னபுரியில் நடந்த வேடிக்கையைத்தானே சொல்லத் தயங்குகிறாய்? அதற்கென்ன சார், கதை ரொம்ப ஜோராக இருக்கும். கேளுங்கள். நான் சொல்லுகிறேன்” என்று ஆரம்பித்தான் அமலன்.

‘‘சமீபத்தில் வெளிநாட்டிலிருந்து நம் நாட்டிற்கு பரவிக்கொண்டிருந்த தொத்து வியாதி ஒன்றைப் பரவ விடாமல் தடுக்க துறைமுகத்தார், நூற்றுக்கணக்கான கப்பல்களை உள்ளே விடாமல், வெளியே கடலிலே நிறுத்தி வைத்து விட்டார்கள். இந்தத் தடை உத்தரவால், பிரயாணிகள் கப்பலை விட்டுக் கரையேற முடியாமல் அகப்பட்டுக்கொண்டு தவித்தார்கள். நாட்கள் இப்படி ஓடின. அவசர ஜோலிகள் அனைத்தும் தடைபட்டன. இப்படி வெளியே வர முடியாமல் தவித்த பிரயாணிகளில் ஒருவர் ஜனசபை அங்கத்தினர் ஒருவரின் மச்சினன் மாப்பிள்ளையாம். மன்னித்து விடுங்கள்” என்று தாழ்மையுடன் கேட்டுக் கொள்ளும் பாவனையில் அமலன்

மனுவர்க்கனைப் பார்த்துவிட்டு, மேலே தொடர்ந்து பேசினான். "இனிமேல் நடந்ததை நீங்களே ஊகிக்கலாம். கொஞ்ச நாட்களில், முக்கிய வேலையென்று அவர் விசேஷ அனுமதியுடன் வெளியே வந்தார். மற்றும் சில நாட்கள் கழிந்தவுடன், அனேகம் பேர்களுக்கு முக்கிய அலுவல்களை ஒட்டி 'தனி அனுமதிகள்' கிடைத்து விட்டன. தொத்து வியாதி சத்துருக்னபுரி முழுவதும் தீ போல் பரவிவிட்டது."

இதைக் கேட்டதும் மனுவர்க்கன் முகம் சிவந்தது. "என்ன அநியாயம்! இவ்விஷயத்தை விசாரிக்க ஒரு கமிட்டி ஏற்படுத்தவேண்டும்" என்று கர்ஜித்தான்.

அமலன் குழைவுடன் சொன்னான்: "சார், ஜனசபையைச் சேர்ந்த நபர்கள் இதில் சம்பந்தப்பட்டிருக்கிறார்கள்."

"அதற்கென்ன? குடியரசாட்சியில் எல்லோரும் சமம்" என்று பதில் சொன்னான் மனுவர்க்கன்.

அமலன், மேலே கூரையிலுள்ள குண்டு விளக்குகளைக் கவனிப்பது போன்ற பாசாங்குடன் அண்ணாந்து கொண்டான்.

அதற்குள் மனுவர்க்கனின் கொதிப்பு அடங்கிற்று. அவன் சாந்தமாகப் பேசலுற்றான்.

"இம்மாதிரி, சட்டமுறைகளைக் கவிழ்க்கச் செய்து, புரட்சிகளை உண்டுபண்ணுவதற்கு உத்யோகஸ்தர்களே காரணம். அவர்கள்தான் இவ்விதப் பெயர்ச்சிகளுக்கு உடந்தையாக இருக்கிறார்கள். அவர்களுக்கு நாடெங்கும் சகாக்களுண்டு. இவர்கள் பல துறைகளில் இருந்தபடி, ஒரு கூட்டுறவாக வேலை செய்கிறார்கள். அவர்கள் மனம் வைத்தால், எங்களை... ஏன், அரசாங்கத்தையே ஆட்டிவைக்கலாம். உதாரணமாக, நம் நாட்டில் நவீன சம்ஸ்கிருதத்தை தேசிய பாஷையாக செய்வதற்கு இவர்களே தடங்கலாக இருக்கிறார்கள். ஆட்சிமுறை மூலமாக இந்த பாஷையைக் கற்பிப்பது கடினமாம். எத்தனை காரணங்களை ஃபைலில் எழுதுகிறார்கள் தெரியுமா? மதர்லாந்து பாஷையைத் துரத்துவது கடினம். அது வேரூன்றி விட்டது. மேலும் விஞ்ஞான சாத்திரங்களைப் பயில அது தேவை. பள்ளியில் படிக்கும் குழந்தைகள், மூன்று நான்கு என்று பல மொழிகளைப்

படிக்கக் கஷ்டப்படுவார்கள் என்கிறார்கள். ஏன் என்றால், இந்த நவீன சம்ஸ்கிருதம், ஆதிவால்மீகியனுடையதைவிடக் கடுமையானதாம். மொத்தத்தில், இந்த பாஷையை நடைமுறைக்குக் கொண்டுவருவது பகீரதப் பிரயத்தனமென்று ஒரு வாய் கொண்டாற்போல் எல்லா உத்யோகஸ்தர்களுமாகச் சேர்ந்து பயமுறுத்துகிறார்கள். நம் தேசத்தில் தோன்றும் சிக்கல்களுக்கெல்லாம், இந்த உத்யோகஸ்தர்களுடைய குறுகிய நோக்கமும், வளைந்து கொடுக்காத மனப்பான்மையும்தான் காரணம்."

"அடடா... கு.கு.கு! சற்று இப்படி வா. உத்யோகஸ்தர் கட்சியைத் தாங்கிப் பேச இங்கே யாரும் இல்லை" என்று அவ்வழியாகப் போய்க்கொண்டிருந்த கு.கு.கு.வை வம்புக்கு இழுத்தான் அமலன்.

கு.கு.குவிற்கு தர்க்கத்தில் புகும் சுபாவம் கிடையாது. இருந்தாலும் விஷயம் இன்னது என்று தெரிந்ததும் தன்னைக் கேட்டவரையில் விட்டுக் கொடுக்காமல் பேசவேண்டுமே! பொம்மென்ற குரலில் சொன்னான்: "அரசியல்வாதிகள் சொல்லும் யோசனைகளை ஆட்சிமுறைக்குக் கொண்டுவர முடியுமா முடியாதா என்று விளக்குவதுதான் எங்களைப் போன்றுள்ள உத்யோகஸ்தர்களின் முக்கிய பொறுப்பு."

இவ்வார்த்தைகள் அங்கிருந்தவர்கள் மீது யாரோ குளிர்ந்த தண்ணீரை இறைத்தாற்போல் இருந்தன. சிறிது நேரத்திற்கு யாரும் பேசவில்லை. அங்கே மௌனம் ஓர் அசாத்திய சூன்யத்தை உண்டாக்கிற்று. கு.கு.கு. போய்விட்டான்.

மனுவர்க்கன் மனக்கசப்புடன் பேசினான். "குற்றம் சாட்டவென்று பேசவில்லை. இருந்தாலும் பல வருஷங்களாக வாழ்க்கைப் பிரச்சனைகளின் முடிச்சுகளை ஒரு பக்கத்திலிருந்தே பார்ப்பதால், உத்யோகஸ்தர்கள் சில சங்கதிகளை உன்னிப்பாகக் கவனிக்கும் இயல்பை இழந்து விடுகிறார்கள். என்ன, நான் சொல்லுவது சரிதானே?"

அமலன் சமுசயவாதி; ஆனால் குற்றம் சாட்டுவதை விரும்பாதவன்; அவனுக்கு அனுபவமும் பகுத்தறிவும் அதிகம். அதனால், "ஆபீஸர்களைப் பழிப்பானேன்! ராஜீயவாதிகளையோ,

அரசியல்வாதிகளையோ சொல்லவும் தேவையில்லை. இது குடியரசு ஆட்சி; ஜனங்கள் எப்படியோ, அப்படியே ஆட்சி முறை நடக்கும். ஜனசபையும் அதுபோலவே அமையும்." இவ்வார்த்தைகளில் அடங்கியுள்ள மறைபொருளை எல்லோரும் புரிந்துகொண்டார்கள்.

"சபாஷ்!" என்று கூறிக்கொண்டே ஈசுவரதாஸ் வந்துவிட்டான். தன் நண்பன் முதுகில் ஒரு குத்து வைத்தபடி அவன் வசனங்களை ஆமோதித்தான்.

மனுவர்க்கன் சற்றுக் கலவரம் அடைந்தான். "நீ சொன்னது எனக்குப் புரியாமல் இல்லை. ஜனநாயகக் கட்சியான ரகுரஸ் பல பகுதிகளாக வேலை செய்வதுபோல் தோன்றுகிறது. உண்மையில் அப்படியல்ல. பல பேர்கள் ஜனங்களுடைய பிரதிநிதிகளாக யோசனைகள் கூறும் பொழுது, அவர்கள் ஒரு சமயம் சர்க்கார் செய்கைகளைக் கண்டிப்பது போலவும், மற்றொரு சமயம் இணக்கம் காட்டுவது போலவும் தென்படுகிறது. வெளிப்படையாக இவ்வாறு தோற்றமளித்தால் கூட ரகுரஸ் கட்சி உண்மையில் ஒருமையுடனும், ஒரு மனதுடனும் உழைக்கிறது. இதை நான் உறுதியாகக் கூறுவேன்."

"இதைப்பற்றி ஜனகாதிகளை அல்லவா கேட்க வேண்டும்" என்று ஈசுவரதாஸ் தனக்குள் முணுமுணுத்துக் கொண்டான். பிறகு பகிரங்கமாய், "ஜனநாயகத்தின் விருப்பப்படி ரகுரஸ் நடந்து கொள்கிறதா? அல்லது ரகுரஸத்தைப் பின்பற்றி பொதுஜனம் தம் வாழ்வை நிர்ணயித்துக் கொள்ளுகிறதா?" என்று கேட்டுவைத்தான்.

மனுவர்க்கன் சூடாக பதில் சொல்ல வாயெடுத்தான்.

அப்போது கமலன் விஞ்ஞானி, அறிவாளி என்ற ரீதியில் சொன்னான். "அதெல்லாம் ஒன்றுமில்லை. நம் தேசத்தை முன்னேற்றத் தொழில் நாடாக மாற்ற ரகுரஸ் கட்சி எத்தனை பாடுபடுகிறது? இதை சமூகம் அறிந்து ஜனசபையோர்களை போற்றாதா என்ன?"

"யந்திரசாலை முன்னேற்றமா? ஓகோ! அப்படியா? அதைப்பற்றி என்னைக் கேளுங்கள்." என்று ஆரம்பித்தான் ஈசுவரதாஸ்.

"இந்த ரகுரஸ் கட்சி செய்யும் தத்திங்கிணத்தோம் அரசு முறைகள் எனக்கல்லவா வினையாக வந்து சேருகின்றன! கமலனுக்கென்ன தெரியும்? ஓர் அறையில் உட்கார்ந்து கொண்டு சுரணையில்லாத பண்டங்களை மணிக்கணக்காக உற்று ஆராய்ந்துகொண்டிருப்பான். உயிர்த் துடிப்பு கொண்ட தொழிலாளர் சிக்கல்களை அவன் எங்கே அறியப்போகிறான்! நம் தேசத்தில் இப்போது பொது உடைமை வேணும்... ஜனங்களுக்கே எல்லாச் சொத்தும் சொந்தமாக வேண்டுமென்று ஒரு முரசு. ஆனால் தொழிற்சாலைகள் தேவை; ஆக்கத்தொழில் வளரவேண்டுமென்றும் ஒரு கிளர்ச்சி; இது இரண்டும் எப்படி சார் முடியும்?"

"ஒரு தொழிற்சாலையை ஒரு முதலாளி கையில் கொடுத்துப் பாருங்கள். அங்கே வேலை செம்மையாக நடக்கும். முதலாளி. தொழிலாளி, நிர்வாகி, பங்காளி, இவர்களுக்கிடையே ஒரு விதமான இசைவு உண்டாய்விடும். முதலாளி தனக்கு லாபம் வேண்டுமானால், தொழிலாளியை நன்றாக நடத்த வேண்டுமென்று புரிந்து கொண்டுவிடுகிறான். அவர்களுக்கு மிதமாக விட்டுக்கொடுத்தும், தட்டிக்கொடுத்தும், பாராட்டுகிறான். தொழிலாளிக்கு, முதலாளியின் பராமரிப்பு ஓர் ஆதரவாக விளங்குகிறது. நன்றாக வேலை செய்தால் கைமேல் பலன் என்று எதிர்பார்க்கிறான். தொழிற்சாலைகள் சர்க்காருக்குச் சொந்தமானால், தொழிலாளி இந்த ஒன்றிப்பை இழந்து விடுகிறான். யாருக்காக, எதற்காக உழைக்கிறோம் என்பதை அவன் மறந்து விடுகிறான். ஏழை மனதில் தேசாபிமானமென்னும் உருவில்லாத தோற்றத்தை நிலைநிறுத்தி, அவனுக்கு ஊக்கம் கொடுக்க முடியுமா? சத்தியோத்தியாவிலிருந்து எவனோ ஓர் உத்யோகஸ்தன் உத்தரவு பிறப்பிப்பான். ஏதோ நடக்கும். இந்த உத்யோகஸ்தர்களுக்கும் ஆக்கத்தொழிலில் பயிற்சி போதாது. புள்ளிவிவரங்களைக் கொண்டு அதை நடத்தப் பார்க்கிறார்கள். அவையோ முக்காலும் பிழையானவை. தொழிலாளியின் உற்சாகம் குறைந்துவிடுகிறது. ஏதாவது நெருக்கடி உண்டானால் முதலாளியிடம் முறையிடலாமென்ற தைரியமும் போய்விடுகிறது. முதலாளித்துவம் ஜனநாயகத்திற்கு உதவும். அதற்கு இடம் விட்டால், ஜனங்கள் சர்க்கார் ஆட்சியில்

முழுவதும் அமுங்கி, அதிகாரத் துரைத்தனமென்ற இரக்கமற்ற பேயுடன் போராடவேண்டி வராது” என்று தன் நீண்ட பிரசங்கத்தை முடித்தான்.

மனுவர்க்கன், “அப்பா, முதலாளி சார்பாக எத்தனை பெரிய பிரசங்கம்! அதுதான், குப்தாஜி, நீ இப்படி முன்னுக்கு வந்திருக்கிறாய்....” என்றான்.

“ஈசுவரதாஸ்! நீ சொல்வதை எப்படி நம்புவது? ஸரஸ்வதி அன்னவிமானக் கம்பெனி சர்க்கார் ஆதிக்கத்தில் மிகச் சிறப்பாய் நடக்கிறதாமே!” என்று குறுக்கிட்டான் கமலன்.

அமலனுடைய குறுவிழிகள் உருண்டுருண்டு மின்னின. “இல்லை.... விமானங்கள் பார்க்க ரொம்ப அழகாய் இருக்கின்றனவாம்...” என்று அவன் சாவதானமாய் இழுத்து விட்டான்.

குப்தாஜி சிரித்தான். “அன்ன விமானங்களா? அன்னப் பறவைபோல் வெண்மையும், ஸரஸ்வதி கடாட்சமும் அவற்றுக்கு உண்டு. என்னிடம் மதர்லாந்து மேக் இரண்டு இருக்கின்றன. நம் தேசத்தில் செய்பவை எப்படியோ அவற்றைப் பற்றி கு.கு. கு. வைக் கேட்கவேண்டும்” என்றான்.

மனுவர்க்கன் கனைத்துவிட்டுக்கொண்டான். “மதர்லாந்து சாமான்களுக்கு விலை அதிகம். சொகுசும் அதிகம். நம் நாட்டில் அவற்றைப்போல் செய்தால் கட்டவேண்டாமா? இவை பாமரனுக்கு உபயோகப்படவேண்டும். நாலுபேர்கள் உட்கார்ந்துகொண்டு ஒரு பட்பட்டீரைப்போல் இலகுவாக ஆகாயத்தில் சவாரி செய்துவிட்டு அழகாக நாடோடியின் முற்றத்திலேயே இறங்கிவிட வேண்டும். இந்த ஆதித்திய அன்ன விமானம். அதற்குத் தகுந்தாற்போல் அமையும் என்று நினைக்கிறேன்.”

“ஆமாம், ஆமாம்; குடியானவனுடைய கிணற்றில் கூட இறங்கும்படி இருக்கவேண்டும்” என்றான் ஈசுவரதாஸ்.

இதைக்கேட்டு எல்லோரும் சிரித்தார்கள்.

அந்தச் சமயத்தில் அசோகன் அங்கே வந்தான். அங்கிருந்தவர்கள் மரியாதையாக ஒதுங்கிக்கொண்டார்கள். அவன் ஈசுவரதாஸின்

தோள் மேல் கையைப் போட்டு அவனைத் தன் பக்கமாக இழுத்துக் கொண்டான். மற்றவர்கள் மறைந்தார்கள். "இப்போதுதான் நண்பர்கள் விஷயத்தில் நீங்கள் ஜாக்கிரதையாக இருக்க வேண்டும் என்று மனுவர்க்கன் எச்சரித்தானாம், கேள்விப்பட்டேன். அதற்குள் இப்படி என்னை வெளிப்படையாக இழுத்து வைத்துப் பேசினால்?" அசோகன் அவனுடைய குறும்பைக் கவனிக்கவில்லை.

"ஈசுவரதாஸ்! என்னைச் சுற்றிச் சதியாலோசனைகள் நடந்து வருவதை நீ அறிவாயா?!" என்றான். ஈசுவரதாஸ் முகம் சட்டென்று இறங்கிவிட்டது. அசோகனுடைய கேள்விக்கு நேரே பதில் சொல்லாமல், "பதவியை விடாமல், லட்சியங்களையும் கெடுத்துக் கொள்ளாமல், நேர்மையாக நடப்பது என்று ஒருவன் ஆரம்பித்தால், அவனுக்குக் கட்டாயம் வீழ்ச்சிதான்" என்று சொன்னான்.

"அப்போ.... நான்..."

"சனத்குமாருக்கு என்ன தேவை என்பதை நான் கண்டுபிடிக்கிறேன். பேசாமல் அவன் ஆவலைப் பூர்த்தி செய்து அவன் பல்லைப் பிடுங்குங்கள்."

அசோகன் ஈசுவரதாஸை ஆச்சரியத்துடன் பார்த்தான். "உனக்கு அத்தனையும் தெரியுமா?" என்று கேட்டான்.

தான் ஏதோ செய்யக்கூடாததைச் செய்துவிட்டது போல், ஈசுவரதாஸ் வெட்கத்துடன் தலை குனிந்தான்.

"ஏன்? தன்னலத்தை உத்தேசித்து, இவர்கள் செய்யும் கலகங்களுக்கு நான் ஏன் இடம் கொடுக்க வேண்டும்? அவர்களை விட்டுப் பிடித்து, நம் வழிக்குக் கொண்டுவரப் பிரயாசைப்படவேண்டுமென்று எண்ணுகிறேன். சாது மக்களின் அபிப்பிராயம் இது என்று ஜனசபையோர் பறைசாற்றும் எண்ணங்கள் நிஜமாகவே பொதுமக்களின் அபிப்பிராயங்கள் தாமா? அப்படி எண்ணி அதற்கு மிதமிஞ்சி இடம் கொடுப்பது உசிதமா?"

★★★

அந்தச் சமயத்தில் வாயிற்புறத்தில் ஒரு பரபரப்பு உண்டாயிற்று. சுமந்திரன் வந்துவிட்டான்! "அப்பாப்பா... அவனுக்குத்தான் எத்தனை திமிர்! தான் கொடுக்கும் விருந்திற்கே இத்தனை நேரங்கழித்து அழைத்த விருந்தினர்கள் எல்லோரும் கூடிய பிறகு சாவதானமாய் வந்திருக்கிறானே! எத்தனை மமதை! ஆதித்திய தேஜசின் பிரகாசத்தையே எப்போதும் பார்த்துக்கொண்டிருப்பதால் அவன் கண்கள் இருண்டு விட்டனவா?" என்று ஈசுவரதாஸ் எண்ணிக்கொண்டான். ஆனால் அங்கே இருந்தவர்கள் இதை சகஜமாய் எடுத்துக்கொண்டார்கள் என்று தெரிந்தது. மந்திரிக்கு என்ன அவசர அலுவல்கள் இருந்தனவோ என்று எண்ணினார்கள் போலும்!

சுமந்திரன் ரகுரஸ் கட்சியைச் சேர்ந்தவர்கள் அணியும் ரோஜா ஜிப்பாவைப் போட்டுக்கொண்டிருந்தான். அவன் அரையில் ஜரிகை வேஷ்டி, மேலே விசிறி மடிப்புக் கலையாத அங்கவஸ்திரம். அவன் நடை உடை தோற்றம் எல்லாமே நாடோடியாகத் தென்பட்டன. அவனைப் பார்ப்பவர்கள் "இதென்ன! ஆதித்தியர்களுக்கு மிக்க வேண்டியவன் என்று நாடெங்கும் புகழ் பெற்றுள்ள மந்திரி சுமந்திரன் இவன்தானா? பார்க்க நம்மைப்போல் இவனும் ஒரு சாதாரண மனிதனாக அல்லவா காணப்படுகிறான்?" என்று நினைப்பார்கள். ஆனால் அவனுடன் நெருங்கிப் பழகுபவர்களுக்குத்தான் அவனுடைய சூட்சம புத்தி தெரியவரும்.

அவன் சமயத்திற்குத் தகுந்தபடி தன் அபிப்பிராயங்களை மாற்றிக்கொள்வான். ஆங்காங்கே எதிர்பார்க்க முடியாத வகையில் திடீர் வெடிகளைப் போட்டு தன் சகாக்களைத் திணற வைப்பான். சுமந்திரன், எந்தச் சமயத்தில் என்ன சொல்வானோ, செய்வானோ என்று எல்லோரும் பயந்துகொண்டே இருக்கும்படி இருந்தன. அவனது நடவடிக்கைகள். இதனால் அவன் என்ன செய்தாலும் யாரும் ஆச்சரியப்படும் வழக்கமில்லை. இப்போதும் அவன் தன்னுடைய சுபாவத்தின் ஒரு புது முகப்பு ஒன்றைக் காட்டினான். உள்ளே நுழைந்தானோ இல்லையோ, அவன் நேரே நாட்டியராணி லதாவிடம் போனான். நேரம் கழித்து வந்ததற்காக எவரிடமும் மன்னிப்பு கேட்கவில்லை - யாரிடமும்

பேசவுமில்லை. பிறகு அந்தச் சபையில் அத்தனை பேருக்கு இடையில் சிறிதும் கூச்சமின்றி, அவன், அவள் மோவாயைத் தன் கையில் பற்றினான். அங்கிருப்பவர்களுக்கு இவ்வித நடவடிக்கை சகஜமோ! அல்லது மந்திரி ஆதித்திய வம்சத்திற்கு வேண்டியவன் என்று சும்மா இருந்தார்களோ! எந்தக் காரணமாயிருந்தாலும், அங்கே இருப்பவர்கள் அவன் செய்ததைக் கவனிக்காதவர்கள் போல் நடித்தார்கள். லதாவோ, மிக்க அலட்சியத்துடன், அந்தக் கையைத் தூக்கி வீசி எறிந்தாள்.

சுமந்திரன், சிரித்துக்கொண்டே மறுபடியும் சுதந்திரமாய் அவள் முகத்தைப் பற்றினான்.

இந்த நாடகத்தைக் கவனித்துவிட்டு ஈசுவரதாஸ் வெறுப்பாகச் சொன்னான்: "சுமந்திரன் மாத்திரம் எப்படி நடந்துகொண்டாலும் சத்தியோத்தியா அவனை ஏற்கும்" என்று.

அசோகன் மெதுவாக சிரித்தான். அவனுடைய கண்கள் இடுங்கிக்கொண்டன. "இதென்ன! பிசினஸில் நன்றாக உழன்ற உனக்கு, உலகத்தின் போக்குத் தெரியாதா?" என்று கேட்டான்.

"தெரியும். பிசினஸ் உலகில் ஏமாற்றம், பித்தலாட்டம் எல்லாம் இருக்கலாம். இருந்தாலும், அதற்கு ஒரு மேல் பூச்சுக் கொடுப்போம். இப்படி வெளிப்படையாக...."

"ஓகோ! புரிந்தது. விஷயம் வெளியே தெரியக் கூடாது. அப்படித்தானே? அதுதான். என்னையும் ஒரு மேல்பூச்சுப் போடச் சொன்னாயோ!" இப்படி அசோகன் குறும்புடன் கேட்டான்.

"இல்லை. குறிக்கோள் உள்ளவர்களுக்கு அரசியல் உழைப்பு உதவாது. அந்த ஆசை உண்டானால் நடப்பது நடக்கட்டுமென்று விடவேண்டும். அல்லது நம் முடிவு சரியாக இருக்கும் பட்சத்தில், வழி எவ்விதமாக இருந்தாலும் பரவாயில்லை என்று நடை போடவேண்டும். இரண்டும் இல்லாவிட்டால் சனத்குமார்..."

"அவன் என்ன செய்யமுடியும்? பேசிவிட்டுப் போகட்டுமே ! நான் ஏதாவது பிழை செய்திருந்தால்தானே பயப்படவேண்டும்!" என்று அசோகன் முறைப்புடன் சொன்னான்.

"இதை யார் நம்புவது?"

அசோகன் ஈசுவரதாஸை வைத்த கண் எடுக்காமல் ஒரு கணம் பார்த்துவிட்டு குழப்பத்துடன் அப்புறம் சென்றுவிட்டான்.

விருந்துபசாரம் முடிவடைந்து, விருந்தினர்கள் கலையும் தருணம். ஈசுவர தாஸை தனியாகச் சந்தித்துப் பேசவேண்டுமென்று காத்திருந்த மனுவர்க்கன், அப்போது அவனிடம் வந்தான். "போகுமுன் உன்னிடம் ஒரு விஷயம் தனியாகச் சொல்ல வேண்டுமென்று வந்தேன். கிஷ்கிந்தாவில் நீ மண் கலந்த உலோகச்சத்து தேடுவதாகக் கேள்விப்பட்டேன். சர்க்காரும் இந்த முயற்சியில் ஒரு பங்காளியாகச் சேரப்போவதாகத் தெரிகிறது. அதற்கு வேண்டிய நிதி சேர்க்க ஜனசபையின் அனுமதி வேண்டும். அடுத்த வாரம் இதைப்பற்றிய விவரங்களை சர்க்கார் சபையோர்களுக்குச் சொல்லப் போகிறார்கள். எங்கள் சகாக்களுக்குள் ஒரே கலவரம். இது விஷயத்தில் சர்க்கார் ஏன் தலையிடவேண்டும்? இதை ஏன் பூராவும் இதர முதலாளிகளிடம் விட்டுவிடக் கூடாது? பொதுஜனப் பொக்கிஷத்தைச் செலவழித்து முயலும்படியாக இந்த உலோகம் தேசத்திற்கு அத்தனை அவசியமா? என்றெல்லாம் சபையோர்கள், நடைகளில் குசுகுசுவென்று பேசிக்கொள்ளுகிறார்கள். எனக்குத் தெரியும் உன்னுடைய தேசாபிமானம். நீ உழைப்பது பிறருக்காக என்று நான் அறிவேன். ஆனால் அதை மற்றவர்கள் நம்பாவிட்டால்...?"

ஈசுவரதாஸ் அவனைப் புரிந்துகொண்டுவிட்டான். "நீங்கள்தான் அவர்களுக்குச் சமாதானம் சொல்ல வேண்டும்" என்றான்.

"என் கடமை ஜனநாயகத்திற்கு..." என்று இழுத்தான் மனுவர்க்கன்.

"பரவாயில்லை, உங்கள் ஆசையும் நிறைவேறும்; என் பிசினஸும் கொழுக்கும். கவலை வேண்டாம்" என்றான் குப்தாஜி.

இருவருக்கும் இடையே ஏதோ ஒப்பந்தம் நடந்த மாதிரி கண்கள் செய்தி பேசிக்கொண்டன.

சிறிது நேரம் கழித்து, ஈசுவரதாஸ் வெளியே போகப் புறப்பட்டான். அப்போது சனத்குமார், தாரா ராணி,

மனுவர்க்கன் மூவரும் ஒரு பக்கமாக ஒதுங்கி நின்றுகொண்டு, சுவாரஸ்யமாய்ப் பேசுவது அவன் கண்ணில் தென்பட்டது.

“என்ன சதியாலோசனை?” என்று வேடிக்கையாய்க் கேட்டு வைத்தான்.

சனத்குமார் சிரித்து மழுப்பினான். அவனுடைய வாளி தாடி மொறுமொறுவென்று புடைத்துக் கொண்டது.

மனுவர்க்கனின் முகம் சுண்டிற்று. தாரா ராணி மாத்திரம் ரோசத்துடன் பதில் சொன்னாள்.

“பேச சங்கதிகள் இல்லையா என்ன? சில பேர்களுடைய மமதையையும் மண்டைக் கொதிப்பையும் வர்ணித்தாலே போதுமே! இன்று அசோகனைப் பார்த்துவிட்டு வந்த வைபவத்தைப்பற்றி சனத்குமாரிடம் சொல்லிக்கொண்டிருந்தேன்.”

“சீ... சீ... தாரா. நீ சின்னதையெல்லாம் பிரமாதப்படுத்துகிறாய்...” என்றான் சனத்குமார்.

அவ்வார்த்தைகள், அவன் எதிர்பார்த்தபடி தாராவின் கோபத்தை மேலும் கிளறிவிட்டன. “பார்த்துக்கொண்டே இரு. நான் அசோகனை லேசில் விடப்போவதில்லை” என்று கர்ஜித்தாள்.

ஈசுவரதாஸ் அங்கே தங்காமல் மேலே நடந்தான். ‘ஓகோ... சனத்குமார் தாராவின் அகங்காரத்தைப் பயன்படுத்திக்கொள்ளப் பார்க்கிறான் போலிருக்கிறது’ என்று தனக்குள் நிச்சயித்துக் கொண்டான்.

அவன் வந்து போனபிறகு மனுவர்க்கன் மனம் மேலும் ஊசலாடிற்று. இந்தக் கட்சியில் சேருவதா வேண்டாமாவென்று அவனுக்குப் பிடிபடவில்லை. தாரா ராணியோ கோபக்காரி. அவளிடம் ஜாக்கிரதையாக இருக்கவேண்டும்.

சனத்குமாருடன் அதற்குமேல் ஜாக்கிரதையாகப் பழக வேண்டும். அவனுக்கு ஜனசபையில் செல்வாக்கு வெகுவாக உண்டு. மேலும் இந்த அழகன் குந்து சம்பவத்தினால் அவன் பெயர் எங்கும் முழங்கிக் கொண்டிருக்கிறது. எனவே, “இந்தப் பெரிய இடத்துப் பேச்செல்லாம் நமக்கு எதற்கு? சும்மா நம்

காரியத்தைக் கவனிப்போமே!” என்று சொல்லி வைத்தான். அவ்வளவுதான். தாராவின் கோபம் அளவுக்கு மீறிவிட்டது. கன்னங்களும் உதடுகளும் துடிக்க ஆரம்பித்தன.

மேலும், சனத்குமார் வேறு அதற்குத் தூபம் போட்டாற்போல், “இல்லை... வந்து... என்ன இருந்தாலும் தாரா ராணி ஒரு பெரிய தேசசேவகி. அவளைப் போய் அசோகன் இத்தனை அலட்சியம் செய்தது...” என்று இழுத்து விட்டான்.

தாரா மனுவர்க்கன் மேல் பாய்ந்தாள். “உன்னைப் போல் சொந்தக் காரியத்திலேயே கண்ணாய் இருந்து கொண்டு, பொதுநலத்தை ஒதுக்கிவிட என் மனம் ஒப்பவில்லை. உனக்கு உன்னுடைய சொந்த ஜோலி இருக்கிறது... இருக்காதா பின்னே? ஒரு தேயிலைத் தோட்டம், இரண்டு இடங்களில் நிலங்கள் சாகுபடியாகின்றன...”

“அப்படியா? இது விஷயம் எனக்குத் தெரியாதே! நீ பெரிய சொத்துக்காரனாகிவிட்டாயா?” சனத்குமார் மனுவர்க்கனைப் போலி வியப்புடன் பார்த்தான்.

மனுவர்க்கனுடைய முகம் வெளுத்து விட்டது. “பொதுநலம் என்று சொல்லி பிறர் வம்புக்குப் போவதை விட....” என்று முணுமுணுத்தான்.

சனத்குமார் தாரா ராணியின் கோபத்தைச் சரியான திக்கில் திருப்பிவிட்டான். “தாரா, நீ அசோகனைத் தவறாக எண்ணிக்கொண்டுவிட்டாய். அவன் ஏதோ கவனக்குறைவாக இருந்திருக்கலாம். அல்லவா?”

“சனத்குமார்! என்னை அவன் எத்தனை புறக்கணித்திருந்தாலும் நான் கவலைப்பட மாட்டேன். நேர்மைக்கு விரோதமாக நடக்கும் சில காரியங்களை எடுத்துச் சொன்னதும் அவன் அவற்றை அசட்டை செய்ததுதான் எனக்குப் பொறுக்கவில்லை. ஆதித்திய நாட்டில் சத்தியம் வளர நாம் படும் பாடு வீண் ஆவதா? முடியாது. நான் இதை இப்படியே விடப்போவதில்லை. சுமந்திரனிடம் போய்ச் சொல்லுகிறேன்” என்றாள்.

“தாரா! நான் கூட ஒரு விஷயம் கேள்விப்பட்டேன்.

உன்னைப்போல் உதாரண கொள்கைகள் உள்ளவர்களிடமிருந்து இது மாதிரி சங்கதியை ஒளிக்கக் கூடாது. விஷயம் உனக்குத் தெரிந்து விட்டால், பிறகு தேசத்திற்குக் கெடுதி விளையாமல் நீ பார்த்துக்கொள்ளுவாய் என்பது திண்ணம்...."

தாரா ஆவலுடன், "என்ன செய்தி?" என்று கேட்டாள்.

"இல்லை.... சுமந்திரன் கேட்பானோ என்னவோ?" என்று சனத்குமார் தயங்கினான்.

தாரா ராணி கம்பீரமாகச் சொன்னாள்: "சுமந்திரன் எங்கள் குடும்பத்தவன் மாதிரி; ஆதி நாளில் சுதந்திரப்போர் தொடங்குவதற்கு முன்பெல்லாம் அவன் எங்கள் வீட்டிலேயே இருப்பான். அப்பா மேல் அவனுக்கு அளவு கடந்த விசுவாசம்!"

சனத்குமார் - (தாழ்ந்த குரலில்) "அதுதான், இந்த ஸரஸ்வதி அன்னவிமானத்தைப் பற்றி..." என்று மேலே சொல்லப்போவதை அருகே போய் அவள் காதிற்குள் ஏற்றினான்.

மனுவர்க்கன் "உஸ்... உஸ்" என்று அவனை எச்சரித்தான். தாராவை சதியாலோசனைக்கு அழைப்பதில் ஆபத்துண்டு என்பது அவன் எண்ணம். ஆனால் சனத்குமாருடைய வேட்டைவெறி மிதமிஞ்சிப் போய்விட்டது. அவன் எதையும் பொருட்படுத்தவில்லை.

"சுமந்திரனுக்கு என்னிடம் அளவில்லா அபிமானமுண்டு. இருந்தாலும் அரசியல் விஷயங்களில்..." என்று தாரா இழுத்தாற்போல் பேசினாள். அவளுக்குக் கூட அத்தனை ஆத்திரத்திற்கு இடையிலும் இந்தச் சந்தேகம் ஏற்பட்டது.

"நீ சொன்னால் கேட்காமல் இருக்கமாட்டான். மேலும் அவன் கவனத்தைக் கவர ஒரு காந்தம் உன்னிடம் இருக்கிறது" என்றான் சனத்குமார் உறுதியுடன். அப்போது அவன் பார்வை தூரத்தில் தெரிந்த தாரா ராணி மகள் கல்பனாவின் மீது பாய்ந்தது.

இந்தச் சின்னக் குறிப்பை தாரா கண்டுகொள்ளவில்லை. "அப்போது லட்சுமணபுரி தேர்தல் சீட்டு என்னுடையது என்று நிச்சயமாய்ச் சொல்லுவாயா?" என்று அவள் சனத்குமாரைக் கேட்டாள்.

“நிச்சயமாய்!” என்றான் அவன்.

கல்பனா கமலனுடன் பேசுவதை தாரா பார்த்து விட்டாள். அவள் முகம் மாறிற்று. இந்தப் பெண்ணுக்கு எத்தனை சொன்னாலும் தெரிவதில்லை. கமலன். கேவலம் ஒரு விஞ்ஞானி. அவனுக்கு என்ன உரிமைகள் உண்டு? ஒரு மதிப்போ, செல்வாக்கோ கிடையாது. அவனுடைய நட்பினால் நாம் உயரமுடியாது. ஆனால் கல்பனாவிற்கு இந்த உண்மை புலப்படவில்லையே!

சத்தியோத்தியா அழகிகள் நிரம்பிய இடம். இருந்தாலும், அங்கே கூட கல்பனாவைப்போல் அழகிகள் குறைவு. மெல்லிய ஒற்றை நாடித் தேகம்; அது அம்பு போல் நேராக நிமிர்ந்திருந்தது. முகத்தில் பாண்டிய நாயக சிற்பங்களுடைய அமைப்பு. குட்டையாக வெட்டப்பட்டிருந்த ரவிக்கையின் கைகளுக்கு வெளியே அவளுடைய உருண்டை புஜங்கள் சந்தனக் கட்டைகள் போல் மிளிர்ந்தன. கட்டுத் தலைமயிரை அள்ளி எடுத்து அஜந்தா கொண்டை போட்டிருந்தாள். கண்களில் மட்டும் ஒரு தண்மை.... அப்போது அவள் பார்வை அவள் தாயார்மேல் விழுந்தது.

தாரா ராணி அருகே வந்துவிட்டாள். “எங்கே கல்பனா, இப்படி என்னுடன் வா. உன்னை, என் பழைய தோழன் சுமந்திரனுக்கு அறிமுகப்படுத்தி வைக்கிறேன்” என்று அவள் தன் பெண்ணைக் கொஞ்சும் குரலில் அழைத்தாள். கல்பனா மௌனமாக கமலனை விட்டுப் பிரிய மனமில்லாமல், தயங்கிக் கொண்டே தன் தாயைப் பின்தொடர்ந்தாள்.

ஆனால் கமலனை விட்டு அகன்று கூட்டத்தில் கலந்துகொண்டதும், தன் தாய்மேல் எரிந்து விழுந்தாள் அவள்.

“வேண்டாம், எனக்கு சுமந்திரனைச் சந்திக்க ஆசையில்லை; வா வீட்டிற்கு” என்றாள் கண்டிப்புடன்.

என்ன ஆச்சரியம்! எங்கும் எதிலும் வீம்பும் வீராப்பும் காட்டும் தாரா ராணி உடனே அடங்கிவிட்டாள். வாழ்க்கையில் தான் முன்னேற வேண்டுமென்ற ஒரே எண்ணத்தினால், பொதுவாக எல்லோரிடமும் ஈவிரக்கமின்றி நடந்துகொள்ளும் அவள், தன்

பெண்ணுக்கு மாத்திரம் அபார இடம் கொடுத்துவிட்டாள். அந்தச் செல்லம் அதிகரிக்க அதிகரிக்க, கல்பனா அவளைத் தூக்கி எறிய ஆரம்பித்தாள். இப்போதும் தாரா ராணியின் இறைஞ்சும் பாவனையைக் கண்டு அவள் சிணுங்கினாள். பாசத்தால் கட்டுண்ட தாராவும் அவள் கட்டளையை மீற தைரியமின்றி வெளியே போகப் புறப்பட்டாள். அவளைத் தொடர்ந்து கல்பனாவும் சென்றாள்.

அவளையும் தொடர்ந்தன பல கண்கள். யார் இந்த கர்வம் பிடித்த பெண்! அப்பப்பா.... அந்தக் கழுத்தின் எடுப்பிலும், சிரசின் வணங்காமுடித்தனத்திலும், எவ்வளவு மதம் தெறித்தோடிற்று! கல்பனாவிற்கு அழுத்தமும் உறுதியும் கூடுதல். உலக அறிவை தான் மிகையாக அடைந்துவிட்டதாக அவள் எண்ணம். தன் தாயாரைப் போலில்லாமல், தன் வாழ்வை தான் செவ்வையாக நிர்மாணிக்க வேண்டுமென்பது அவள் தீர்மானம். ஆனால் இந்த சங்கல்பத்திற்குத் தாராவின் பாசம் குறுக்கே நின்றது. மகளைத் தன் வழியில் செல்லவிடாமல் கட்டை போட்டுக்கொண்டிருந்தாள் தாரா.

வாயிலண்டை போனவுடன் அங்கே சுமந்திரன் விருந்தினர்களுக்கு விடை கொடுத்துக்கொண்டு நிற்பது தெரிந்தது. எல்லோரும் கைகூப்பி அவனுக்கு வணக்கம் செலுத்தினார்கள். கும்பலோடு கும்பலாக கல்பனாவும் போனாள். அவள் உருவம் சுமந்திரனின் கண்ணில் பட்டுவிட்டது. உடனே சுரீரென்ற ஓர் இன்ப உணர்ச்சி அவனை உலுப்பியது. இந்தப் பெண் யாராக இருக்கக்கூடும்? சட்டென்று அப்போது பக்கத்தில் வந்த ஈசுவரதாஸ் காதைக் கடித்தான் அவன்.

"ஓகோ, ராயின் பெண் மிஸஸ் தாரா ராணியின் மகளா? அப்படிச் சொல்லு. அதுதான் தெரிந்த ஜாடையாக இருந்தது. அந்த நாட்களில் நான் ராய் வீட்டிற்கு அடிக்கடி போய் தாராவுடன் பழகும்போது இவள் சின்னப் பெண்ணாக இருந்திருக்க வேண்டும். பார்த்த ஞாபகம் கூட இல்லை. அப்படிக் கண்டிருந்தால் கூட, இப்படி அழகியாவாள் என்று யார் எதிர்பார்த்திருக்க முடியும்!" என்று சுமந்திரன் மனதிற்குள் எண்ணிக்கொண்டான்.

அவனுடைய பார்வையின் வேகம் மின்சார சக்தியைப்போல கல்பனாவைத் தாக்கியிருக்கவேண்டும். அவள் திரும்பினாள். அப்போது அவனுடைய அக்கினி கக்கும் விழிகளைச் சந்திக்க நேரிடவே அவள் வெருண்டு, சட்டென்று முகத்தைத் திருப்பிக்கொண்டாள். அவளுடைய உடல் நடுங்கிற்று. சுமந்திரன் புன்னகை பூத்தான். அவனைச் சந்திக்கும் பெண்மணிகளுக்கு இவ்வித அடையாளமான விளைவுகள் ஏற்படுவதுண்டு. இது சகஜம்.

ஈசுவரதாஸும் இந்தப் புரட்சியைக் கவனித்து விட்டான். 'சுமந்திரன் மனதில் சிக்கியவர்கள்...' என்று நினைத்தபடியே வெளியே நடந்தான். அவனுக்குப் பாண்டித்தியம் போதாது. இல்லாவிட்டால் 'மது நமக்கு, மது நமக்கு, மது நமக்கு...' என்று ஆதித்திய நாட்டுப் பரம கவியை நினைத்திருப்பான்.

★★★

சரக் சரக் சரக்கென்று ஈசுவரதாஸ் தேய்த்து நடந்தான். அவன் நடையே தனி; நடக்கும்போது யானையைப் போல இருபுறமும் தலையை ஆட்டிக் கொண்டே நடப்பான். அதுவும் உருண்டை தொப்பை, உருண்டைத் தொடை - அவன் ஒரே உருண்டையான தோற்றம் அளித்ததால், யானையுடன் அவனை ஒப்பிடுவது இயற்கை. டொக்... தாசரதி ஹோட்டல் தோரண வாயிலிலுள்ள சுழலும் கண்ணாடிக் கதவில் முட்டிக்கொள்ளுவதுபோல் குனிந்த தலையுடன் அவன் அதன்மேல் பாய்ந்து சென்றான். பின்னால் வந்த அசோகன் இதைப் பார்த்துச் சிரித்தான். என்ன அவசரம்? ஈசுவரதாஸுக்கே அவசரம் அதிகம். இத்தனை பெரிய உடம்பைத் தூக்கிக்கொண்டு அவன் எப்படி வேகமாகப் போகமுடியும்? அவன் ஓடுவதைப் பார்த்தால் வேடிக்கையாக இருக்கும். அடிக்கடி லொங்கு லொங்கென்று ஓடவும் செய்வான். அதைக் கண்டு ஸ்ரீதேவி தன் உடம்பு குலுங்க எத்தனையோ தடவை நகைத்திருக்கிறாள்.

ஈசுவரதாஸ் திருபுவனதாஸ் குப்தாஜீ ஒரு கோடீஸ்வரன். அவனுக்கு எத்தனை பணமிருக்கிறதென்று யாருக்கும் தெரியாது. ஆதித்தியர்களுக்குக் கூடத் தெரியாது என்று சொல்லுவார்கள். ஆனால் அவனுடைய பணம் சேராத முயற்சி என்னமோ அந்த

நாட்டில் கிடையாது. ஆக்கத் தொழில், கைத் தொழில், பேங்கு, வியாபாரம், கடன் எதுவா யிருந்தாலும் அவன் இல்லாத இடம் இல்லை. எந்த இடத்திலும் அவன் கைவைக்கக்கூடும். மறைந்து சில இடங்களிலும், பகிரங்கமாகச் சில இடங்களிலும் அவன் இருப்பான்.

அவன் ஒரு பெருமூச்சு விட்டான். அவன் தனி. அவனைப்பற்றி ஒரு நிமிஷங்கூட நினைக்க இந்த உலகில் யாவரும் இல்லை. பலர் சிநேகம் காட்டினார்கள். ஆனால் அன்பு...? அவனைச் சுற்றியுள்ளவர்கள் மேலும் மேலும் உயரச் செய்த தந்திர உபாயங்களைக் கண்டு அவன் கூட விழித்தான். வியாபாரத்தில் முன்னுக்கு வர பல யுக்திகளைக் கையாளும் ஈசுவரதாஸ், அரசியல்வாதிகளுக்குள் நடக்கும் விவகாரங்களைக் கண்டு பிரமித்தான். திடநெஞ்சுடனும் ஒரே மனதுடனும் அவர்கள் முன்னுக்கு வரப் பிரயத்தனப்படுவதைப் பற்றி அவனுக்கு ஆச்சரியம் இல்லை. இது அவனுடைய துறையிலும் இயற்கை. பிறரை அழித்து, பின் தான் ஆள வேண்டுமென்ற குறிதான் அவனைத் துன்புறுத்தியது. பிறருக்குத் தாழ்வு ஏன் எண்ண வேண்டும்? ஒருநாள் இவர்கள் தன்னையும் அழித்துவிடுவார்கள் என்று அவன் எண்ணிக்கொண்டான். இருந்தாலும் தேசத்தின் ஜீவநாடியான இந்தப் போரில் நுழையாமல் அவனால் இருக்கமுடியவில்லை. ராஜ்யவாதிகளையும் அரசியல்வாதிகளையும் சொக்கட்டான் காய்களைப்போல் ஆட்டி வைக்கும்போது, அவனுக்கு ஓர் உற்சாகம் பிறந்தது. அந்த உற்சாகத்தை எவ்விதமாக வர்ணிப்பது? அவனுக்கே தெரியவில்லை. ஆமாம். குதிரைப் பந்தயத்திலோ, ஷேர் மார்க்கெட்டிலோ - நஷ்டமோ, லாபமோ - புகுந்து மன்றாடும்போது உண்டாகும் வெறி போல், இந்த அரசியல் விளையாட்டும் அவனுக்குத் துடிப்பைக் கொடுத்தது. இந்தக் கிளர்ச்சியில்லாமல் அவனால் வாழ முடியவில்லை. சதா ஏதாவது ஒரு விஷயத்தில் குஸ்தி போட்டுக்கொண்டிருந்தால் தான் அவனுக்குத் திருப்தி. இது எதனால்? ஒரு வேளை ஆண் பிறவிக்கே அது இயற்கையா? இல்லாவிட்டால் அவனுக்கென்று வாழ்வில் உண்டான இந்த சூனிய வெளியினாலா? நாற்பத்தைந்து வயது வரையில் இப்படி சதாசர்வ காலமும்

ஓட்டமும் ஆட்டமுமாக இருந்துவிட்டான். ஒரு க்ஷணங்கூட ஓய்வெடுத்துக்கொள்ளாமல் இருந்தவனுக்கு இப்போதெல்லாம் களைப்புத் தட்டியது. தனிமையில் இருந்தால் ஏக்கமெடுத்தது எதனால்...? ஸ்ரீதேவி...!

இந்த நினைவு எழுந்த கணமே புயற்காற்றைப் போல் ஓர் உணர்ச்சி அவன் உள்ளம் முழுவதும் பரவி, அவன் அந்தரங்கத்தைத் தாக்கியது. அவளைப் பார்த்தால் ஒழிய அந்தக் கொதிப்பு அடங்காது என்று தோன்றியது. உடனே தன் காரியங்களைக் கவனிக்கச் சென்றான். அவசர அவசரமாக வேலைகளை முடித்துக்கொண்டு சாயங்காலம் ஸ்ரீதேவியைக் காண அங்கே போனான்.

★★★

த்ருத கால கிருதிகள்

பூமா தோசைக்கு அரைத்துவிட்டு எழுந்தாள். குளிர் காலம்; அவள் கையெல்லாம் வறவறவென்று இழுத்துக் கொண்டது. முற்றத்திலிருந்த வெந்நீர் அண்டாவிலிருந்து ஒரு செம்பு தண்ணீரை முகண்டுவிட்டு கைகளைக் கழுவிக்கொண்டாள். பிறகு பூநூல் பின்னலுடன் வாசல் வராந்தாவிற்கு வந்தாள்.

அவளைக் கண்டவுடன் எதிர் வீட்டு சவிதாபாய் தொலைவிலிருந்தே கூப்பிட்டாள். "என்ன, இன்று நீ தங்கை வீட்டிற்குப் போவாயா?" என்று நவீன ஸம்ஸ்கிருதத்தில் விசாரித்தாள்.

பூமா முகத்தைச் சுளுக்கியவண்ணம் 'இல்லை' என்று தலையை அசைத்துவிட்டு, மேலே பேச மனமில்லாதவள் போல் முதுகைத் திருப்பிக் கொண்டு உட்கார்ந்தாள்.

அவளை அடிக்கடி போய்ப் பார்க்க என்ன இருக்கிறது? அப்படியென்ன ஸ்ரீதேவி வண்டி அனுப்பி உபசரிக்கிறாளா? இவள் பஸ்ஸில்தானே போகவேண்டியிருக்கிறது? அத்தனை சிரமத்துடன் அவள் போனால் கூட திரும்பி வருவதற்காவது வண்டி கொடுக்கிறாளா? அசோகனுக்கு எந்தச் சமயத்தில்

வண்டி தேவையாக இருக்குமோ என்று சாக்குச் சொல்லுவாள். இவளுடைய கணவன் பெரிய பதவியில் இருப்பதுதான் தெரிந்த விஷயமாயிற்றே! அதைச் சுட்டிக்காட்ட வேறு வேண்டுமா?

பூமா கெட்டிக்காரி. வீட்டு வேலைகளைத் திறமையுடன் செய்வாள். அழகாகப் பின்னுவாள். பூ வேலைகள் செய்வாள். பெற்றோர்கள் வேண்டிய நகை நட்டுகள் செய்து போட்டு, முன்னுக்கு வரக்கூடிய சாமர்த்தியசாலியான ராஜகோபாலனுக்கு அவளை விவாகம் செய்து கொடுத்திருந்தார்கள். இருந்தாலும் கிராமாந்தரத்தில் பிறந்து வளர்ந்த பூமாவும் பட்டணத்தில் அரும்பெரும் செல்வத்தில் உதித்த ஸ்ரீதேவியும் ஒன்றாக முடியுமா? சித்தப்பாவின் பெண் என்றாலும் ஸ்ரீதேவியைப் போல் பூமா இருக்க முடியுமா? அதுவும் இப்போது அவள் மந்திரியின் மனைவியுங்கூட.

அதிர்ஷ்டமென்றால் ஸ்ரீதேவிக்கு வாய்த்திருப்பது போல் வாய்க்க வேண்டும். பணம், கலை, போதாக்குறைக்கு கணவன். சில பேருக்குத்தான் அதிர்ஷ்ட தேவதை அப்படி உதவி புரிவாள். எவ்விதத் தடங்கலையும் அவர்கள் இடித்துத் தள்ளிவிடுவார்கள். ரயில்வே டிக்கட்டு இல்லையென்ற இடத்தில் அவர்களுக்கு அது கிடைத்துவிடும். அவர்கள் போகும் விமானத்தில் நாம் தைரியமாக ஏறலாம். அதற்கு ஆபத்து வராது. சறுக்கி விழுந்தால் கூட மண்டையில் அடிபடாமல் அவர்கள் தப்பித்துக் கொள்வார்கள். பூமாவின் தாயார் தன் ஓரகத்தி மகளைப் பற்றி அடிக்கடி சொல்லுவாள்... “ஸ்ரீதேவி அதிர்ஷ்ட தேவதை கூடப் பிறந்தவள்” என்று. ஸ்ரீதேவியின் தாயார், வேறு மாதிரிப் பெண்மணியாக இருந்தால், இதைக் கேட்டு தன் பெண்ணுக்கு எப்போது எவ்வித ஆபத்து வருமோ என்று பயப்பட்டிருப்பாள். ஆனால் அவள் போக்குத்தான் வேறு மாதிரி ஆயிற்றே.

இருந்தாலும் ஸ்ரீதேவிக்கு அகம்பாவம் அதிகம்தான் என்று பூமா எண்ணிக் கொண்டாள். தன்னைப்போலில்லை என்ற அகம்பாவம் அவளுக்கு அதிகம். ராஜகோபாலன் இதை உணரவில்லை. ஆண்களின் இயல்பே வேறு. அதுவும் ஸ்ரீதேவிக்கு அவர்கள் மனதை ஊடுருவிப் பார்க்கும் திறமை உண்டு. ராஜகோபாலனும் மற்ற ஆண்களைப் போல் தனக்கு

இஷ்டமானதைப் பேசுவோர்களிடம் மதி இழந்து விடுவான். பூமாவை அவள் வேற்றுமையாக நடத்துவதை அவன் எப்படித் தெரிந்து கொள்ளப் போகிறான்! தான் எது செய்தாலும், சொன்னாலும் அதை அவள் உதாசீனப்படுத்துவதாக பூமா எண்ணிக்கொள்ளுவாள். அவளுக்கு அடிமைப்பட வேண்டுமென்று ஸ்ரீதேவி எண்ணுகிறாளா? எதற்காக? ராஜகோபாலனுக்காக ஒரு முறை சிபாரிசு செய்து விட்டதால் ஆயுள் பூராவும் இவள் அவளுக்குக் கடமைப்பட்டிருக்க வேண்டுமென்று ஒரு சாத்திரத்திலும் சொல்லவில்லையே! தமக்கைக்காக இதுகூட செய்யாவிட்டால், இவளைத்தான் ஊரார் ஏசுவார்கள்.

“சத்தியோத்தியாவில் தெற்கே இருந்தால் வாழ்வு ஒரு விதமாகவும் வடக்கே குடியிருந்தால் வேறு விதமாகவும் இருக்கும் என்பதை நீ தெரிந்து கொள்ளவில்லையா?” என்று மனைவியைக் கிண்டல் செய்யும் முறையில் கேட்பான் ராஜகோபாலன்.

“எல்லாம் தெரியும். தெரியாமல் என்ன? ஸ்ரீதேவியைப்போல் இருக்க எனக்குக் கட்டுமா?” அவ்வார்த்தைகள் பணிவுடன் வெளிவந்தாலும், அவளுடைய குரலில் ஆத்திரம் தளும்பி நிற்பதை ராஜகோபாலன் கண்டுகொண்டுவிடுவான். மனத் திற்குள் அவனும் தன் மனைவி எவ்விதத்திலும் குறைந்தவள் இல்லை என்றுதான் எண்ணினான். அதை அடிக்கடி அவளிடம் அவன் சொல்லியும் இருக்கிறான். ஆனால் அந்த ஆறுதல் அவளுக்குப் போதவில்லை என்பதுதான் அவனுக்கு ஒரு தீராப் புதிராக இருந்தது. அனாவசியமாய் ஸ்ரீதேவியைப் பார்த்து அவள் ஏன் இப்படிப் பொரும வேண்டும்?

ஒவ்வொரு தடவையும், ஸ்ரீதேவியைப் பார்த்துவிட்டு வரும்போதெல்லாம் பூமாவின் உள்ளம் குமுறும். ஸ்ரீதேவியின் நடை, உடை.... அவள் வீட்டின் அலங்காரங்கள், எல்லாவற்றையும் கூர்மையான பொறாமைக் கண்களுடன் கவனித்து விட்டு வருவாள். அடுத்த நாள் அவளைப் பார்க்க வரும் சவிதாபாய் கேட்டு விடுவாள். “இந்த மேஜை விரிப்பு ரொம்ப அழகாய் இருக்கிறதே! தங்கை கொடுத்தாளா?” என்று.

“தங்கை கொடுப்பானேன்? எனக்கு வாங்கத் தெரியாதா?

முடியாதா?" என்று பூமா வெடுக்கென்று பதில் சொல்வாள். முதல் நாள் ஸ்ரீதேவி வீட்டில் அந்த விரிப்பைப் பார்த்துவிட்டு, அன்று காலையில் அவசர அவசரமாய் கடைக்குப் போய் அதுபோல் ஒன்றை அவள் வாங்கி வந்ததை, சவிதாபாய் எப்படி அறிந்தாள் என்று அந்த அப்பாவிப் பெண் பேரில் சந்தேகம் கொள்ளுவாள்.

ராஜகோபாலன் வீட்டிற்கு வருவோர்கள் அவனுடைய முன் அறையின் ஜோடிப்பைக் கண்டு திகைப்பது வழக்கம். நற்பாங்கில் சுவை இல்லாதவர்கள் பிரமிப்புடன் அவற்றைப் பாராட்டுவார்கள். ராஜகோபாலன் மனைவிக்கு எல்லாம் தெரியும்; மந்திரி அசோகனின் மைத்துனி இல்லையா என்று நினைத்துக்கொள்வார்கள். கொஞ்சம் விஷயம் அறிந்தவர்கள், பகுத்தறிவோ, வர்ண அமைப்போ இல்லாமல், தாறுமாறாகக் குவிந்து கிடக்கும் தண்டுகளையும், பொம்மைகளையும், படங்களையும் பார்த்துவிட்டு அச்சம் கொள்ளுவார்கள். மர யானைகள், சங்கிலி விளக்குகள், மண் பொம்மைகள் என்று அந்த அறையில் இடமில்லாமல் சாமான்கள் நிரம்பி இருக்கும். ஆதித்திய நாட்டின் ஒவ்வொரு கோடியில் இருந்தும் அங்கே பொருட்கள் வந்திருந்தன. ராஜகோபாலன் தன் நண்பர்களிடம் வேடிக்கையாகச் சொல்லுவான். "உங்கள் வீட்டுப் பாத்திரப் பெட்டியில் ஏதாவது பாசிபடிந்த, பச்சையேறிய வெண்கலம் இருந்தால் தாருங்கள். உடைந்திருந்தால் கூட பரவாயில்லை. பூமாவிற்கு உடைந்த சாமான்தான் ரொம்ப இஷ்டம்" என்று. இவ்விதமாக அவன் கூட ஒன்று இரண்டு பொருள்கள் பூமாவிற்கு கொண்டு கொடுத்திருக்கிறான்.

தெருவோடு போன குறத்தியிடம் பூமா பச்சை மணிகள் வாங்கினாள். அவை நல்ல பருமனாக இருந்தன. கறுப்புக் கயிற்றில் கோத்து அவற்றைக் கழுத்தைப் பிடிக்கப் பிடிக்கக் கட்டிக்கொண்டாள். இதைப் பார்த்ததும் சவிதாபாய்க்கு பொறுக்கவில்லை. "கறுப்புக் கயிற்றில் பச்சை மணிகள் போட்டுக் கொள்வது சுபமல்ல" என்று சொல்லிவிட்டாள். அதற்குப் பிறகு பூமா இரண்டு நாள் அவளுடன் பேசவில்லை. ஸ்ரீதேவி கண்டத்தில்தான் பச்சை மணி அழகாக இருக்குமோ! பச்சைச் சோளி! நன்றாக அகலமாகவும், ஆழமாகவும் வெட்டப்பட்ட

ரவிக்கைக் கழுத்துக்கு வெளியில் வழவழப்பான கிரீவத்தைச் சுற்றி பச்சை மணிகள்... குறத்தியின் உருண்டை மணிகள். பூமாவின் அகக்கண் முன் தோன்றிய ஸ்ரீதேவியின் இந்த உருவம் மறைய மறுத்து விட்டது. இத்தனைக்கும் ஸ்ரீதேவி அழகுகூட இல்லை!

ராஜகோபாலன், சத்தியோத்தியாவிலுள்ள மந்திரி ஆலயங்களிலிருந்து வெளிவரும் உழைப்பாளிகளில் ஒருவன். இவர்கள் எல்லோருமே ஒரே மாதிரியான மனப்பான்மை கொண்டவர்கள். ஒரு தாய் வயிற்றில் பிறந்தவர்கள் போல என்றுகூடச் சொல்லலாம். காலையில் எழுந்தால், தத்தம் முறைப்படி டீயோ காப்பியோ குடித்துவிட்டு, பைஜாமாவோ, தட்டுச் சுற்றோ கட்டிக்கொண்டு மார்க்கெட்டுக்குப் போவார்கள்; அல்லது அழும் குழந்தைகளைத் தூக்கி வைத்துக்கொள்வார்கள். அதற்குள் நளபாகம் தயாராகும். பிறகு சாப்பிட்டுவிட்டு, வீதியோடு போகும் சைக்கிள் திரளில் கலந்துகொண்டு ஆலயங்களுக்கு ஊர்வார்கள். அங்கே வேலையென்றால் வேலை... அல்லது சாயும், சிகரெட்டும் குடிப்பது. அந்திப் பொழுதில் அதே திரளுடன் திரும்புவது. வரும் வழியில் சாலையில் விற்கும் தின்பண்டமோ, பூவோ, பழமோ வாங்கி வருவது. இது அவர்கள் நியமம்.

‘சாந்திபாக்’ சத்தியோத்தியாவில் உற்பத்தியான பல வட்டாரங்களில் ஒன்று. அங்கே வீடுகள் அடுக்கடுக்காகத் தேனீக் கூண்டுகளைப்போல் அணிவகுத்துக் கட்டப்பட்டிருக்கும். ராஜகோபாலன் கொஞ்சம் அதிகமான வரும்படி உள்ளவனானதால், அவனுடைய இடம் கொஞ்சம் விஸ்தாரமாகவும், வசதிகள் அதிகம் கொண்டதாகவும் இருந்தது. சதுரங்கமாகக் கட்டியுள்ள இக்கட்டிடங்களுக்கு நடுவேயுள்ள மைதானத்தில் சாயங்கால வேளையில், குழந்தைகள் பந்தாடுவார்கள். புருஷர்கள் கூட்டமாக நின்றுகொண்டு ஆலயவம்பு அளப்பார்கள்; வியாபாரிகள் பேரம் பேசுவார்கள்; அந்திகாலத்துக் காக்கைகளின் கரையலைவிட இவர்களுடைய கூச்சல் அதிகமாக இருக்கும்.

ஆலயங்களில் வேலை செய்வோர்களுக்கு எல்லாவித வசதிகளும்

கொடுக்கவே அவ்வூர் அதிகாரிகள் இந்தக் காலனிகளை நிறுவியிருந்தார்கள். அங்கே மாடி வீடுகளில் தண்ணீர் வராத கஷ்டம் அதிகம்தான். ஆனால் அதற்கு அதிகாரிகள் என்ன செய்ய முடியும்? சத்தியோத்தியாவில் ஸரயூந்தி அடிக்கடி முரண் செய்யும். இதற்கு அவர்கள் பொறுப்பாளியா? உடைப்பு எடுத்தால், ஒவ்வொரு சமயம் குடிநீரும், சாக்கடை நீரும், குழாயில் ஒன்றாகக் கலந்து வரும். உடைப்புக்கும் அதிகாரிகள் உத்தரவாதிகள் அல்ல. மற்ற வசதிகள் பலவற்றை அங்கே அவர்கள் செய்திருந்தார்கள். அருகில் ஒரு பெரிய மார்க்கெட்டுக் கட்டடம் கட்டியிருந்தார்கள். அதற்கென்ன, கடை அறைகளுக்கு வாடகை கூடுதலென்று வியாபாரிகள் தெருவோடு பதார்த்தங்களை விற்றுக்கொண்டு போனால், அதற்காக சர்க்காரைக் குற்றம் சொல்ல முடியுமா?

சாந்திபாகிலுள்ளவர்கள் கடைக்குப் போகாமல், பால், மோர், தயிர் என்று வீட்டுவாசலிலேயே வாங்கிக்கொண்டார்கள். இப்படி விற்பனை செய்வோர்கள், மாடிப்படிகளின் பக்கத்திலுள்ள சந்துகளில், தங்கள் கடன்களைக் கழிப்பது வழக்கம். அதனால் உண்டாகும் ஒருவித சிறு துர்கந்தத்தை யாரும் பொருட்படுத்தவில்லை. சாந்திபாகில் இருப்பவர்களின் நாசிகள் அந்த வாடைக்குப் பழகிவிட்டன போலும்! ராஜகோபாலனைப்போல் கொஞ்சம் உயர்ந்த நோக்கமுள்ளவர்கள் கதை, கச்சேரி என்று பொழுதைப் போக்குவார்கள். சங்கீர்த்தனம், சத்சங்கம், பஜன சமாஜம் என்று அந்த வட்டாரங்களில் மக்கள் கூடுவார்கள். ஆலயங்களை விட்டு வரும் புருஷர்கள் மாலை வேளைகளில் அவற்றை நடத்துவது வழக்கம். சத்தியோத்தியாவில் பக்தி அதிகம் - அதுவும் ராம பக்தி - கூடுதல்.

அன்று ஆலயம் விட்டுத் திரும்பி வந்த ராஜகோபாலன் "வரும் வழியில் சர்மாவைச் சந்தித்தேன்" என்று மனைவியிடம் சொல்லிக்கொண்டே ஸைக்கிளைத் தூக்கி உள்ளே வைத்துவிட்டு, பையிலிருந்த பொட்டணத்தை அவள் கையில் கொடுத்தான்.

"என்ன விசேஷம்?" என்று பூமா கேட்ட கேள்வி அவன் காதில் விழுமுன் அவன் குளியல் அறைக்குள் நுழைந்து விட்டான்.

அவன் திரும்பி வந்தவுடன், கையில் காப்பி டம்ளரை ஏந்தியபடி பூமா மறுபடியும் அதே கேள்வியைக் கேட்டாள்.

“அசோகனின் ஆலய வர்த்தமானங்களைப் பற்றி யார் யாரோ ஜனசபையோர்களிடம் கோள் சொல்லியிருக்கிறார்களாம். அது சம்பந்தமாக என்ன இடைஞ்சல்கள் நேரிடுமோவென்று சர்மா கவலைப்படுகிறான்.”

“அதெப்படி முடியும்?” என்றாள் பூமா. பிறகு சற்று யோசித்துவிட்டு, “தன் கணவனைப்போல் இல்லை என்று ஸ்ரீதேவி வாயால் சொல்லாவிட்டாலும், பாவத்தால் அடிக்கடி காட்டுவாளே!” என்றான்.

“அவள் நினைப்பது ரொம்பவும் சரி. அசோகன் மாசு மறு அற்றவன்... இதில் ஏதோ சூதோ, மர்மமோ இருக்கிறது.” தன்னைச் சேர்ந்தவர்கள் வேறு எப்படி இருக்க முடியுமென்ற மாதிரியில் ராஜகோபாலன் பேசினான்.

“விசாரிக்க வேண்டும்” என்றாள் பூமா.

“அவர்களைக் கேட்கக்கூடாது. அது இங்கிதமில்லை.”

“வேண்டாம். சும்மா போய்ப் பார்த்துவிட்டு வருவோமே! என்னதான் அவள் ஒரு மாதிரியாக இருந்தாலும் நாம் விட்டுக்கொடுக்கலாமா? சமயம், போது என்றால் போய் உதவத்தான் வேண்டும்.” பூமா சொன்னதைக் கேட்டு ராஜகோபாலன் தலையை ஆட்டினான்.

அதற்குமேல் சொல்ல அவனுக்குத் தெரியாது. கிராமத்தில் பிறந்து, வளர்ந்ததனால், அதே வாழ்க்கை சித்தாந்தங்களை சத்தியோத்தியாவிலும் அவர்கள் பிரயோகப்படுத்தினார்கள். கிராமத்துச் சூழ்நிலையில் ஏதாவது கஷ்டம் வந்தால், ஒருவர் வீட்டிற்கு எல்லோருமாகப் போய் துக்கம் விசாரிப்பார்கள். உபாயங்கள் சொல்லுவார்கள்; அங்கேயே தங்கிக்கூட விடுவார்கள். அவ்வீட்டார்களும் தம் கஷ்டத்தைப் பற்றி முறையிடுவார்கள். பகிரங்கமாகப் பிரலாபித்துக் கொள்வார்கள். ஏதாவது நெருக்கடியோ, அசம்பாவிதமோ ஏற்பட்டு விட்டால், உறவினர்களிடம் கலந்து யோசிக்காவிட்டால், அவ்வுற்றார்களுக்கு கோபம் கூட வரும். சுற்றத்தார்களுக்கு யார்

மதிப்பு வைத்திருக்கிறார்கள்? சொல்லிக்கூட அனுப்பவில்லை, அவமதித்துவிட்டார்கள் என்று குறை கூறுவார்கள்.

அண்ணன் தம்பிகளுக்குப் பிறந்துவிட்டதால் ஸ்ரீதேவியுடன் சமபாவம் கொண்டாட வேண்டுமென்பது பூமாவின் கிராமாந்தரக் கொள்கை. ஆனால் அவளைப்போல் என்னால் இருக்கக் கட்டுமா? என்று அடிக்கடி சொல்லவும் செய்வாள். அதிர்ஷ்டக்காரியான தன் சித்தப்பாவின் பெண்ணைப்பற்றி அவள் பொறாமைப்பட்டாள். அதை அவள் ஒளிக்கவுமில்லை.

பக்குவமில்லாத இவ்வித குறிகளுடன் வாழ்ந்த இந்தத் தம்பதிகள், சிக்கலான பிரச்சனைகளில் புக நினைத்தார்கள். ராஜதந்திரத்தில் இவ்வழிகள் உதவாது என்று அவர்கள் அறியவில்லை. அரசியல் விஷயங்கள் ரகசியமாய் நடக்க வேண்டும். கிராமத்தானைப்போல் அசோகன் அவன் கழுத்தில் விழுந்து தன் கவலைகளை அவனிடம் சொல்லி அழ மாட்டான் என்று ராஜகோபாலன் உணரவில்லை. பண்பினால் அகத்தை அடக்கி, பயிற்சியினால் உணர்ச்சிகளுக்குக் காவல் கட்டுவதின் பொருள் அவர்கள் இரண்டு பேருக்கும் தெரியவில்லை. முதலில் அடுத்த தெருவிலுள்ள சர்மாவைப் பார்த்து விஷயத்தைக் கிரகித்துக்கொண்டு பிறகு அசோகன் வீட்டிற்குப் போவது என்று இரண்டு பேருமாகத் தீர்மானித்தார்கள்.

★★★

சர்மாவும் ராஜகோபாலனும் ஒரே ஊரைச் சேர்ந்தவர்கள். ஆதலால், ராஜகோபாலன் அவனைவிட தாழ்ந்த பதவியிலிருந்துங்கூட ஆலயத்திற்கு வெளியில் சர்மா அவனுடன் சரிசமானமாகப் பழகினான். கிராமாந்தர முறைகளில் இது ஒரு நல்ல அம்சம் இல்லாவிட்டால், சத்தியோத்தியாவில் ராஜகோபாலனைப் போலுள்ளவர்கள் சர்மாவைப் போன்ற உத்தியோகஸ்தர்களிடம் பேசமுடியாது. அவனுடைய பதவியின் உயர்வைக் காட்ட சர்மா வீடு ராஜகோபாலனுடைய வீட்டைவிட நாகரிக மோஸ்தரில் அமைக்கப்பட்டிருந்தது.

சர்மா உதட்டிற்கு மேல் வார்த்தை சொல்லும் குணம் படைத்தவன். அவன் பார்ப்பதற்குக் குட்டையாகவும் கறுப்பாயும் இருப்பான். தோரணையுடன் பேசும்போது அவன்

தன் உடம்பை விறைத்துக் கொள்ளுவான்; மார்பு புடைத்து நிற்கும்.

ராஜகோபாலன் தம்பதிகளை அவன் ஆடம்பரத்துடன் வரவேற்றான். வேலையாள் ஒருவன் அழுக்கு லுங்கியுடன் வந்து காப்பி வழங்கினான். அவன் கோப்பைகளை தொப்பென்று மேஜைமேல் வைத்தபோது காப்பி வெளியே சிந்தி கோப்பை அடியிலுள்ள தட்டில் வழிந்தது.

ராஜகோபாலன் ஆவலை அடக்க முடியாமல் வந்ததும் வராததுமாகக் கேட்டான். "உனக்கு இவ்வதந்தி எப்படித் தெரிந்தது? கு.கு.கு. சொன்னானா?" என்று.

"சுகுணா எங்கே?" என்று பூமா நடுவில் விசாரித்தாள்.

"அவளா? அவள் சுவாமி நித்தியானந்தரைப் பார்க்கப் போயிருக்கிறாள்" என்று பூமாவிற்கு விடை கொடுத்துவிட்டு, சர்மா, ராஜகோபாலன் பக்கம் திரும்பி, "கு. கு.கு.விற்கு என்ன தெரியும்? சும்மா மந்திரிக்கு தூபம் போடும் ரீதியில் பொம் பொம்மென்று பேசுவான்..." என்று பதில் சொன்னான்.

ராஜகோபாலன் வெகுளி. அவனுக்கு சர்மாவைப் போல் மந்திர ஆலய தந்திரங்களில் அத்தனை பயிற்சி கிடையாது. ஆதலால், "இல்லை... பெரிய உத்தியோகஸ்தன் ஆயிற்றே.... அவனுக்கு ஏதாவது செய்திகள் தெரிந்திருக்கக்கூடுமென்று கேட்டேன்" என்றான்.

"அவனைப்போல், பெரியவர்களைக் காக்காய் பிடிக்கிறவனை நம்பவே கூடாது. மந்திரியிடம் இப்படி எப்போதும் வாய் இளித்தபடி பேசிப் பேசித்தான் இத்தனை தூரம் அவன் முன்னுக்கு வந்திருக்கிறான்."

"மேலே உள்ளவர்களுக்கே, தாங்கள்தான், வேலை செய்கிறோ மென்ற எண்ணம். கு.கு.கு. அப்படி என்றால் என்னுடைய ஆபீஸரும் அப்படித்தான்" என்றான் ராஜகோபாலன்.

"வேலையையாவது உன்னிப்பாய்க் கவனித்தால், தேவலையே! இப்படிப் பேசிப் பேசி காலத்தைக் கழித்துவிட்டு, பிறகு ஏதாவது சிக்கல் வந்தால் தன் கீழுள்ளவர்களை நசுக்குவதா?

கு.கு.கு. என்னைப்பற்றி மந்திரியிடம் ஏதாவது சொல்லி வைத்திருப்பானோவென்று எனக்குச் சந்தேகம்."

"அப்படியா நினைக்கிறாய்? நீயே மந்திரியிடம் பேசிப் பாரேன்."

"இதோ பார், உனக்கு அனுபவம் போதாது என்று தெரிகிறது; என் மனதில் ஏதோ சந்தேகம் தோன்றுகிறது என்று மந்திரியிடம் பேச்சுக் கொடுத்து அகப்பட்டுக் கொள்ளக்கூடாது பாரு."

பூமாவிற்கு சர்மா சொல்லுவது ஒன்றும் சரியாக விளங்கவில்லை. அதனால் "பாலசந்திரனும் சுகுணா பின்னோடு போயிருக்கானா?" என்று அவர்கள் பேச்சில் குறுக்கிட்டுக் கேட்டாள்.

"ஆமாம், அவனுக்கு சுவாமிகள் பேரில் அலாதி விசுவாசம்."

"குழந்தைகளுக்கு அவர் ரொம்ப அழகாக விஷயங்களை எடுத்துச் சொல்லி நற்போதனை செய்கிறார் என்று கேள்விப்பட்டேன்" என்றாள் பூமா.

சர்மா பதிலுக்கு, "ஏதோ நான்தான் இப்படி அகப்பட்டுக்கொண்டு திண்டாடுகிறேன். அவனாவது..." என்று முடிப்பதற்குள்... "அவன் காலத்தில் சூழ்நிலை மாறாது என்கிறாயா?" என்று ராஜகோபாலன் நடுவில் கேட்டான்.

"எங்கே? எனக்குத் தோன்றவில்லை. அதனால் அவனாவது நான்கு பேர்களுடன் பேசிப் பழகக் கற்றுக் கொள்ளட்டுமென்றுதான் இப்படி வெளியே அனுப்பத் தலைப்பட்டேன்." சர்மா இப்படிச் சொன்னதும், மூன்று பேருமாகச் சேர்ந்து நகைத்துக் கொண்டார்கள்.

பிறகு "ஆமாம்.... எதைப்பற்றி அசோகனுக்கு இடைஞ்சல் உண்டாகலாமென்று ஆலயத்தில் பேசிக் கொள்ளுகிறார்கள்? நீ ஏதோ சொல்ல ஆரம்பித்தாயே.... பூராவும் சொல்லு" என்று ராஜகோபாலன் உடைத்துக் கேட்டான்.

"அதுவா? ஜனசபை சனத்குமார் மந்திரியைப் பார்த்து விட்டுப்போனார். அதிலிருந்து மந்திரி, ஸரஸ்வதி அன்னவிமானக் கம்பெனி ஃபைல்களைக் குடைய ஆரம்பித்திருக்கிறார். கேட்க வேண்டுமா... ஆலயத்து வம்புக்கு? ஸரஸ்வதி அன்னவிமானக் கம்பெனியை ஒட்டி ஜனசபையில் இசைகேடான கேள்விகள்

வரலாமென்று எல்லோரும் சொல்லிக் கொள்ளுகிறார்கள்."

"ஸரஸ்வதி அன்னவிமானக் கம்பெனியா? அந்த சப்ஜெக்ட்டு உன்னுடையதில்லை?" என்று ராஜகோபாலன் கேட்டான்.

"ஆமாம். சர்க்கார் ஆதிக்கத்தில், இந்தப் புதிய கம்பெனி தொடக்கமாகியிருக்கிறது; ரொம்ப நேர்மையுடனும் நடக்கிறது. அதைப்பற்றி இன்று மத்தியான தபாலில் கூட சில புதிய விவரங்கள் கிடைத்தன. விமானத்தின் தனித்தனி பாகங்களை ஒன்று சேர்த்து, சமீபத்தில் அதைப் பறக்க வைத்து, கம்பெனிக்காரர்கள் பரீட்சை பார்த்தார்களாம். விமானம் ரொம்ப அழகாயும், சுகமாகவும் போகிறதாம். கனமான சுமைகளைத் தாங்கக் கூடியதாக அமைந்திருக்கிறதாம். ஆனால் அது நேரே பூமியை நோக்கி இறங்காமல், கொஞ்சம் சரிவாகப் போகிறதாம். கம்பெனிக்காரர்கள் இந்தப் புதிய நான்கு பேர்கள் விமானத்தை இறக்க அதிகமான இடம் வேண்டுமென்று அபிப்பிராயப்படுகிறார்கள். என்ன காரணத்தினாலோ, இந்த விவரங்களை மந்திரியிடம் சொன்னவுடன் அவர் சந்தோஷப்படவில்லை."

"ஒருவேளை சனத்குமார் ஏதாவது சொல்லியிருப்பாரோ?" என்று ராஜகோபாலன் கேட்டான்.

"இருக்கலாம். இந்த விமானம் பாமரனுக்கு உதவவேண்டிச் செய்வதால், அது குறுகிய இடத்தில் செங்குத்தாக இறங்காவிட்டால் பிரயோசனம் இல்லை என்று ஜனசபையில் யாராவது சொல்லுவார்களோ என்று மந்திரி கவலைப்படலாம். என்னமோ? அல்லது ஜனசபை சனத்குமாரே அவ்விதமாக ஏதாவது பிரஸ்தாபித்திருக்கலாம்."

"நீ இந்த சப்ஜெக்ட்டை கவனிப்பதால், மந்திரிக்கு நீதான் ஆலோசனை சொல்லவேண்டும்."

"நன்றாகச் சொன்னாய்? கு.கு.கு. அல்லவா மந்திரி காதைக் கடித்துக்கொண்டிருக்கிறான்? இத்தனை நாட்களாக, இது விஷயத்தை என்னிடம் விட்டிருந்த மந்திரியும் என்ன காரணத்தினாலோ, கு.கு.கு. விடம் ஸரஸ்வதியைப் பற்றி நெடுநேரம் ஆராய்ந்து கொண்டிருந்தார்."

"கு.கு.கு. என்ன சொல்லியிருக்கக்கூடும்? நீ அவனையாவது கேட்டுப்பாரேன்."

"இதோ பார் ராஜகோபாலா, இம்மாதிரியான சந்தர்ப்பத்தில், மந்திரி ஆலயங்களில், அவனவன் தன் சொந்தத் தோலைக் காப்பாற்றிக் கொள்ள வேண்டும். நான் கு.கு.கு. வை விசாரிக்கப் புறப்பட்டால் ஆபத்து என்று நினைக்கிறேன். என் கவலை என்னவென்றால், அவன் மந்திரியிடம் என்னைப்பற்றி என்ன சொல்லி வைத்திருக்கிறானோ என்னவோ என்பதுதான். அவன் தப்பித்துக்கொண்டு, என்னை எந்தச் சிக்கலிலாவது மாட்டிவிட்டுவிட்டால்?"

சர்மாவின் குரலில் உண்மையாகவே பீதி தொனித்தது.

ராஜகோபாலனுக்கு ஒன்றும் புரியவில்லை. பூமா என்ன, அவனுக்கே ஒரே குழப்பமாக இருந்தது. ஏதோ மங்கலாக, இவர்கள் எல்லோரையும் விட அசோகனுக்குத்தான் ஆபத்து வரக்கூடும் என்று அவனுக்குத் தோன்றிற்று. அதனால், அசட்டுத்தனமாக, ஒருவேளை அசோகனின் வீடு சென்றால், அவன் எல்லாவற்றையும் விளக்குவானோ என்று எண்ணி அங்கே போகக் கிளம்பினான்.

சாந்திபாகிலிருந்து ஒரு ரிக்சாவைப் (அதற்குப் பெயர் 'பட்பட்டீ') பிடித்துக்கொண்டு அவர்கள் அசோகன் வீட்டிற்குப் போனார்கள். தெற்கே அசோகனிருக்கும் ஸசிவபுரிக்குப் போகுமுன் அவர்கள் தேகங்கள் குலுங்கித் துவண்டுவிட்டன. அந்த ரிக்சா அத்தனை நடுக்கத்துடன் கிடுகிடுவென்றுதான் ஓடும்.

அந்தி சமயத்தில் சத்தியோத்தியா தெருக்களில் கூட்டம் அதிகம். ஆபீஸ் கலையும் நேரத்தில் அத்தெருக்களில் ஒரே நெருக்கடி. மோட்டார்கள் சத்தமிட்டபடி நிலை தெரியாமல் முறைக்கு மாறாகப் பாயும் 'பட்பட்டீர்கள்'. இடுக்கிலும், சந்திலும் நுழைந்து கொண்டு கூசாமல் வீச்சடிக்கும் ஸைக்கிள்காரர்கள் எதையும் லட்சியம் செய்யாமல் சாவதானமாக நடுத்தெரு நமக்குச் சொந்தமென்ற கருத்தில் போய்க் கொண்டிருப்பார்கள். இதற்கு இடையில், சாலையோரமாகத் துண்டை

விரித்துப்போட்டுக்கொண்டு காய்கறி - துணிமணி- என்று பேரம் பேச உட்கார்ந்து விடுவான் வியாபாரி.

அவர்கள் சிவபுரியை நோக்கிப் போகும்போது இந்த நெருக்கடி குறைய ஆரம்பித்துவிட்டது. அந்த வட்டாரத்திற்குப் போன அளவில், விஸ்தாரமான அவ்வீதிகளில் அமைதியே தென்பட்டது. சாலைகளின் பொலிவு ஆதித்திய அதிகாரத்தின் செழிப்பை உணர்த்தியது. இருபுறமும் அழகான நாவல், வேம்பு, கொன்னை போன்ற மரங்கள் நிழல் அளித்தன. ஆங்காங்கே, வீதிகளை வகுக்கும் புல் தரைகளில் பல வர்ணப் பூக்கள் மெல்லிய அந்தி வெயிலில் இளம் நிறங்களுடன் பிரகாசித்தன. நீர்க்குமிழிகள் நீரை எங்கும் இறைத்தன. மந்திரிகளும் ராஜ தந்திரிகளும் வசிக்கும் இந்த இடத்தில் அதிகாரிகள் இயற்கை அழகை இன்னும் பன்மடங்கு ஒளியுறச் செய்திருந்தார்கள்.

“கொடுத்து வைத்தவர்கள்” என்றான் ராஜகோபாலன்.

“ஆமாம். உங்களைப் போலவா? அரசியல் பொறுப்பு ஏற்கும் இப்பிரமுகர்களுக்கு விசாலமான வாசஸ்தலமும், விச்ராந்தி கொடுக்கும் சூழ்நிலையும் வேண்டாமா?” என்று அவன் வயிற்றெரிச்சலை அதிகமாக்கும் வகையில் அவனுடைய மனைவி பதில் கொடுத்தாள்.

அப்போது சாலைப்பக்கமாக ஐந்தாறு பெண்கள் ஒருவருக்கொருவர் ஏதோ பேசிக்கொண்டும் நகைத்துக்கொண்டும் போனார்கள். ஒய்யாரமான நடை, சூரியனின் சாய்வான ரேகைகள் அவர்களுடைய களங்கமில்லாத மேனிகளில் லேசாக ஒளிவீசின. ஒரு கொத்துப் பெண்கள்; குந்த புஷ்பக் கொத்துகளைப் போல் வெண்மையான சோபை அவர்களிடையே கிளுகிளுத்தது. மழையில் குளித்துப் பரிசுத்தமடைந்த மலர்கள் என அந்தப் பெண்கள் தூய்மையுடன் தோற்றமளித்தார்கள். பருவம் கிட்டிவிட்டபோதிலும் இன்னும் பக்குவமடைந்து மலராத மலர்களைப்போல் அவர்கள் கவலை அற்று அமைதியோடு போய்க்கொண்டிருந்தார்கள். சரத்தில் கோத்த மாதிரி அவர்கள் அணியாகச் சேர்ந்து நடந்து கொண்டிருந்தார்கள். தூய சுகமானாலும் சரி, துன்பமானாலும் சரி, அந்த வயசில்தான் அதைப் பரிபூரணமாக அனுபவிக்க முடியும். அப்படி

நினைத்தாளோ இல்லையோ அலர் விரிந்து, மலரவிருக்கும் நங்கையர்பேரில் பூமாவிற்கு கோபம் வந்துவிட்டது.

"அப்பா... என்ன கூத்து, என்ன சிரிப்பு - என்ன ஆர்ப்பாட்டம் வேண்டியிருக்கிறது! இந்தக் காலத்துப் பெண்களுக்கு கூச்சம் - லஜ்ஜை என்பதே கிடையாது. ரோட்டோடு போகும்போது வெட்கமில்லாமல் இதென்ன களியாட்டம்! இந்தச் சிறுசுகளுக்குத் தலைக்கு மேலே இடம் கொடுத்திருப்பதாகத் தெரிகிறது. நன்றாகக் கண்டித்து வளர்க்க வேண்டும்" என்று இரைந்தாள்.

நவநாகரிகத்துடன், வசீகரிக்கும் தோற்றமுள்ள பெண்களைப் பார்த்தால் பூமா இப்படித்தான் எரிந்து விழுவாள். ஸ்ரீதேவியைப் பார்க்கும் போதெல்லாம் அவளுக்கு அதே எரிச்சல் உண்டாகும். இத்தனைக்கும் ஸ்ரீதேவி அழகுகூட இல்லை.

★★★

நிதித்ஸால சுகமா

அழகில்லாவிட்டாலும், ஸ்ரீதேவியிடம் எல்லோரையும் வற்புறுத்தி மோகிக்க வைக்கும் ஒரு மந்தஹாஸம் உண்டு. அந்தத் தோற்றத்துடன்தான் அவள் ஆபீஸிலிருந்து திரும்பிவந்த அசோகனை வரவேற்றாள். ராஜகோபாலன் வீடுவந்த அதே சமயத்தில் அசோகனும் தன் வீட்டின் அறைக்குள் புகுந்தான். அந்தத் தருணத்தில் ஸ்ரீதேவி அங்கிருக்க நேரிட்டது. அசோகன் மனம் எங்கேயோ இருந்தது; இருந்தாலும் அவளைப் பார்த்துவிட்டதால், இரண்டு வார்த்தைகளாவது பேசாமல் எப்படிப் போவது? இஷ்டமில்லாமலே சோபாவில் அமர்ந்தான். ஸ்ரீதேவியின் உற்சாகம் குலைந்தது. அவன் பேச மனமில்லாமல் இருப்பதால், அவனைச் சீக்கிரம் ஆபீஸ் அறைக்கு அனுப்பிவிட வேண்டுமென்று முனைந்தாள். இப்படியே இருவரும் ஒரு சின்ன நாடகத்தில் இறங்கினார்கள். சம்பாஷணை தட்டுத் தடுமாறிக்கொண்டு வெளிக் கிளம்பிற்று.

“காப்பி கொண்டுவரச் சொல்லட்டுமா?” என்றாள் ஸ்ரீதேவி. அசோகன் பெருமூச்சுடன் “ஊம்” என்றான்.

சிறிது நேரத்திற்கெல்லாம் சுத்தமான உடைகள் அணிந்த வேலையாள் ஒருவன் கையில் ஒரு ‘டிரே’ யுடன் உள்ளே வந்தான். அவன் முகம் களையுடன் சிரித்தவண்ணம் இருந்தது.

மரத்தால் செய்யப்பட்ட ஓர் அழகான சிறு மேஜையை எடுத்து அவன் அசோகன் அருகில் போட்டான். அதில் பலவித சிக்கலான பூ வேலைகள் நாசூக்காகச் செதுக்கி யிருந்தது. பிறகு மேஜைமேல் ஓர் எடுப்பான விரிப்பைப் போட்டு அதற்குமேல் கண்ணாடிக் கோப்பைகளையும், பளபளக்கும் கூஜா தட்டு முதலியவற்றையும் பரப்பிவிட்டுச் சென்றான். கோப்பைகள் மேல் கலிங்கத்து கரவேலராஜாவின் யானை முத்திரைகள் பதிந்திருந்தன. மேஜை விரிப்பில் ஆடும் சித்திரங்கள் துலங்கின. பூமா ஆசைப்பட்ட அதே விரிப்புதான் அது. வெள்ளிக் கூஜா, லட்சுமணபுரியின் நகாசு வேலைப்பாடு என்று தன்னைத்தானே விளம்பரப்படுத்திக்கொண்டது. அசோகன், எங்கோ நினைவுடன் கூஜாவிலுள்ள காப்பியைக் கோப்பையில் விடப்போனான். அப்போது அவன் கை தடுக்கி கொஞ்சம் காப்பி மேஜை விரிப்பில் சிந்திற்று. ஸ்ரீதேவி அதைக் கவனிக்கவில்லை. ராஜ்யவாதிக்கு இயல்பான அவனுடைய கவலை தோய்ந்த முகத்தை ஏமாற்றத்துடன் பார்த்துக் கொண்டிருந்தாள். அவனுடைய இந்தத் தோற்றம் அவளுடைய இயற்கையான குதூகலத்தை சிதைத்துவிடுவது வழக்கம். அவள் ஓர் இயற்கை கலைஞை. அவளுக்கு புதிய புதிய உணர்ச்சிகள் உண்டாகும். தினம் புதிய அனுபவம் அவளை மெய்சிலிர்க்க வைக்கும். ஆனால் அசோகனிடம் அதைச் சொல்ல சாவகாசம்...?

அசோகன் அவளுடைய மௌனத்தை வேறுவிதமாக அர்த்தம் செய்து கொண்டான். அவளுடைய நாசூக்கும் நாகரிகமும் அவனுக்குத் தெரியும். அந்தச் சூழ்நிலையில் அவன் ‘வெங்கலக்கடை யானை போல்’ பழகுவதை அவள் அடிக்கடி வேடிக்கையாகச் சுட்டிக்காட்டி இருக்கிறாள். அதனால்தான் காப்பியைச் சிந்திவிட்டதை அவள் மௌனமாக ஆட்சேபிக்கிறாள் என்று அவன் நினைத்துவிட்டான்.

“கோப்பையில் துள்ளும் யானை, விரிப்பில் திடுக்கிடும் சதிர்... கலையென்றால், அதற்கு ஒரு நிதானம் கிடையாதா?” என்று வெடுக்கென்று கேட்டான்.

இவ்வார்த்தைகள் ஸ்ரீதேவியின் உள்ளத்தில் சுருக்கென்று தைத்தன. அவள் முகம் மந்தஹாஸத்தை அறவே இழந்தது.

அதைக் கண்டதும் அசோகனுக்கு வெட்கமாய்ப் போய்விட்டது. அத்தனை தூரம் அவளை வருத்தப்படுத்த வேண்டிய அவசியம்...? அவன் சரசரவென்று காப்பியைக் குடித்துவிட்டு தன் அறைக்குள் சென்றுவிட்டான்.

ஆமாம், வேண்டுமென்றே, தன்னை வருத்தப்படுத்தவென்றுதானே அப்படிக் கேட்டான்? அசோகனா இப்படிப் பேசினான்? அவனுடைய கலை உணர்வு எங்கே போய்விட்டது? ஒரு லட்சியவாதி, ராஜ்யவாதியானால், அந்தப் பதவியின் சூழ்நிலையில் அவனுடைய பகுத்தறிவுகூட கெட்டுவிடுமா? அவன் தன் நுண்ணுணர்வையே இழந்து விடுவானா? அவளுடைய கலை ஞானத்தை எத்தனையோ பாராட்டின அசோகனா இப்போது இவ்வார்த்தைகளைச் சொன்னான்!

ஸ்ரீதேவி எழுந்து, ஜன்னலண்டை போட்டிருந்த மேஜை அருகில் போனாள். அவள் நடையே தனியழகு கொண்டது. மேஜை மேலிருந்த பூச்சட்டியின் பூக்களை அவள் ஒழுங்குபடுத்தினாள். அழகாக நெளிந்து கொடுத்த அவளுடைய விரல்களின் இயக்கமும், அபிந்நியாசமும் லட்சண பூர்த்தியுடன் இருந்தன. நடக்கும்போது அவளுடைய ஒவ்வொரு அங்கஹாரமும் ஒரு பயிற்சி பெற்ற கதியையோ சரியையையோ விளக்குவதுபோல் அமைந்திருக்கும். இதை அவள் அறிந்து செய்யவில்லை. அவளுக்கென்று உள்ள ஒரு தனி மெருகினால், அவள் தன் செய்கைகளை, கரணங்களைப்போல் தன்னறியாமல் செய்தாள். அவள் ஒரு கலைஞை. அது ஒரு காரணமாக இருக்கலாம். ஆனால் அவள் பயின்றது நாட்டியமல்ல... சிற்பம். அதனால் அவளுடைய அங்க விந்யாசங்களை ஒரு நடிகைக்குள்ள இயற்கைப் பிலுக்கென்று சொல்லமுடியாது.

முன்பெல்லாம் அசோகனுக்கு அவள் சிற்பங்கள் செய்வது பிடித்தமாகத்தானிருந்தது. பிறர் அவளுடைய கலையை மெச்சுவதைக் கேட்டு அவன் எவ்வளவு முறை பெருமைப்பட்டுக் கொண்டிருக்கிறான்! எத்தனையோ முறை அவனே அவளை உயர்த்தி வைத்துத் துதித்திருக்கிறான். இப்போது என்னவென்றால் வேறு யாராவது அவளைப் புகழ்ந்து விட்டால் கூட அவனுக்கு எரிச்சல் உண்டாகிவிடுகிறது. அவன், சில சமயங்களில்

நடந்து கொள்ளும் விதத்தைப் பார்த்தால், அவனைச் சிறிதும் கலை அறியாப் பாமரன் என்று கூட எண்ணத் தோன்றும். இவ்வித நடவடிக்கைகள் அவள் மனத்தை எத்தனை தூரம் புண்படுத்துகின்றனவென்று அவன் அறியவில்லை. இலக்கியத்தில் சம்பவிக்கும் சிக்கலான நுண்ணுணர்வுகளைச் சுவையுடன் ரசிக்கும் அசோகனுக்கு அவற்றை நேரில் காணும்போது ஏனோ கண்டுகொள்ளத் தெரியவில்லை. அவளைப்போல் கலையைப் பயின்றவர்களுக்கு சில நுட்பமான உணர்ச்சிகள் ஏற்படுமென்று அவனுக்குத் தோன்றவில்லை. அவளுடைய கற்பனைச் சிந்தையில் உருவாகியிருப்பது போன்ற அந்நியோன்னிய அன்பு, வாழ்க்கையில் கிட்டாது. அவ்விதக் கனவுகளை கதையில் வாசிப்பதுடன் சரி என்ற முடிவிற்கு வந்தாள் ஸ்ரீதேவி.

செல்வத்திற்கு எதனால் நாம் முக்கியத்துவம் கொடுக்கிறோம்? அதைக் கொண்டு நாம் நமக்கு பலவித வசதிகள் செய்து கொள்ள முடியும் என்பதால்தான். செல்வத்தின் வசதியினால்தான், ஸ்ரீதேவியின் குழந்தை வாழ்வு சுமாராக இருந்தது. இல்லாவிட்டால், பெற்றோர்களின் அன்பில்லாமல், அவள் வாழ்ந்திருக்க முடியாது. அந்தக் குறையை, நல்ல தேர்ந்த தாதிகளாலும், விளையாட்டுக் கருவிகளாலும், உயர்தரப் பள்ளிப்படிப்பினாலும் தீர்க்க முயன்றார்கள், அவள் தாயும் தந்தையும், பணத்தினால் எதை விலைக்கு வாங்க முடியும், எதை வாங்க முடியாது என்பதை ரொம்ப சிறுவயதிலேயே ஸ்ரீதேவி கற்றுவிட்டாள். செல்வத்தைக்கொண்டு ஒன்று கிடைக்காது. அதுதான் விலையில்லாத, எல்லாவற்றையும் விட உயர்ந்த பொருள் - பக்தர்கள் பரமனிடம் தேடும் சிவமென்னும் அந்த அன்பு. திவ்வியமான தெய்வீக ஒளி சுடரும் அன்பு.

ஸ்ரீதேவியின் தாயார் வாணி, ராணியைப் போலிருப்பாள். அவளுடைய தோற்றமும் அப்படி, குணமும் மனப்பான்மையும் அப்படியே! அவளுக்கு நன்றாக நினைவிருக்கிறது. பகட்டான நவநாகரிக வாழ்வு தன்னைப் போலுள்ளவர்களுக்கே உரிமை என்று அவள் சொல்லுவது வழக்கம். சிறுமியாக இருக்கும்போது தன் தாயார் கண்ணாடி எதிரில் மணிக்கணக்காக நின்று சிங்காரித்துக் கொள்ளுவதை அவள் கவனித்திருக்கிறாள். வாணி சங்கங்களுக்கும், கிளப்புகளுக்கும் விஜயம் செய்வாள். திறப்பு

விழாக்களை நடத்திவைப்பாள். கலையை ஆதரிப்பது நவநாகரிக வாழ்க்கையின் அம்சமாதலால், அவள் கலைஞர்களுக்கு உதவி புரிவாள். கச்சேரிகள் நடைபெற உபகாரம் செய்வாள். சுருங்கச் சொன்னால் தன் சொந்தக் குடும்பத்தின் பராமரிப்பைத் தவிர மற்றதை யாவும் அவள் செவ்வனே நடத்தி வந்தாள் என்றுதான் ஸ்ரீதேவிக்கு நினைவு.

தமையனிடமிருந்து தன்னுடைய சொல்ப பாகத்தை வாங்கிக் கொண்டு கிராமத்திலிருந்து பட்டணம் வந்தார் அவள் தந்தை. வியாபாரத்தில் இறங்கினார்; அது கொழுக்க ஆரம்பித்தது, அவர் கை வைத்த இடத்திலெல்லாம் பொன் விளைந்தது. அவர் எப்படியெல்லாம் முண்டியடித்துக்கொண்டு, போட்டி போட்டு முன்னுக்கு வந்தார் என்பதையும் ஆதி நாட்களில் தரித்திரத்தினால் எப்படி கஷ்டப்பட்டார் என்பதையும், அவரே கதைகதையாகச் சொல்ல ஸ்ரீதேவி கேட்டிருக்கிறாள். அவ்விதமாக தன் அனுபவங்களை எடுத்து உரைக்கும்போது அவர் குரலில் பெருமையும், சாகசமும் ஒலிக்கும். அவர் ஒரு பெரிய தனவந்தர் ஆனார்.

அப்புறம்...? பொருள் தேட அவர் உபயோகித்து வந்த ஊக்கத்தை எதில் பாய்ச்ச...? இப்பேர்ப்பட்ட மனிதனுக்கு வேட்டையாடும் போது உண்டாகும் கிளர்ச்சிகள் அவசியமாய் விடுகிறது. அவன் பணத்தின் மேல் தேட்டம் கொண்டால், அதை நாடுவான்; அல்லது சூது, பந்தயம் போன்ற வெறிகளுக்கு இடம் கொடுத்தால், அவற்றைத் தேடுவான்.

ஸ்ரீதேவியின் தகப்பனாருக்கு திரவியம் தேடுவதில் அலுப்புண்டாய்விட்டது. எத்தனை என்றுதான் பணம் சேர்க்க முடியும்? ஒரு வரம்புக்கு மீறிவிட்டால் அதைக் கொண்டுதான் என்ன பிரயோசனம்... அதனால் பணம் சம்பாதிக்கும் போது தனக்குண்டாகும் ரத்தக் கொதிப்பையும் வெறியையும், அவர் வேறு இடத்தில் தேடினார். பந்தயம், சூதாட்டம், அல்லது உற்சாகம் ஊட்டும் பானங்கள், இவற்றைத் தேடி அவர் வாழ ஆரம்பித்தார். அதற்குப்பிறகு அவரைக் கிளப்புகளிலோ, ரேஸ்களிலோதான் பார்க்க இயலும்.

இந்த மாதிரியான குடும்பத்தில் வளர்ந்த ஸ்ரீதேவிக்கு அன்பேது

ஆதரவு ஏது? அவள் தாதிகளாலும், உபாத்தியாயினிகளாலும் வளர்க்கப்பட்டாள். இவளைத்தான் கவனிக்கவில்லையென்றால் அவர்களாவது ஒத்து வாழக்கூடாதா? அதுவுமில்லை. அகம்பாவமென்பது தாய்க்கும் உண்டு, தகப்பனுக்கும் உண்டு. தழைந்து போகும் குணம் இருவரிடமும் கிடையாது. அதனால் அவள் வீட்டில் வாக்குவாதங்கள் இடைவிடாமல் நடைபெறும். எப்போதும் அவள் பெற்றோர்கள், சண்டை போட்டபடியே இருப்பார்கள். குழந்தையான ஸ்ரீதேவி நிம்மதியை விரும்பி தனியாக ஓடிப்போய் ஒளிந்து கொள்ளுவாள். இவ்விதமாக அவளுக்குத் தன்னந்தானாகவே மனத்தை உறுதிப்படுத்திக் கொள்ளும் வழக்கம் ஏற்பட்டுவிட்டது. இயற்கையாகவே, அவள் ஆழ்ந்த சிந்தனையும், கற்பனை நோக்கமும் கொண்டவள். அதுவும், மேலே சொன்ன சந்தர்ப்பத்தினால், அவள் வெகுவாக தனிமையில் வேறு வாழவேண்டிய நிலை ஆயிற்று. அவளுடைய இயல்புகள் சீக்கிரமாகவே வெளிவர ஆரம்பித்தன. ஸ்ரீதேவி விவரம் தெரிந்த நாள்முதல் சித்திரம் வரைவதில் ஆசை கொண்டாள். பிறகு தக்க வயது வந்தவுடன் தானாகவே ஒரு முடிவு கட்டிக்கொண்டு சிற்ப வேலையைக் கருத்துடன் கற்க ஆரம்பித்தாள். பணத்திற்குக் குறைவில்லை அல்லவா... அதனால் அவள் கேட்டது கிடைத்தது. இருந்தாலும் அன்பிற்காக அவள் உள்ளம் எப்போதும் ஏங்கிக் கொண்டே இருந்தது.

மணமான பின்பு, அவள், கணவனிடமிருந்து அன்பையும் ஆதரவையும் ஆவலுடன் எதிர்பார்த்தாள். ஆனால் ஸ்ரீதேவியைவிட அனேக ஆண்டுகள் முதிர்ந்தவனான அசோகனுடைய மனம், அப்போதே அரசியல் விவகாரத்தில் லயித்துவிட்டது. உண்மையில், அவன் அவ்வுலகில் கொஞ்சம் பக்குவப்பட்ட பிறகுதான், ஸ்ரீதேவியைப் போன்ற ஒரு பெண்ணை மனைவியாகத் தேர்ந்தெடுப்பதில் உற்சாகம் காட்டினான். ஸ்ரீதேவியோ - தேர்தல், ஜனசபை, மந்திரிசபை, என்று அவன் செல்லும் பாதையை பீதியுடன் நோக்க ஆரம்பித்தாள். சிறுவயதில், தன் பெற்றோர்கள் ஆசையின் கொதிப்பில் வெந்ததை அவள் பார்த்திருக்கிறாள் அல்லவா? ராஜ்ய பதவி, அதனால் உண்டாகும் பெருமைகள், அதில் மேலும் மேலும் உயரவேண்டுமென்ற அவா. இவை எத்தனை

தூரம் போகுமென்று அவள் உணருவாள். சொல்லி என்ன பிரயோசனம்? அவள் ஒரு பெருமூச்சுவிட்டாள். பதவியின் மோகமும், அதிகாரத்தின் வேட்கையும், அவனை லாகிரிப்பொருள்கள் போல இழுக்கின்றன என்றால் அவள் சொல்லை அவன் ஏற்பானா? கேட்பானா? லட்சியம் செய்வானா? சும்மா இருப்பதே உசிதம். அவள் பெற்றோர்கள் போட்ட கூச்சலை எத்தனையோ முறைகள் அருவருப்புடன் பார்த்திருந்த ஸ்ரீதேவி, இப்போது அசோகனுடன் சண்டை போடாமல் நாசூக்காகப் பழகுவது என்று நிச்சயித்தாள். பேசி லாபமில்லை என்று தெரிந்த பிறகு மௌனமாய் இருப்பதே மேன்மையானது என்று எண்ணினாள்.

அப்போது அசோகனின் குரல் மறுபடியும் கேட்கவே, அவள் திடுக்கிட்டு ஜன்னல் பக்கத்திலிருந்து உள்ளே திரும்பினாள். அசோகன் “எங்கே பிரயாணம்? எந்தக் கோட்டையைப் பிடிக்க இவ்வளவு தூரம் யோசனை?” என்று வேடிக்கையுடன் கேட்டபடி அங்கே நின்றான். அவன் சிறிது லஜ்ஜையுடன் அவளைப் பார்த்தான். ஆபீஸ் அறைக்குப் போனவனுக்கு. அங்கே வேலை ஓடவில்லை. ஸ்ரீதேவியிடம் அனாவசியமாகக் கொட்டின வார்த்தைகள் அவன் மனத்தை உறுத்தின. ஏதோ நினைத்துக் கொண்டவனைப்போல் சட்டென்று எழுந்து அவளைத் தேடிக்கொண்டு மறுபடியும் உள்ளே வந்தான். அவனுடைய பரிகாசத்தை அவள் ஒரு லேசான புன்னகையுடன் ஏற்றுக்கொண்டாள். பிறகு, “ஒரு பிரயாணமுமில்லை” என்று நிதானமாகப் பதில் சொன்னாள்.

‘இத்தனை நிதானம் இவளுக்கு எங்கிருந்து வந்தது? அவள் தந்தை முன் கோபத்துடன் கூச்சலிடுவார்; தாய் படபடப்புடன் வார்த்தைகளைப் பொரிந்து கொட்டுவாள். இவளுக்கு மாத்திரம் இத்தனை அமைதி எப்படி வந்தது?’ என்று அசோகன் வியந்தான்.

“ஸ்ரீதேவி!”

அவனுடைய குரலில் தொனித்த கனிவைக் கேட்டு அவள் ஆச்சரியத்துடன் அவனைப் பார்த்தாள். என்ன! மன்னிப்பு கேட்கப் போகிறானா? இல்லை. அதெப்படி முடியும்?

அவனுடைய கர்வம் அதற்கு இடம் கொடுக்ுமா? அவனைப் போலுள்ளவர்கள் பிசகு செய்யமுடியுமா?

அவள் இப்படி கசப்புடன் நினைத்துக்கொள்ளும் போது, அவன் கனைத்துவிட்டுக்கொண்டு, மேலே கேட்டான்.

“ஸ்ரீதேவி, இன்று ஆதித்திய கலை சங்கத்தில் சந்த்ராவினுடைய சிற்பக் காட்சியாம். போய் பார்த்துவிட்டு வரலாமா... வருகிறாயா?”

இதைக்கேட்டதும் அவள் புன்னகை பூத்தாள். இது அசோகனுடைய பாணி. அவன் தன்னுடைய கூரிய வார்த்தைகளுக்கு மன்னிப்பு கேட்கிறான் என்று இந்த அழைப்பு சொல்லிற்று.

“அவன் கலையைப் பிறருக்காகப் பயில்கிறான். அதில் பார்க்க என்ன இருக்கிறது” என்று தயங்கியபடி ஸ்ரீதேவி பதில் சொன்னாள்.

அவன் சிரித்தான். “வாஸ்தவம். உன்னுடைய உயர்தரப் பிரமாணங்கள் எங்கே? சந்த்ராவினுடையவை எங்கே?”

இதைக் கேட்டு அவளும் உரக்கச் சிரித்தாள். இருவருக்கும் இடையே ரம்மியமான ஒரு மௌனத் தொடர்பு; அதைக் கலைத்துக்கொண்டு, இப்படியே நாம் எப்போதும் இருக்கக்கூடாதா? என்று கேட்டுவிட வேண்டும் போலிருந்தது அவளுக்கு. ஆனால் அந்த ஆவலை சிரமப்பட்டு அடக்கிக்கொண்டாள். அப்படி ஒவ்வொரு தடவை அவள் கேட்கும் போதும் அவன் எரிச்சலுடன் முகத்தைச் சுளுக்கிக்கொள்வான். அதை இப்போதும் காண அவள் விரும்பவில்லை. அவன் லேசாக அவளுடைய கலைரசனையைப் புகழ்ந்தது அவளுக்கு அளவில்லாத மகிழ்ச்சியைத் தந்துவிட்டது. அந்த மனோகரமான சந்தர்ப்பத்தை பாழ்பண்ண அவள் இஷ்டப்படவில்லை. அதற்குப் பதிலாக அவன் மேலே என்ன புகழுரை கூறப் போகிறான் என்று ஆவலுடன் காத்திருந்தாள்.

அவனும் அவளை மேலும் உற்சாகப்படுத்தும் முறையில் பேசினான். “நீ சொல்லுவது மிகவும் சரி. உன் கலையைச் சத்தியோத்தியா போற்றாவிட்டாலும், அது உயர்தர ரகத்தைச்

சேர்ந்தது என்பதில் ஐயமில்லை. சத்தியோத்தியாவில் கலை என்ற பெயருடன் துலங்கும் விசாந்த பாணியில் உயிரோ உணர்ச்சியோ இல்லை. அதில் புதிதாக ஓர் அம்சத்தையோ விளக்கத்தையோ நாம் பார்க்க முடியாது. அதனுடைய ஒரே குணம் இதுவே... அதாவது பொதுஜனத்திற்கு ரசிக உணர்ச்சி ஊட்டுபவர்கள் அபிப்பிராயப்படி அமைந்திருக்கிறது; அதனால் அந்தக் கலை ஊருக்கு பிடித்தமானதாகவும் ஆகிறது. இதை விட்டால் விசாந்த பாணியில் கலையென்று சொல்வதற்கு ஒன்றுமே கிடையாது. உயிருடன் துடிக்கும் உன்னுடைய பிம்பவடிவங்கள் தனிச் சிருஷ்டிகள். நீ அற்புதமான ஒரு நூதன வழியைக் கண்டுபிடித்திருக்கிறாய். இருந்தும் இந்த நவீன முறையில் கூட நம் நாட்டின் புராதன தத்துவங்களை நீ மறக்கவில்லை என்று எத்தனை தெளிவாகத் தெரிகிறது! உருவங்களின் பாவங்களிலும், முத்திரைகளிலும், நம் தேசத்தின் ஆத்ம தீபம் எத்தனை ஒளியுடன் பிரகாசிக்கிறது!"

ஸ்ரீதேவிக்கு தலை கால் புரியவில்லை. அசோகனா தன்னை இப்படி துதிக்கிறான்? அதற்குமேல் அவள் இந்த உலகத்தில் வேண்டுவது ஒன்றுமே இல்லையே!

சின்னப் பெண்ணாக இருக்கும்போதே ஸ்ரீதேவி சீமை மண்ணினால் உருவங்கள் உண்டாக்குவாள். அவளுக்கு வயது வரவர, இந்தக் கலைமேல் அவள் கொண்டுள்ள ஆர்வமும் வளர்ந்து வந்தது. முதலில் அவள் மனம் புராதன சிற்பங்களைத் தொடர்ந்தது; அந்த பாணியைப் பின்பற்றி அவள் மண்ணில் உருவங்கள் சமைத்தாள். பிறகு கொஞ்சம் கொஞ்சமாக அவளுக்கென்று ஒரு தனி வழியை அமைத்துக்கொண்டு விட்டாள். கலையைப் பழகப் பழக, இயற்கையாக அவளுக்குள்ள உயிர்த் துடிப்பும், உணர்ச்சியும், அவள் உருவங்கள் மூலமாக பிரதிபலிக்க ஆரம்பித்தன. இன்பம் பொங்கும் அவளுடைய அபாசாங்க சிற்பங்கள் அமராவதியின் சித்தார்த்தனுடைய அரண்மனைக் களியாட்டங்களைவிட தீவிரமாக போக அனுபவங்களைச் சித்தரித்து விளக்கின. நிர்வாணமான இச்சிற்பங்கள், ஒன்றை ஒன்று தழுவியபடி இன்பத்தில் மதிமயங்கி இருக்கும் காட்சிகள், சத்தியோத்தியா ரசிகர்களுக்கு அச்சத்தை ஊட்டின. சத்தியத்தை இப்படி நேரே காண யார்தான்

கூசமாட்டார்கள்! அதுவும் அவ்வடிவங்களின் அமைப்பும் காமவிகார பாவங்களும் பார்க்க.... சீ... சீ. ஆதித்தியனுக்கு இது பிடிக்காது என்று ரசிகர்கள் நிச்சயித்தார்கள்.

பொது ஜனங்களை இவ்விதமான சிற்பங்களை ரசிக்கப் பழக்குவது சரியல்ல என்ற முடிவுக்கு அவர்கள் வந்தார்கள். அதனால் ஸ்ரீதேவியின் கலை, கவனிப்பாரற்று, மடிந்து போகும் தறுவாயில் இருந்தது. இருந்தும் அவளுக்கும் பிடிவாதம் அதிகம். அழுத்தமும், உறுதியும் கொண்ட தன் விசித்திர பாணியைத் துறந்து, சத்தியோத்தியா போற்றும் விசாந்த வழியைப் பின்பற்ற அவள் மறுத்தாள்.

அசோகன் பேசிக்கொண்டே போனான். ஸ்ரீதேவி அவன் புகழுரைகளை இன்பமுடன் ரசித்துக்கொண்டிருந்தாள். அந்தச் சமயத்தில் ஆபீஸ் அறையில் ஒலித்த டெலிபோன் மணி அவர்களுடைய இந்த ரம்மியமான நிலைமையைக் கலைத்துவிட்டது. ஆகாயத்தில் மிதந்து கொண்டிருந்த ஸ்ரீதேவி தடாரென்று பூமியில் விழுந்தாள்; அசோகனின் முகம் மாறிற்று. அரசியல் விவகாரங்களில் தனக்குண்டாகும் சிக்கல்கள் அவன் கண்முன் தோன்றின.

ஸ்ரீதேவியின் முகம் பரிவுடன் காண்கிறது. இந்தச் சமயத்தில் அவளிடம் தன் கவலைகளைச் சொன்னால், அவள் கருத்துடன் கேட்கலாமென்று நினைத்து, “வதந்திகள் பலத்துக்கொண்டு வருகின்றன” என்று உரக்கச் சொன்னான்.

“எந்த மாதிரி, இந்த ஊரில் பலவிதங்கள் உண்டே?” என்று அவள் சிரித்துக்கொண்டே கேட்டாள்.

அவன் நினைத்தது சரி; அவள் பேசும் பாங்கில் இருக்கிறாள் என்று எண்ணி, அசோகன் தன் மனத்தை விட்டுக் கல்லை இறக்குவதுபோல் சங்கதிகளைச் சொன்னான். “என்னைத் தொலைக்க வேண்டுமென்று மற்ற பேர்கள் செய்யும் சூழ்ச்சிகளைத்தான் குறிப்பிட்டேன்.”

“அதுவா? அது புதிதல்லவே! புதிதாக ஏதாவது நடந்ததா?”

“சனத்குமார் என்னை ஆபீஸில் பார்க்க வந்தான்... ஸரஸ்வதி விமானக் கம்பெனியிலுள்ள சங்கதிகளை அவன் வேவு

பார்க்கிறான் என்று தெரிகிறது. இல்லாவிட்டால் விஷயம் எனக்குத் தெரியுமுன் அவன் காதிற்கு எப்படி எட்ட முடியும்?"

"அப்படி என்ன சங்கதி அது?"

"மாதிரிக்காக சேர்த்துவிட்ட சில விமானங்களை பரீட்சை செய்தார்களாம். ரொம்ப அழகாகப் பறக்கிறதாம். என்னுடைய திட்டங்கள் சௌகரியமாய் நிறைவேறுமென்று எண்ணினேன். ஆனால் இவை நான்கு பேர்கள் போகும் பெரிய விமானங்கள், அல்லவா? அதனால் அவை சொல்ப இடத்தில், செங்குத்தாக இறங்காமல், கொஞ்சம் சரிவாகப் போய்தான் பூமியைத் தொடுகின்றனவாம்."

"நீங்கள் அவை நேராக இறங்க வேண்டுமென்று விதித்திருந்தீர்களா?"

"ஆமாம்..." அசோகன் மனத்தில் ஏதோ சமுசயம் தோன்றிவிட்டதுபோல் அவனுடைய பதில் தயக்கத்துடன் வெளிவந்தது.

இதைக் கவனித்த ஸ்ரீதேவியின் முகத்தில் சிரிப்பு மாறி, கவலைக் குறிகள் தோன்றின. "ஸரஸ்வதியில் எல்லாம் சரியாகத்தானே நடைபெறுகிறது?" என்று கேட்டாள்.

"பிரபஞ்சத்தில் வெளிச்சம் பரவுவது போல் முன்னேற்றத்தில் வேகமாக ஓடிக்கொண்டிருக்கும் நம்முடைய எந்த முயற்சியிலும் குற்றமில்லாமல் இருக்காது."

ஸ்ரீதேவி அவனைக் கூர்மையாகக் கவனித்தாள். ஒரு புது மனிதனை கணிப்பது போல் அவனை மனத்திற்குள் எடைபோட்டுப் பார்த்தாள். ஏன் தயங்குகிறான்? பிசகிருந்தால் பிசகு செய்தவர்களைத் தண்டிக்க மந்திரிக்கு அதிகாரமுண்டே! அதிகாரப் பேய் என்னும் பிசாசு அவனை வசப்படுத்திவிட்டதா? ஏதாவது நடவடிக்கை எடுத்துக்கொண்டால் தன் பதவிக்குக் கெடுதி உண்டாகுமோ என்ற பயமா?

பிறகு வெளிப்படையாகச் சொன்னாள். "இவ்விதப் பிழைகள் உண்டாகலாமென்று உங்கள் உத்தியோகஸ்தர்கள் முன்னதாகவே உணர்ந்து, அதற்குத் தக்கபடி உபாயங்கள்

செய்திருக்க வேண்டாமா? ஆபீஸர்களாக மிக்க அனுபவப்பட்ட அவர்கள், இந்த சாதாரண முன்யோசனைகள் கூட இல்லாமல் இருந்தால் பிறகு அவர்கள் உபயோகமற்றவர்கள் என்று தள்ளப்படவேண்டும்."

"ராஜ்யபார விஷயங்களை ரகசியமாய் வைத்துக் கொள்ள வேண்டும். ஜனசபையோர்களுக்காகப் பயந்து அனாவசியமாய் உலகமறிய சில சிப்பந்திகளை அவமானப்படுத்த எனக்கு இஷ்டமில்லை. தீர விசாரிக்காமல் எதுவும் செய்யக்கூடாது."

இதுதானா காரணம்? அல்லது தன் பதவி மீது அவன் காட்டும் பற்றின்மை பலஹீனமானதா என்று ஸ்ரீதேவி, உள்ளத்தில் ஆராய்ந்தாள். பிறகு, "அப்படியானால் மதர்லாந்து கம்பெனிக்காரர்களைத் தருவித்துத் தீர விசாரியுங்கள்" என்று உரக்கச் சொன்னாள்.

"அதுதான் செய்யப்போகிறேன்."

"இதைக் கேட்டால் சுமந்திரன் என்ன சொல்வானோ?"

"சந்தோஷப்படுவான். எனக்கு இடைஞ்சல் என்றால் அவனுடைய கோட்டை பலக்கும். மதில் சுவரில் உறுதியான கற்கள் பதியும். அவனுக்கு என்றைக்குமே என்னைக் கண்டால் ஆகாது. தீராதென்று பொறுக்கிறான். என்னுடைய போக்குக்கும் அவனுடைய அபிப்பிராயங்களுக்கும் முரண்பாடு அதிகமாயிற்றே. ஆனால் அவனால் வாயைத் திறக்க முடியவில்லை. பொது ஜனம் என்னுடைய முன்னேற்ற முறைகளை வரவேற்கிறதே! அம்முறைகளால் நம் தேசத்திற்கு உண்டாகும் நன்மைகள் கணக்கிட முடியாமல் இருக்கின்றனவே! அவன் என்ன செய்வான்? திக்கற்ற தன்மையுடன் உட்கார்ந்திருக்கிறான். இல்லாவிட்டால் சனத்குமார் போன்றவர்களைத் தன் சார்பாக வரவேற்க மாட்டானா?"

"ஓகோ! சனத்குமாரின் எண்ணமும் அப்படியா?"

"இல்லாமல்...? ஆனால் அவனுக்கும் ஒரே பயம். என்மேல் குற்றம் சாட்டி என்னை விரட்டினால் கூட அவன் பதவிக்கு

வருவது நிச்சயமில்லை... நீ, நான் என்று மொய்த்துக் கொள்ளும் இந்த இடத்தில்...."

"குற்றம் சாட்டப்போவதாக அவன் சொன்னானா?"

"ஏதோ ஜனசபையில் பிரமாதமாக கேள்விகள் விழப்போவதாகச் சொல்லிவிட்டு, மற்றவற்றைச் சொல்லாமலே, என்னமோ இடிகள் விழப்போவது போல் மறைவாக எச்சரித்துவிட்டுப் போனான். அப்படிச் சொல்லும்போது அவன் குரல் கம்மிற்று; அவன் முகத்தில் ஈயாடவில்லை... வேண்டுமென்றே அதைத் தொங்கப்போட்டுக்கொண்டான்."

இதைக்கேட்டவுடன் ஸ்ரீதேவியின் கவலை அதிகரித்தது. 'இவருக்கு யார் உதவி புரியப் போகிறார்கள்? கு.கு.கு. படாடோபத்துடன் மேலெழுந்த வாரியாக மந்திரியின் மனம் போல் பேசப் பார்ப்பான். பொறுப்பை உதறப் பிரயத்தனப்படுவான். சர்மாவோ தந்திரசாலி. மந்திரி ஆலய சம்பிரதாயங்களை நன்றாகக் கற்ற வித்துவான். மிக்க சாமர்த்தியமாய் தன்மேல் பழி விழாமல் நழுவிக் கொள்ளுவான்' என்று ஸ்ரீதேவி மனத்திற்குள் நினைத்தாள்.

பிறகு பகிரங்கமாய், "உங்கள் உத்யோகஸ்தர்களை யோசனை கேளுங்களேன்" என்றாள்.

"கு.கு.கு. ரொம்ப சரியாகத்தான் யோசனை சொன்னான். ஏதோ முடிந்தால் இந்தப் பெரிய அன்ன விமானத்தையும் குறுகிய இடத்தில் இறக்கப் பாருங்கள் என்று நாங்கள் சொன்னோம். அவர்களும் சிரமப்பட்டுப் பார்த்தார்கள். விமானத்தின் அளவும், உயரமும், கனமும் அதிகமாய் விட்டதால், அது விஷயத்தில், அவர்களுக்கு லாகவமாக சின்ன விமானத்தில் செய்ததுபோல் தம் கைத்திறனைக் காட்ட முடியவில்லை" என்று சமாதானமாய் பேசி விட்டால் போகிறது என்றான்.

"யாரிடம்...? ஜனசபையோரிடமா?"

"அவனுக்கு சனத்குமார் வந்து வெருட்டிவிட்டுப் போனது ஒன்றும் தெரியாது. யாராவது கேள்வி கேட்டால் இப்படிச் சொல்லுங்கள் என்று பொதுவாகச் சொன்னான்."

அசோகன் பேசிக்கொண்டிருக்கும்போது ராஜகோபாலனும் பூமாவும் உள்ளே வந்தார்கள்.

★★★

சகோதரிகள் இருவர் மனத்திலும் மின்னலைப்போல் எண்ணங்கள் குறுக்கிட்டுப் பாய்ந்தன. அமிழ்ந்த அன்புடன் இணைபிரியா ஜோடியாகத் தென்பட்ட ராஜகோபாலன் தம்பதிகளைக் கண்டு ஸ்ரீதேவி மனம் துணுக்குற்றது.

'இவர்களைப் பார், என்ன ஒழுங்குடனும் அன்புடனும் காண்கிறார்கள்? சம்பத்து விஷயத்தில் அவர்கள் நம்மைவிடக் குறைவாக இருக்கலாம்... ஆனால் மன நிறைவில்...?' என்று நினைத்துக்கொண்டாள். ஸ்ரீதேவியின் இடையில் அயல் நாட்டுப் புடவை; அவளுடைய பட்டுச் சோளி மினுமினுத்தது. அவள் அழகாக நடந்து வந்து அவர்களைக் களிப்புடன் வரவேற்றாள். இதைக் கண்டு பூமா நினைத்தாள். 'இருந்தாலும் எல்லாவற்றையும் ஒருத்திக்கே வழங்கும் இந்தக் கடவுளுக்கு நியாய உணர்ச்சியே கிடையாது' என்று.

பூமா அழகில்லாவிட்டாலும், பார்க்க சொத்தை என்று சொல்லமுடியாது. நிதான உயரம் - ஐந்தடி; மோசமில்லை என்று சொல்லக்கூடிய களை பொருந்திய முகம். ஸ்ரீதேவியும் அவளும் பார்க்க கிட்டத்தட்ட ஒன்றுபோல் இருப்பார்கள். அவர்களிடையே வயது வித்தியாசம் இல்லை. இரட்டையர்களோ என்று சந்தேகிக்கும்படி இருப்பார்கள். அதனால்தான் அவர்களுக்கு பூமாதேவி, ஸ்ரீதேவி என்று பெயரிட்டிருந்தார்கள். ஆனால் ஒரே ஒரு வேற்றுமை. ஸ்ரீதேவியிடம் விவரிக்க முடியாத ஒரு கிளர்ச்சி, ஒரு இனிமை. பொங்கும் உற்சாகம். பூமாவிடம் அவை இல்லாததினால் அவள் ஆபரணம் இழந்த மடந்தையைப்போல் காணப்பட்டாள்.

பேசவேண்டுமென்றால், பிடித்து வைத்து இரவெல்லாம் பேசுவான் அசோகன். இஷ்டமில்லாவிட்டால், பிடிவாத மௌனம் காண்பிப்பான். ராஜகோபாலனைக் கண்டவுடன் அவன் ஓரமாகப் போய் உட்கார்ந்துகொண்டு கையிலுள்ள தினசரியால் தன் முகத்தை மறைத்துக்கொண்டான். இதை ராஜகோபாலன் விபரீதமாக அர்த்தம் செய்து கொள்ளவில்லை.

மந்திரி அல்லவா? மேலும் சத்தியோத்தியாவில் இது ஒரு முறைகூட என்று சொல்லலாம். பதவியில் இருப்பவர்கள் தம்மைப் பார்க்க வரும் எல்லோரிடமும் பேச்சு கொடுக்க வேண்டுமென்பதில்லை. அவர்கள் வருவார்கள். ஏதோ ஒன்றிரண்டு உபசார வார்த்தைகள் சொல்ல வேண்டும். பிறகு சிறிது நேரம் சும்மா வீற்றிருந்து விட்டு விடைபெற்றுச் சென்று விடுவார்கள். அசோகன் வீட்டில் அந்தச் சூன்யத்தை ஸ்ரீதேவி கலகலப்பாக்குவது வழக்கம். இப்போதும் அது போலவே அவள் வந்தவர்களை உபசரித்து பேச்சுக் கொடுத்தாள்.

“ஏது, உன் முகம் வாடியிருக்கிறது?” என்று பூமா கேட்டாள்.

“இல்லையே!” ஸ்ரீதேவி அவளை ஆச்சரியத்துடன் பார்த்தாள். முகத்திலிருந்து அகத்தை அளக்க பூமா கற்றுவிட்டாளா?

“அவர்கூட களைத்த மாதிரி இருக்கிறாரே” என்று மேலும் கருத்துடன் விசாரித்தாள்.

ஒகோ... அவ்வளவுதானே...? எங்கே தன் மனத்தை அறிந்து விட்டாளோ என்றல்லவா ஸ்ரீதேவி எண்ணி விட்டாள்.

ராஜகோபாலன், “ஆமாம். களைப்பாகத்தானிருக்கும். உனக்கென்ன தெரியும்? மந்திரி என்றால் லேசா? சிரமம், கவலை, எல்லாவற்றையும் விட பொறுப்பு, அந்தப் பொறுப்பின் பாரம்...”

அசோகன் முகத்தைக் காட்டவில்லை. ஆனால் அவ்வார்த்தைகள் அவனைப் பாதித்துவிட்டன என்று காட்ட தினசரி சலசலவென்று ஓசை செய்தது.

ஸ்ரீதேவி, “ரொம்ப சரி. பொறுப்பில்லாமல் பதவி வகிக்க முடியுமா?”

ராஜகோபாலன், “எத்தனையோ பேர்கள் அப்படித்தான் இருக்கிறார்கள்” என்றான்.

வரும் வழியில் ராஜகோபாலன் தன் மனைவியை எச்சரித்திருந்தான். “கவனமாகப் பேசு. பெரிய இடம், ஏதாவது உளறிவிடாதே” என்று. ஆனால் பூமாவிற்குப் பொறுக்கவில்லை. தங்கைதானே! “ஏண்டி ஒரு மாதிரியாக இருக்கிறாய்?” என்று

மறுபடியும் கேட்டுவிட்டாள். ராஜகோபாலன் அவளை அடக்கும் ரீதியில் பார்த்தான்.

இவர்கள் அனுதாபம் காட்ட வந்திருக்கிறார்கள் என்று ஸ்ரீதேவிக்கு விளங்கிவிட்டது.

"இருந்தாலும் எல்லோரும் இப்படி மனச்சாட்சிக்கு விரோதம் செய்யாமல் உழைக்கிறார்களா? அப்படி இருந்தும் இந்த நன்றிகெட்ட உலகம், மேன்மையாக உழைப்பவர்களைத்தான் தூற்றும்" என்றான் ராஜகோபாலன்.

இப்போது ஸ்ரீதேவிக்கு சங்கதிகள் யாவும் புரிந்து விட்டன. இவர்கள் ஏதோ கேள்விப்பட்டிருக்கிறார்கள். தூண்டித் துருவி பேச வந்திருக்கிறார்கள். 'அடி பூமா.... இப்படி ஆயிடுத்தேடி' என்று சொல்லி அவள் பிரலாபிப்பாள் என்று நினைத்தார்களா? இந்தப் பேதமை அவளுக்கு வியப்பாக இருந்தது.

"மடியில் கனமில்லாதவர்களுக்கு வழியில் என்ன பயம்? நம் அசோகனைப் போன்றவர்களை யார் என்ன சொல்லமுடியும்?" பூமா விஸ்தரித்துப் பேசினாள். மறுபடியும் ராஜகோபாலன் அவளை எச்சரிக்கும் விதத்தில் பார்த்தான்.

"நீ சொல்லுவது சரி பூமா. இந்த அல்ப மனிதர்களுடைய வீண் வம்புகளை அவர் எதற்குக் கவனிக்க வேண்டும்?" என்றாள் ஸ்ரீதேவி.

ராஜகோபாலன், "எனக்குத் தெரியாதா உங்கள் மாதிரி ஸ்திதியில் உள்ளவர்களுக்கு எத்தனை கவலை என்று? எவ்வளவோ ஜாக்கிரதையாக இருக்க வேண்டும்."

அவனுடைய அனுதாபக்குரல் பூமாவிற்கு வேண்டியிருக்கவில்லை. என்ன கேடு! அவளுடைய கண்கள் அந்த அறையின் ஜோடிப்புகளை ஏக்கத்துடன் கவனித்தன. யாழை மீட்டுவதுபோல், அபிநய பாவத்துடன் ஒய்யார நங்கை சிலை மரப்பீடம் ஒன்றின் மீது இருந்தது. அது கல்லால் செய்யப்பட்டது என்றால் யாரும் நம்பமாட்டார்கள். அந்தச் சிலையின் அங்க அவயவங்களில் அத்தனை உயிர் துடிப்பு. "இதை எங்கே கண்டெடுத்தாய், ஸ்ரீதேவி?" என்றாள் பூமா.

ஸ்ரீதேவி, பூமாவின் கண்களில் அடித்த பொறாமை ஒளியை வருத்தத்துடன் பார்த்தாள். இந்த ஆடம்பர வாழ்க்கைக்கு இவள் இத்தனை மகத்துவம் கொடுக்கிறாளே! மேலும், சிற்பியான ஸ்ரீதேவிக்குக் கிடைக்கும் பொருள்களை அவள் அடைய நினைப்பது எத்தனை பேதமை! அவள் வீட்டில் அவை பொருத்தமாகத் தென்படுமா? பூமா ஏன் இப்படி வேண்டாதவற்றை நினைத்து ஆசைப்படுகிறாள்?

மனைவியை அடக்கிவிட்டு, எவ்விதமாகத் தாக்கினால், அவர்களிடமிருந்து விஷயம் வெளிவருமென்று ஆராய்ந்து, ஜாக்கிரதையாக பார்த்துப் பார்த்துப் பேசினான் ராஜகோபாலன். ஒன்றும் பலிக்கவில்லை. அசோகன் தினசரியை அகற்றவில்லை. ஸ்ரீதேவியோ இனிமையாகவும் இங்கிதமாகவும் பேசி, அவர்களைத் தட்டிக் கழித்துவிட்டாள்.

ராஜகோபாலனுக்கு ஒரே ஏமாற்றம். அவனுடைய ஜாடை வார்த்தைகளெல்லாம் கொதகொதப்பான மண்ணில் வெடிகுண்டு அமிழ்வது போல் வியர்த்தமாகி விட்டன.

அவர்கள் வீட்டிற்குப் போக எழுந்தார்கள். “இந்தப் புடவை எப்போது வாங்கினாய்?” என்று பூமா ஸ்ரீதேவியைத் தொடப்போனாள்.

உடனே மூலையிலிருந்த ரம்பா பாய்ந்து வந்து விட்டது. பூமா நடுங்கியே போய்விட்டாள். அவளைச் சமாதானப்படுத்த சிறிது நேரம் பிடித்தது.

தூர இருந்தபடியே அசோகன் நாயை அடக்கினான். ஆனால் அவர்கள் விடைபெற்றுக்கொண்டு அகலும் வரையில் பேசவில்லை.

ஜாக்கிரதையாக, அவர்கள் போகும் வரையில் காத்திருந்து பிறகு, “எத்தனை கரிசனமாக உன்னை விசாரிக்க வந்திருக்கிறார்கள் கவனித்தாயா?” என்றான் ஸ்ரீதேவியிடம்.

சாலைவரையில் போனபிறகு ராஜகோபாலன் மனைவியிடம் சொன்னான்: “கவனித்தாயா? ஏதோ பெரிய விஷயம் நடக்கப்போகிறது. சர்மா சொன்னது பொய்யல்ல. அந்த அறையே மர்மத்தில் அமிழ்ந்திருந்ததை நீ கவனித்தாயா?

அசோகன் முகத்தில் ஈயாடவில்லை. அவன் வாய் திறக்கவே மறுத்து விட்டான்! உன் தங்கையோ எல்லாவற்றையும் மூடி வைப்பது போல என்னமோ மழுப்பிக்கொண்டே போனாள்."

வந்தவர்கள் போனபிறகு அசோகன் தன் அலுவல்களைக் கவனிக்க மறுபடியும் ஆபீஸ் அறைக்குச் சென்றான்.

ஸ்ரீதேவி சிந்திக்கத் தொடங்கினாள். தாய் தந்தையர்களிடமிருந்து கிடைக்காத பேரன்பிற்காக இப்போது அவள் ஆசைப்படுவது அசட்டுத்தனமென்பது அவளுக்குத் தெரிந்தது. எத்தனை விரக்தியுடன், அன்பில்லாமல் வாழ அவள் முயன்றாலும் அடிக்கடி அந்த அடக்க முடியாத ஆசை அவளை ஆட்டி வைக்கும். அதுவும் அவளைச் சுற்றியிருப்பவர்கள், அவள் மனத்தை முற்றும் அறியாமல் அவளைத் துன்புறுத்தும்போது, அது அதிகப்படும். ஆத்மா விற்கும், உடலைப்போல் மூச்சுக் காற்று வாங்கினால்தான் உயிர்வாழ முடியும். உடல் பிராணவாயுவை உட்கொண்டு வெளிவிடுவதுபோல், ஆவியும், அன்பை மற்றொரு ஆவியிடமிருந்து வாங்கி, தனதாக்கி, அதைப் பன்மடங்கு இன்பகர மாகச் செய்து, திருப்பிக் கொடுக்க ஆசைப்படுகிறது. அந்த அதிசய உறவாடல் இல்லாவிட்டால் பிராண வாயு இல்லாமல் உடல் உயிர்வாழ மறப்பதுபோல், இருதயமும் தன்னைத் தாங்கிக்கொள்ள இயலாமல் மடியும். இவ்வித விபத்து தனக்கும் ஏற்படுமோ என்று ஸ்ரீதேவி பயந்தாள். தனிமையில் இருப்பவர்கள் ஆழ்ந்த தியானத்தின் மூலம் தம்முடைய உணர்ச்சிகளின் போக்கைத் தெளிந்த அறிவுடன் பார்க்கத் தலைப்படுகிறார்கள்.

ஸ்ரீதேவியின் இந்த உள்ளாராய்வு தீவிரமாக நிகழ்ந்து கொண்டிருந்தது. தன் மனநோயின் காரணத்தைப் புரிந்து கொண்டு விட்டதாகத்தான் அவள் நினைத்தாள். இருந்தும், எதிர்காலத்தில், அந்த நோயின் விளைவாக என்னென்ன நேரிடலாமென்று அவளால் எண்ணிப்பார்க்க முடியவில்லை.

அந்தச் சமயத்தில் வாசற்புறத்தில் ஏதோ அரவம் கேட்டது. ரம்பா சந்தோஷத்துடன் வாலைக் குழைத்துக்கொண்டு அங்கே ஓடிற்று.

ஈசுவரதாஸ் அவள் முன் நின்றான்.

'அப்பா, கடைசியாகக் கிடைத்தது தரிசனம்' என்று சொல்லுவது போல், அவளைக் கண்டதும், அவன் ஒரு நீண்ட சுவாசம் விட்டான். காலையிலிருந்து, அந்தக் கணத்தைக் குறித்தே அவன் தன் பொழுதைக் கழித்து வந்திருப்பது அவனைத் தவிர வேறு யாருக்கும் தெரியாது. ஸ்ரீதேவியை நேரில் பார்த்தவுடன் அவன் எல்லாம் புரிந்துவிட்டதுபோல் சிரித்தான்.

உண்மையில் அப்படித்தான். அவன் அப்போது பார்ப்பதை, அவனுடைய அகத்தின் அடித்தளத்தில் எப்போதுமே பார்க்கிறான் அல்லவா? அதனால்தானே அது அவனுக்குப் புதிதாகப்படவில்லை? அவர்களுக்குள் ஏற்பட்டுள்ள இந்த பரிசயம், ஜன்ம ஜன்மாந்தமாக உண்டாகி வந்திருக்க வேண்டும். இல்லாவிட்டால், இருவருக்கும் இடையே பேசிக்கொள்ளாமலே, ஏற்படும் இந்த மென்மையான கலப்பை அவன் வேறு எந்த விதத்தில் விளக்குவது?

★★★

மாஜானகி செட்டபட்டக

ஈசுவரதாஸுக்குப் பேச நா எழவில்லை. அது துடித்ததே தவிர பேச்சு வெளிக்கிளம்பவில்லை. தன் அச்சத்தை அருகேயுள்ள சிறிய மேஜையிடம் காட்டினான்; அதை உதைத்தான். பிறகு வாயில் செருகி இருந்த புகையிலைக் குழலைக் கடித்தான். வாழ்க்கையை முஷ்டியால் குத்திக்கொண்டும், மோதியடித்துக்கொண்டும் வந்த அவனுக்கு, இங்கே இடித்துக்கொண்டு புகமுடியவில்லை. வெல்லப்படாத தன்னை வேறு ஏதோ ஒன்று வென்றுவிட்டதாக உணர்ந்தான். தன்னுடைய திக்கற்ற தன்மையை நினைத்ததும் அவனுக்கு மேலும் சூடு உண்டாயிற்று. மறுபடியும் மேஜையை ஓங்கி உதைத்தான்.

இதைக் கண்டவுடன் ஸ்ரீதேவி ஓசைப்படாமல் சிரித்தாள். அவள் சிரித்தால் உடம்பு குலுங்கும், ஆனால் சப்தம் வெளியில் கேட்காது. இவளிடம் என்ன இருக்கிறது? எதற்காக இவளைப் பார்க்க இப்படி அவன் வருகிறான்? இத்தனைக்கும் கட்டழகி என்று கூட சொல்லமுடியாது. வயதும் முப்பதுக்கு மேலிருக்கும். ஆனால் சித்தத்தில் விகாரமோ, வெறுப்போ கிடையாது. அதனால் அவளுடைய தோற்றத்தில் யௌவனம் குறையவில்லை போலும் என்று நினைத்தான். சின்னப் பிரகிருதிதான்; தேகத்தில் துவளும் தளதளப்பு; நாட்டிய அரங்கில் கவர்ச்சி கொடுக்கும் இடுப்பு வளைவு. எதுவாய் இருந்தால் என்ன?

அவளைப் பார்க்கும் பொழுதெல்லாம் அவனுக்கு உண்டாகும் இன்பத்தை அவன் துறப்பதாக இல்லை. துறக்க முடியாது. அப்படி நினைத்தானோ இல்லையோ, அவன் முகத்தில் பிடிவாதம் தோன்றிற்று. கைகளை முறுக்கிக் கொண்டான்.

இதைப் பார்த்து ஸ்ரீதேவி தன் சிரிப்பை அடக்கிக் கொண்டாள். "ஏன் இத்தனை முறைப்பாக இருக்கிறீர்கள்? என்ன சமாசாரம்?" என்று கேட்டாள். ஒரு வேளை ஈசுவரதாஸூம் வதந்திகளைக் கேள்விப்பட்டிருப்பானோ?

தாஸ் அவளைப் பார்த்தான். அவளுடைய அடக்கமான பாவத்தின் அடித்தளத்தில், பராமரிப்பிற்காக ஏங்கும் துடிப்பு ஒன்று வெளிவர முடியாமல் தவிப்பதை, அவனுடைய உள்ளறிவு அவனுக்கு உணர்த்திவிட்டது.

"ஒன்றுமே இல்லை. சும்மாத்தான் உன்னை ஒரு கணம் பார்த்துவிட்டுப் போகலாமென்று வந்தேன்."

அவ்வார்த்தைகளில் தொக்கி நின்ற அறிக்கையை வேண்டுமென்றே அவள் மறுத்தாள்.

"ஒரு கணம் பார்ப்பதில் என்ன லாபம்?"

அவள், அவனைக் கிண்டல் செய்யும் முறையில் சிரித்தாள். அவனைக் கண்டதும் அவளுக்கு சிற்பங்களை உருவாக்கும் போது உண்டாகும் குஷி கிளம்பும். ஏன் அந்த உற்சாகம் என்று அவள் ஆராய விரும்பவில்லை.

"ஒரு கணம், ஒரு யுகம்.... எல்லாம் ஒன்றுதான்" என்றான் அவன்.

"என்ன! வேதாந்தத்திற்கு வந்து விட்டீர்களே!" அவள் ஏளனம் வலுத்தது.

"உன்னைப் பார்க்கும் போதெல்லாம் என் மனத்தில் உண்டாகும் ஒரு பிரமையை வேதாந்தத்தில் மாயை என்றுதான் சொல்லுவார்கள்."

"அடுத்ததாக சந்நியாசம் என்று சொல்லிவிடப் போகிறீர்கள்!" அவனுடைய பரிபூர்ண அன்பைப் பகராவிட்டாலும்,

உணர முடிந்தது அவளுக்கு. அந்த உணர்வு அவளுக்கு ஒரு பாதுகாப்புப் போல் இருந்தது. உறுதியாக அவனை எதிர்க்க பலம் கொடுத்தது.

அவன் மூச்சு திணறித் திணறி வெளிவந்தது. "அப்படித்தான் ஸ்ரீதேவி, நான் எல்லாவற்றையும் துறந்துவிடலாமென்று இருக்கிறேன்."

"எதை? உங்கள் பிசினஸையா...? இல்லாவிட்டால் இந்த மாய உலகையா?"

"இரண்டையும்தான்."

"ஐயய்யோ, வேண்டாம், அப்புறம் ஷேர் மார்க்கெட்டை மூடும்படி ஆய்விடும்" என்றாள் குறும்பாக.

அந்தச் சமயத்தில் அவன் முகத்தில் தோன்றி மறைந்த ஒரு வேதனைக்குறியைக் கண்டு அவள் இருதயம் துணுக்குற்றது.

"இல்லை. வாஸ்தவமாகச் சொல்லுகிறேன். எனக்கு ஒரே சோர்வாக இருக்கிறது. இனிமேல், இப்படி சளைக்காமல், ஓயாமல் பிறர் காரியத்தில் ஈடு முடியாது."

அவள் தன் உள்ளம் நெகிழ்வதை அறிந்து, கெட்டிப்படுத்திக் கொண்டாள்.

"நீங்கள் உங்களுக்காக பணம் சேர்ப்பது, பிறர் காரியமாகுமா?" என்றாள் உரப்புடன்.

"பிறருக்காகத்தான் என்று வரவர நினைக்கத் தோன்றுகிறது. என்னைச் சுற்றியுள்ளவர்கள் என்னைப் பயன்படுத்திக் கொள்ளுகிறார்கள். சுகமடைகிறார்கள். எனக்கு மிஞ்சினது? உழைப்புத்தான். இன்பத்தை என்னால் நுகரமுடியவில்லை. எனக்கு மிகவும் களைப்பாக இருக்கிறது."

அவனுடைய வெளிரின முகத்தைப் பார்த்து ஸ்ரீதேவிக்கு கவலையாய்ப் போய்விட்டது. நிஜமாக அவனுக்கு அலுப்பும் ஏமாற்றமுமா? அல்லது தன்னுடைய அனுதாபத்தைப் பெற இப்படி நடிக்கிறானா என்று யோசித்தாள். "நீங்கள் தோல்வி என்று சொல்லமாட்டீர்களே! ஏன் இந்த மனமுறிவு?" அவள் குரலில் சந்தேகம்.

“ஸ்ரீதேவி, நிஜமாகச் சொல்லுகிறேன். நான் வாழும் விதத்தை மனமார வெறுக்கிறேன். நான் வியாபாரம், ஷேர் மார்க்கெட்டு, ஏற்றுமதி இறக்குமதி என்று சம்பாதிப்பதெல்லாம் எதற்காக? இந்த வாழ்க்கையே வெறும் வெளிப்பூச்சு. உள்ளே இன்பமோ ஒளியோ இல்லாத என் வாழ்க்கையை, இவை வெளிக்கூண்டுபோல் சுற்றிக்கொண்டிருக்கின்றன.” அவன் பேசும்போது அவள் மனம் உள்ளூர பதறிற்று.

“அதிருக்கட்டும். உனக்கென்ன?”

“ஒன்றுமில்லையே!”

“நீ சிரிக்கிறாயே தவிர உன் கண்களில் கவலை தேங்கி இருக்கிறது.” அவளுக்குத் தேவையான அந்தக் கனிவு நிறைந்த ஆதரவு அவன் குரலில் ததும்பி நின்றது. ஆனால் அவள் அதை வேண்டுமென்றே ஏற்காமல் விரட்டினாள்.

“கவலை இல்லாமல் வாழ்க்கை உண்டோ? அதுவும் இந்த அரசியல் உலகில் பெண்கள்தாம் பட்சபாதமாக, எந்த வாதத்திலும், ஆளைக் குறிக்கும் பழியைச் சுமத்துவார்கள் என்று இருந்தேன். நம் தேசத்திலோ அதைப் பொறுப்புள்ள ஜனசபை பிரமுகர்களே செய்கிறார்கள்!”

இருவரும் ஒருவரையொருவர் சில விநாடிகள் பார்த்துக் கொண்டார்கள்.

“அசோகன் சொன்னானா?” என்று கேட்டான் ஈசுவரதாஸ். அவள் தலையை ஆட்டினாள்.

“ஜனசபையோர் வாயை அடைக்க ஒரு வழிதான் உண்டு.”

“தெரியும் உங்கள் வழி. ஆனால் அது அவருக்குப் பிடித்திராது. சரிதானே! உன்னதமான முடிவை நோக்கிப் போகும்போது அவர் தப்பான வழியில் நடப்பாரா?”

அவள் குரலில் ஒலித்தது என்ன என்று ஈசுவரதாஸ் கண்டுகொள்ள முயன்றான். அன்பா? இத்தனை தூரம் பழகியுங்கூட அவர்களிடையே உள்ளது என்னவென்பதை அவனால் நிர்ணயிக்க முடியவில்லை. அவளுக்குக் கணவன் மீது அன்பா, கனிவா, பரிவா? அவனுக்கு? அவன் ஸ்ரீதேவியைப்

பற்றிப் பேசும் வழக்கமே கிடையாது. எத்தனையோ கணவர்கள் இவ்வித மனைவியைப் பற்றி பெருமையாகச் சொல்லிக் கொள்வார்கள். அவனோ அவளைப் பற்றிய பேச்சே எடுப்பது கிடையாது. இருந்தும் அவள், அவனுக்கு முக்கியமானவள் என்று ஈசுவரதாஸுக்கும் மற்ற பேர்களுக்கும் எப்படித் தெரிந்தது? மற்றவர் எதிரில் அவன் அவளிடம் பிரியமாகப் பேசிக்கூட ஈசுவரதாஸ் பார்த்ததில்லையே!

"அரசியல்வாதிகள், தம் சகாக்களுக்கும், உடன் உழைப்பவர்களுக்கும் விட்டுக் கொடுத்துத்தான் ஆக வேண்டும். கூட்டாளி இல்லாமல் குடியரசு ஆட்சி நடக்காது. எல்லாக் கூட்டாளிகளும் ஒன்றுபோல் இருக்கமாட்டார்கள்" என்று அவன் அவளுக்கு பதில் சொன்னான்.

"அதற்காக?"

"அதற்காக நம் பிரமாணங்களைக் கொஞ்சமாவது மாற்றிக் கொள்ளவேண்டும்."

"உங்களைப்போல்...."

"நீ சொல்லுவதைக் கேட்டால் வியாபாரத்தில், நான் ஏமாற்றியே பிழைப்பதாக பிறர் அர்த்தம் செய்வார்கள்." அவன் குரலில் ஒலித்த வருத்தத்தைக் கேட்டு அவள் இரங்கினாள்.

"அப்படி அர்த்தமில்லை...."

"அசோகன் போய்விட்டால், சுமந்திரன் கட்சி பலக்கும். ராஜ்யபாரம் சீர்கேடாகி குலைந்து போகும்."

ஸ்ரீதேவி இதைக் கேட்டு ஓர் இனிய புன்னகை புரிந்தாள்.

"சத்தியம் நம்மிடமிருக்கும்போது என்ன பயம்?" என்றாள் இறுமாப்புடன்.

"சத்தியமென்பது என்ன? அதற்கு ஒரு நிலையுண்டா? சதா நகர்ந்துகொண்டே இருக்கும் இந்த உலகத்தில் அதற்கு மாத்திரம் உறுதியான நிலையுண்டா? ஆடாமல் அதை நிலைத்து நிறுத்தப் பார்க்க நம்மால் இயலுமா?"

மனத்தை உருக்கும் பேச்சை மாற்ற, அரசியல் விஷயத்தில்

புகுந்தால், அதன் வர்த்தமானங்கள் அதைவிட சிக்கலாக உருவாகி விட்டதைப் பார்த்து அவள் கலங்கினாள்.

மேலே பேச முடியவில்லை. அதற்குள் கல்பனா வந்துவிட்டாள்.

“சரி, நான் வருகிறேன்” என்று ஈசுவரதாஸ் புறப்பட்டான்.

“என்ன நான் வந்தவுடன் புறப்படுகிறீர்கள்? என்னைக் கண்டால் ஆகவில்லையா?” என்றாள் கல்பனா.

“ஐயய்யோ, உன்னைப் பார்த்தால் ஓடிவிட வேண்டும்போல் தானிருக்கிறது. பிடிக்காததினால் இல்லை.... எங்கே பிடித்து விடுமோவென்று.”

ஈசுவரதாஸ் புகைக்குழாயைக் கடித்தபடி வாசற்புறம் வந்தான். ரம்பாவும், ஸ்ரீதேவியும் அவனை வழியனுப்ப அவனைத் தொடர்ந்து வந்தார்கள். ஒரு நிமிஷத்திற்கு ஸ்ரீதேவியை தன் மனத்திற்குள் இழுத்துக் கொள்ளுவதுபோல் பார்த்துவிட்டு. ஈசுவரதாஸ் அகன்றான்.

கல்பனா ஆயாசத்துடன் சோபாவில் சாய்ந்து கொண்டாள். மனச்சஞ்சலம் ஏற்படும் போதெல்லாம் அவள் ஸ்ரீதேவியிடந்தான் வருவாள்.

“என் தாயைப்போல் ஒரு பேயை நீ பார்த்ததுண்டா?” என்று கல்பனா அவளைக் கேட்டாள்.

“சீ... அசடுபோல் பேசாதே. தாரா ராணி அரசியல் உலகில் முன்னேற நினைக்கிறாள். போட்டி அசாத்தியமாய் இருக்கிற இடத்தில் அவள் சிந்தனை அதிலேயே லயித்திருப்பது இயற்கைதானே!” என்று தாராவிற்குப் பரிந்து பேசினாள் ஸ்ரீதேவி.

“அதைச் சொல்ல வரவில்லை. அதிகாரத்திற்காக ஆசைப்பட்டு என்னையே காயாக வைத்து ஆட வேண்டுமா?”

“ஏன் அப்படிச் சொல்லுகிறாய்?”

“இன்று மத்தியானம் தாசரதி ஹோட்டலில் சனத்குமாருடன் அம்மா நெடுநேரம் பேசிக்கொண்டிருந்தாள்... அவனோ என்னை அடிக்கடி திரும்பிப் பார்த்துக்கொண்டிருந்தான்.

எனக்கு அவன் பேரில் சந்தேகம். அவனைக் கண்டால் எனக்கு எப்போதுமே பிடிக்காது. அம்மாவிடம் என்னைப்பற்றி என்ன வத்தி வைத்தானோ.... அதிருக்கட்டும், நான் சொன்ன விஷயத்தைப்பற்றி அசோகனிடம் பேசினாயா?"

"இன்னும் இல்லை; அவருக்குக் கவலைகள் அதிகமாய் இருக்கின்றன."

"மந்திரி என்றால் அப்படித்தான்; இருந்தாலும் கமலனுக்கு ஒரு வழி செய்ய, நான் உன்னைத்தான் நம்பி இருக்கிறேன்."

ஸ்ரீதேவி மனத்திற்குள் எண்ணினாள்: 'தாய்க்கு மகள் தோற்றவள் அல்ல. இவளும் ஒருவனை முன்னேற்றும் காரியத்தில் தான் முனைந்திருக்கிறாள்.'

அவளுடைய மௌனத்தை கல்பனா வேறுவிதமாக அர்த்தம் பண்ணினாள். "ஸ்ரீதேவி கமலனிடம் உனக்கு சந்தேகமா? அவர் என்னைக் கட்டாயம் மணந்து கொள்வதாகச் சொல்லியிருக்கிறார்" என்றாள்.

"எப்போது? அவனுடைய ஆராய்ச்சிகள் முடிந்த பிறகா?"

"இதோ பார், நீயும் மற்றவர்களைப்போல் கமலனைத் தப்பாக மதிப்பிடாதே. அவர் தற்போது சில அரிய சோதனைகள் செய்து கொண்டிருக்கிறார். வெளிநாடு போய் இதை உலகறியச் செய்ய வேண்டுமென்பது அவருடைய ஆசை. அது நியாயம்தானே!"

"நீ சின்னவள்; அவன் உன்னைவிடப் பதினைந்து வயது பெரியவன். விஞ்ஞானம் அவனுடைய முதல் கருத்து."

கல்பனா நிமிர்ந்து உட்கார்ந்தாள். "ஸ்ரீதேவி, எனக்கு மனிதரை எடைபோடத் தெரியும்" என்றாள் திடமுடன்.

ஸ்ரீதேவி தலையை அசைத்தாள். பாவம், கல்பனா சிறியவள். நம் பகுத்தறிவு நம்மை அழுத்திவிட்டால் பிறகு அதைத் தகர்க்க நம்மால் ஆகாது என்று அவள் கண்டுகொள்ளவில்லை. விவேகம், உணர்ச்சியுடன் கூடி ஒரு சமமான நிலை அடையும்போது, அங்கே தூய இன்பமுண்டாக முடியும். இது சாத்தியமான காரியமில்லை என்று ஸ்ரீதேவி நிச்சயமாய் நம்பினாள்.

கல்பனா திடீரென்று பேச்சை மாற்றினாள். "ஸ்ரீதேவி, லதாவிற்கும் சுமந்திரனுக்கும் ஏதாவது தொடர்பு உண்டா?" என்று கேட்டாள். அவள் கேள்வி அலட்சியமாகத்தான் இருந்தது. உண்மையில் ஏன் இதைக் கேட்டோம் என்று அவளுக்கே ஆச்சரியம்.

"அப்படியிருக்குமென்று தோன்றவில்லை. ஏன் கேட்கிறாய்?" என்றாள் ஸ்ரீதேவி.

"இன்று நான் பார்த்தது..."

"என்ன பார்த்தாய்?"

"சுமந்திரன் பகிரங்கமாய் அவள் கன்னத்தைத் தொட்டுக் கொண்டும்..." கல்பனா முகத்தை சுளித்தாள். "தாசரதி ஹோட்டலில் அத்தனை பேரும்...."

ஸ்ரீதேவி புன்னகை புரிந்தாள். "உனக்குத் தெரியாதா? அவனுக்குப் பெண்களைக் கண்டால் கை சும்மா இராது."

"கொஞ்சம் விரசமாக இருந்தது."

"ஆமாம். ஆனால் லதாவைப் போலுள்ளவர்கள், சந்தர்ப்பத்தை நன்றாகப் பயன்படுத்திக்கொள்வார்கள்."

இதைக் கேட்டதும் கல்பனா மனதில் ஒரு செய்தி உதித்தது. தன் தாயார்.... தன்னை சுமந்திரனுக்கு அறிமுகப்படுத்த வேண்டுமென்று வற்புறுத்தினாளே! இல்லை, சீ... சீ அப்படி இருக்காது என்று தன்னையே கடிந்துகொண்டாள். பிறகு, "ஸ்ரீதேவி, தீவிரமான விருப்பம் என்பது எது தெரியுமா?" என்றாள்.

"தெரியாது? நான் எதையும் அப்படி இச்சித்ததில்லை." அப்படிச் சொல்லும்போதே அவள், தான் ஒளிக்காமல் பேசவில்லை என்பதை உணர்ந்தாள்.

"இச்சையென்று சொல்லுவது பொருத்தமில்லாமல் இருக்கலாம். மனப்பூர்வமாகச் சில இன்ப அனுபவங்களை விரும்புவது பிசகா?"

"இ...ல்.....லை" ஸ்ரீதேவியினுடைய பதில் தட்டுத்

தடுமாறிக்கொண்டே வந்தது.

“அப்படியானால் கேள். நான் உறுதியுடனும் நம்பிக்கையுடனும் சொல்லுகிறேன். கமலனைத்தான் நான் தேர்ந்தெடுக்கிறேன்.”

“உன் முடிவு சரியானதாக இருக்கலாம். இருந்தாலும், வாழ்க்கையில் ஆணின் லட்சியம் பெண்ணுடையது போன்றதல்ல என்பதை நீ உணர வேண்டும்.”

“கமலனுக்கும் என்மேல் மனப்பூர்வமாகப் பிரியமுண்டு” என்றாள் கல்பனா. ‘சிறுவயதில் நமக்கு எல்லாம் தெரியுமென்கிற உறுதி எத்தனை திடமாக இருக்கிறது! அப்புறம் போகப் போகத்தான் சந்தேகங்கள் வலுக்கின்றன’ என்று ஸ்ரீதேவி நினைத்தாள். பிறகு, “ஒவ்வொரு மானிடனும் ஒருசில அம்சங்களையே பிறருக்குக் காட்டுகிறான். நீ பார்ப்பதும், நான் பார்ப்பதும் ஒன்றாக இருக்க வேண்டுமென்பதில்லை. இந்த ரகசியத்தை அறியாத பலபேர்கள், தங்களுடன் நெருங்கிப் பழகினவர்களுடைய குணம் மாறுவதைக் கண்டு துயரடைகிறார்கள். அக்குணங்கள் எப்போதும் அங்கே இருந்திருக்க வேண்டும்; அவர்கள் தாம் பார்க்கவில்லை என்பதை ஏனோ ஒருவரும் புரிந்து கொள்வதில்லை” என்று அவள் கல்பனாவிடம் சொன்னாள்.

கல்பனா, அவள் சொன்னதைச் சரியாகக் கவனிக்கவில்லை. அவள் கவலையே அவள் மனத்தில் பெரிதாக இருந்தது. அலுப்புடன் போக எழுந்தாள். “இன்றாவது அசோகனிடம் கட்டாயமாக விஷயத்தைச் சொல்லி, அடுத்த மாதம் வெளிநாடு போக இருக்கும் விஞ்ஞானிகள் கூட்டத்துடன், கமலனை அனுப்ப ஏற்பாடு செய்” என்று தன் தோழியைக் கேட்டுக்கொண்டே கதவண்டை போனாள்.

ஸ்ரீதேவி தலையை ஆட்டினாள்.

கல்பனா வெளியே வந்தாள். வராந்தா பக்கமாகப் படுத்திருந்த ரம்பா கண்களைத் திறந்தது. பிறகு ‘ஓ இவளா?’ என்று நினைத்தபடி ஒரு ராணிப்பார்வையை வீசிவிட்டுத் தூங்க ஆரம்பித்தது.

கல்பனா வீடு சென்றவுடன் தாரா ராணி அவளை மௌனமாக

வரவேற்றாள். இருவரும் எதிரும் புதிருமாக உட்கார்ந்துகொண்டு, பேசாமலே சாப்பிட்டு எழுந்தார்கள். வேலைக்காரியின் எதிரில் பேச்செடுக்க தாரா ராணி விரும்பவில்லை. சாப்பிட்டுக் கை கழுவினவுடன் கல்பனா வெளியே போகப் புறப்பட்டாள்.

"இந்த நேரத்தில் எங்கே புறப்படுகிறாய்?" என்றாள் தாரா.

"தாசரதி ஹோட்டலில் டான்ஸ் போகிறேன்" என்றாள் கல்பனா சுருக்கமாக.

"இத்தனை நேரம் எங்கே இருந்தாய்?"

"ஸ்ரீதேவியுடன் பேசிக்கொண்டிருந்தேன்."

தாயும் மகளும் ஒருவரையொருவர் பார்த்துக்கொண்டார்கள்.

"சுமந்திரன் உன்னை அழைத்துக்கொண்டு வரச் சொன்னான். அவர்கள் வீட்டில் இன்று ஒரு கச்சேரியாம். இப்போதாவது உன்னை அவனுக்கு அறிமுகப்படுத்தலாமென்று இருந்தேன்... ஆமாம், தாசரதி ஹோட்டலில் யார் யார் வரப்போகிறார்கள்?"

"கமலன்..."

"ஓஹோ! அந்த மூன்றாந்தர விஞ்ஞானியா? உனக்கு கலை ஞானமோ, அறிவோ வேண்டுமானால், சுமந்திரனைப்போல்..."

"அம்மா, சும்மா என்னைத் தொல்லை செய்யாதே.... திடீரென்று சுமந்திரனை நான் சந்திப்பதில் உனக்கு என்ன அக்கறை?"

"நீ பேசுவதைப் பார்த்தால், எனக்காக நீ ஏதோ செய்து விடப்போவதாக நினைக்கத் தோன்றுகிறது. உன்னுடைய நன்மைக்காகத்தான் நல்ல மனிதர், பெரிய மனிதர் என்று சிநேகம் வைத்துக்கொள் என்கிறேன்."

"எனக்குத் தேவையில்லை."

"கமலனைச் சினேகிதனாகக் கொண்டாட அவனிடம் என்ன இருக்கிறது? அவனால் என்ன முடியும்? கலைகளைக் கற்கவோ, மேலே படிக்கவோ, உபகாரச் சம்பளம் அல்லது பரிசுகள் பெற்று அயல்நாட்டிற்குப் போகவோ, வேண்டுமானால் சுமந்திரன் உனக்கு உதவி புரிவான்."

"அதுவும் எனக்குத் தேவையில்லை. இதை நான் எத்தனையோ தடவை உன்னிடம் சொல்லியாயிற்று. இப்போது மறுபடியும் சொல்லுகிறேன். நான் உன்னைப்போல் பெரிய மனிதர் உறவு, பட்டம், பதவி என்று தேடி அலையப்போவதில்லை. சாதாரண எளிய வாழ்க்கையில் ஒரு பெண்ணுக்குக் கிடைக்கும் சுகம் எனக்கு வேண்டும். அதைத் தர கமலன் தயாராக இருக்கிறான்." இதைச் சொல்லிவிட்டு கல்பனா போய்விட்டாள். தாய்க்குப் பிடிவாத குணம் என்றால் மகளுக்கு அதற்குமேல் இருமடங்கு.

அப்போது டெலிபோன் மணியடித்தது. தாரா ராணி அதை எடுத்துக் காதில் வைத்துக்கொண்டாள்.

"மந்திரி சுமந்திரன் உங்களிடம் பேச வேண்டுமாம்" என்றது ஒரு குரல்.

தாராவிற்கு ஒரே நடுக்கம். அவன் என்ன சொல்லப் போகிறான்? டக்கென்று ஓசை கேட்டது. உடனே டெலிபோனுடன் ஒட்டிக்கொண்டிருந்த சிறிய சட்டத்தில், சுமந்திரனுடைய பிம்பம் தெளிவாய்த் தெரிந்தது. சத்தியோத்தியாவின் முன்னேற்ற வேகத்தில் இது ஒரு புதிய அம்சம். டெலிபோனில் பேசுகிறவரின் குரலைக் கேட்பதும் அல்லாமல், அவரது முகத்தையும் சட்டத்தில் பார்க்கமுடியும். சில சமயம் இந்தப் புது ஏற்பாட்டினால், சங்கடங்களும் விளைந்தன. தாராவிற்கு அந்தச் சமயத்தில், அப்படித்தான் தோன்றிற்று. சுமந்திரனை நேரில் பார்த்து உரையாடினால், அவன் விஷயம் எந்த மட்டிலும் இருக்கிறது என்பதை ஊகித்துவிடுவானோவென்று அவளுக்குப் பயம்.

"என்ன தாரா, தயாரா? பழைய நாட்கள் ஞாபகம் வருகிறது. இப்படி நாம் நெருங்கிப் பழகி ரொம்ப நாட்கள் ஆகிவிட்டன இல்லையா..."

தாராவிற்கு இப்போது அவன் முகத்தைப் பார்க்க பயமாக இல்லை. அது சர்வ சாதாரணமாய் இருந்தது. அவன் குரலில் தொனித்த மறைபொருள் கொண்ட முடிச்சுகள்தான் அவளைக் கலக்கிவிட்டன.

"கல்பனா எங்கே?" என்று சுமந்திரன் மேலும் கேட்டான்.

"அந்தப் பெண்ணை என்னமோ காணவே இல்லை. வெளியே போனவள் இன்னும் திரும்பவில்லை. இப்போது வந்துவிடுவாள். வந்தவுடன் நான் அங்கே அவளையும் அழைத்து வருகிறேன்."

"என்ன தாரா... நீ சொல்வதை உன் முகம் ஆமோதிக்கவில்லையே... என்ன சங்கதி?"

"ஒன்றுமில்லை.... நீ அவசரப்படுகிறாய்! உனக்கே எப்போதும் அவசரம் அதிகம். சிறு பெண்கள் விஷயத்தில்" இப்படி சொல்லிக் கொண்டிருக்கையில் சுமந்திரன் குறுக்கிட்டுப் பேசினான்: "சரி சரி... நான்தான் எல்லாவற்றையும் உன் பொறுப்பில் விட்டுவிட்டேனே! இனிமேல் உன் இஷ்டம். நான் எத்தனை காலம் வேண்டுமானாலும் காத்துக்கொண்டிருக்கத் தயார்தான். ஆனால் ஒன்று... நீ மாத்திரம் தவறிவிட்டாயோ..."

"ஐய்யய்யோ... நான் தவறுவேனா? அதுவும் உன் விஷயத்தில்..."

சுமந்திரன் மெல்லிய புன்முறுவல் பூத்தான்.

அவன் முகத்திலிருந்து அவனது கருத்தை ஊகிக்க முடியவில்லை. "வந்து... சுமந்திரா... என்னுடைய தேர்தல் விஷயம்" என்று இழுத்தாள் தாரா.

"அதுவா.... நல்ல வேளை, ஞாபகப்படுத்தினாயே! எனக்கு மறதி அதிகம். அதுவும் எதிர்பார்த்தது கிடைக்காவிட்டால் இந்த மறதி அதிகப்படும்..."

தாரா திகிலுடன், "சுமந்திரா, எப்படியாவது லட்சுமணபுரி தேர்தலில் நான் ஜெயிக்க வேண்டும்" என்று கெஞ்சினாள்.

"அதற்கென்ன! சீட்டு உனக்குத்தான். நீ என் உத்தரவுப்படி நடந்தாயானால், அது கட்டாயம் உனக்குத்தான்." இப்படி சொல்லிவிட்டு அவளை ஒரு தரம் முறைத்துப் பார்த்தபடி, சுமந்திரன் போனைக் கீழே வைத்தான். தாரா ராணி தன் பெண்ணை எண்ணியவாறு, நீண்ட பெருமூச்சு விட்டாள்.

★★★

கல்பனாவோ வெளியே வந்து தன்னுடைய சின்ன அன்னவிமானத்தில் ஏறிக்கொண்டு தாசரதிக்குப் போனாள்.

அது அவள் தந்தை அவளுக்கென்று மதர்லாந்திலிருந்து ஆசையுடன் தருவித்த விமானம்.

தாரா ராணியின் கணவன் உயிருடன் இருக்கும் விஷயமே சத்தியோத்தியாவில் யாருக்கும் தெரியாது. தன் கணவனைப்பற்றிப் பேசவேண்டிய அவசியமிருப்பதாக அவளும் நினைக்கவில்லை. ஆதித்திய நாட்டின் கிழக்குப் பிரதேசங்களில் உள்ள முக்கால் பகுதி கல்கரி சுரங்கங்கள் அவருக்குச் சொந்தம். அவர் அங்கேயே இருந்துகொண்டு அவற்றை மேற்பார்வை பார்த்துவந்தார். சத்தியோத்தியா வாழ்க்கை ஏனோ அவருக்குப் பிடித்தமானதாக இல்லை. தாராவைப் பொறுத்தவரையில், கணவன் மாதாமாதம் ஆயிரமாயிரமாக அனுப்பிக் கொடுத்து விட்டால் போதும். மற்றபடி அவரைப்பற்றி அவள் கவலைப்படவில்லை.

தாசரதி ஹோட்டலின் முன் முகப்பில் ஓர் அலங்கார மேடை; அதன் மேல் விமானம் செங்குத்தாக இறங்கிற்று. கல்பனா, நடன அறைக்கு விரைந்தாள். அங்கே கமலன் அவளுக்காகக் காத்துக்கொண்டிருந்தான்.

சின்னஞ்சிறு மேஜைகள்; அவை மேல் மின்சார விளக்குகள், அகல்களின் பாணியில் போலி தோற்றம் கொடுத்தன. நாலாபக்கமும் சுவர்களில் பதிந்திருந்த நிலைக்கண்ணாடிகளில் தீபச் சுடரின் ஒளி பிரதிபலித்து, அதை ஒரு மாயா உலகமாக்கிற்று. ஆங்காங்கே, மூலைகளில் பதுங்கி இருந்த இருள், அந்த உலகிற்கு ஒரு ரகசியச்சாயை கொடுத்தது. அப்போது தொலைவில் கல்பனா வருவது கமலன் கண்களுக்குப் புலப்பட்டது. அந்தச் சூழ்நிலையில், அவளுடைய அழகிய தோற்றம், இவள், ஒருவேளை ரம்பையோ மேனகையோ என்று பிரமை கொள்ளும்படியாய் இருந்தது. இந்த அழகி தன்னை நாடுகிறாள் என்று எண்ணும்போது கமலனுக்குப் பெருமிதம் உண்டாயிற்று.

கமலன் எழுந்து நின்றான். அவன் நல்ல உயரம். அதற்குத் தகுந்த தேக அமைப்பும் அவனிடமிருந்தது. அவனுடைய பரந்த முகத்தில் தெளிவும், கபடமின்மையும் தோன்றின. அவனைப் பார்ப்போர் இவன் பெரும் புகழை விரும்பும் சிறந்த விஞ்ஞானி

என்று எண்ணமாட்டார்கள். அத்தனை படாடோபமில்லாத பணிவு, அவன் தோற்றத்தில் இருந்தது. ஆனால், அகத்தில் கரை காணாத அகம்பாவம்! அவனுக்குக் கிடைத்த கீர்த்தி எம்மாத்திரம்? கல்பனாவா... அவளைவிட அழகானவள் கூட. அவனுக்கு ஜோடியாகத் தகுந்தவள் ஆயிற்றே!

கல்பனா அருகில் வந்தவுடன் அவன் தன் ஆவலை அடக்கமுடியாமல், "ஸ்ரீதேவி என்ன சொன்னாள்?" என்று கேட்டுவிட்டான்.

''இன்னும் அசோகனிடம் விஷயத்தைப் பிரஸ்தாபிக்கவில்லையாம்." கல்பனா தானாகவே நாற்காலியை இழுத்துப் போட்டுக் கொள்ள முயன்றாள். அப்போதுதான் அவனுக்குச் சுயநினைவு வந்தது போலும்! அவசர அவசரமாக அவளை உபசரிக்க முன்வந்தான்.

"அப்போது தாஸ்தான் தலைமை வகிப்பார். அவருக்குத்தான் அதிர்ஷ்டம்."

"தாஸும் விஞ்ஞானி... நீங்களும் அதுபோல்... நீங்கள் பேசுவது அழகாய் இல்லை. ஏதோ முறை அறியாதவர் மாதிரி...."

"கல்பனா... உனக்குப் புரியவில்லையா? என்னுடைய சோதனை மிக உயர்ந்தது. உலகத்தையே அது ஆட்டிவைக்கக் கூடியது. தாஸோ இதுவரையில் பிறருடைய ஆராய்ச்சிகளை வைத்துக்கொண்டே...."

"நீங்கள் பேசுவது எனக்குப் பிடிபடவில்லை. உங்களுடைய அற்புத சோதனை தானாகவே காலம் வரும்போது வெளிவரும். அது நிச்சயம். நிஜமான யோக்கியதை உள்ளவர்களுக்கு என்ன கவலை? மேலும் திறன் இல்லாதவர்கள் அல்லவா தம் சகாக்களை இகழ்வார்கள்?"

"உனக்கு ஒன்றுமே தெரியாது. போட்டியில் முறியடித்துக்கொண்டு ஓடும் இந்த உலகில், நாம் நம்மைக் காப்பாற்றிக்கொள்ள யுக்திகள் செய்யாவிட்டால் அநியாயமாக மடிவோம்" என்றான் கமலன்.

"கமலன்..." கல்பனாவின் குரல் மிருதுவாக வந்தது. அவள்

கண்கள் அவனைப் பார்த்துக் கெஞ்சின. "டான்ஸ் ஆரம்பமாகிவிட்டது. சிறிது நேரமாவது உங்கள் விஞ்ஞானத்தை மறந்து விச்ராந்தியாக இருங்களேன்."

கமலன் மனமில்லாமலேயே எழுந்து, அந்த அழகான பெண்ணுடன் நடனமாடும் இடத்திற்குச் சென்றான். ஆனால் அவன் உள்ளம் புழுங்கிற்று. திரும்பித் திரும்பி தாஸின் அதிர்ஷ்டத்தை எண்ணி ஏமாற்றம் கொண்டான்.

லதா ஆடும் கட்டம் வந்தவுடன்தான் அவன் நினைவு கலைந்தது. எல்லோரும் தத்தம் இடங்களில் அமர்ந்துகொண்டு விட்டார்கள். நடுவிலுள்ள நடன மேடையின் திரை விலகிற்று. வாத்தியங்கள் முழங்க லதா அதில் தோன்றினாள்.

"அப்பா, என்ன சொகுசு... என்ன நாகரிகம்! அவள் புடவையை இழுத்துச் சொருகும் அழகு ஒன்றே போதுமே! குஞ்சலத்துடன் ஒரு முழத் தலைப்பு முன்னால் தொங்கவிட்டுச் செருகும் அந்த பாணியில் நான் பழைய சிற்பங்களைக் காணுகிறேன்" என்றான் கமலன் உவப்புடன்.

கல்பனாவிற்கு இந்தப் புகழுரையைக் கேட்க ரசிக்கவில்லை.

லதா, கைகளைத் தூக்கி நமஸ்கரித்துவிட்டு கரங்களை உயர்த்தினாள். அவளுடைய அவயவங்கள் பூவின் இதழ்களைப்போல் விரியத்தொடங்கின. மிருதுவாக இந்தோள ராகத்தில் 'நிந்ததி சந்தனம் இந்து கிரண மபி' என்ற பாட்டு மெல்லென மிதந்துவர, லதா அபிநயம் பிடித்தாள்.

"உங்களுடைய மனப்பான்மை சில சமயத்தில் எனக்குப் பிடிபடுவதில்லை. விஞ்ஞானம் விஞ்ஞானமென்று மெய்மறந்து, அதைப்பற்றியே எப்போதும் நினைத்துக்கொண்டிருக்கிறீர்கள், ஆனால் ஆடல், பாடல் என்றால் உங்கள் அருமையான ஆராய்ச்சிகளைக் கூட மறந்து விடுகிறீர்கள்!"

"ஏன் கூடாது கல்பனா? புத்தி விவேகத்தினால் கலை இன்பத்தை நுகரத்தெரிந்தால், அது மிக ருசியாக இருக்கும்."

"அப்போது, இன்பத்தைப் புத்தியின் மூலம் அனுபவித்து விடலாமா?" அவள் குரலில் ஏமாற்றம் தொனித்தது. அவனுக்கு

அவளுடைய மனோபாவம் புரியவில்லை. ஆனால் இன்பம், காதல், சுகவாழ்வு என்பவற்றுக்குத் தான் கொடுத்திருக்கும் அகராதி அர்த்தம் அவனுடையது அல்ல என்று அவள் தெரிந்து கொண்டாள். அவனுக்கு விஞ்ஞானம் பிறகு அதன் மூலம் பெறும் புகழ் இவைதான் முக்கியமென்று அவளுக்குத் தெரியும். இருந்தாலும் அவன் தன்னிடத்தில் வைத்திருக்கும் அன்பில் கொஞ்சம் பசை காண்பிக்கக் கூடாதா? மிக்க ஆவலுடன், ரசித்து இன்புற வேண்டுமென்று எதிர்பார்த்து வந்த அந்த 'டான்ஸ்' இரவும், அந்த உல்லாச சபையும் அவளுக்குத் திடீரென்று வெறுத்து விட்டன. அவ்விடத்தைவிட்டு அகல வேண்டுமென்று தீர்மானித்து, விடை பெற்றுக்கொள்ள எழுந்தாள்.

"கல்பனா!" என்று அவன் கனிவுடன் அழைத்தான். "இரு ஏன் எழுந்திருக்கிறாய்?" என்று கொஞ்சினான். அன்று முதன் முதலில் அவன் குரலில் அன்பு கனிந்திருந்தது.

இதைக் கேட்டு அவளுடைய நெஞ்சு விம்மிற்று. 'விஞ்ஞானம், புகழ், கலை எல்லாவற்றுக்கும் இடம் கொடுத்த பிறகு கடைசியில் கடைசியில்... போனால் போகிறது, நீயும் இரு...' என்று இரக்கத்துடன் அனுமதிப்பதுபோல், அவன் தன்னைக் காதலுக்கு அழைக்கிறானே! அவனுக்குத் தன்மேல் உண்மையான அன்பு இருக்கும் பட்சத்தில்...

"கல்பனா, கோபித்துக் கொள்ளாதே. நாங்கள் விஞ்ஞானிகள், வேதாந்திகள், அதனால் நான் பற்றின்மையை இயல்பாகக் கொண்டவன். அதைப் பார்த்து நீ தவறான எண்ணம் கொள்ளக்கூடாது" என்றான்.

இதைவிட, போக வாழ்வைப் பொங்கி வழங்கும் சுமந்திரன் கூடத் தேவலை என்று அவள் நினைத்தாள். அடுத்த நிமிஷம், காமவெறி பாய்ந்த அவனுடைய பார்வை அவள் மனக்கண் முன் தோன்றிற்று. அதை நினைத்துப் பார்க்கக்கூட அவளுக்கு அருவருப்பாக இருந்தது. உடனே தன் கண்களை இறுக மூடிக்கொண்டாள்.

ஆஞ்சனேய ரகு ராம தூத

சத்தியோத்தியாவில் கௌசல்யா வீதி ஒரு முக்கியமான ராஜபாதை. மறுநாள், ஈசுவரதாஸ் அங்கேயுள்ள 'ஜானகி பவன்' என்ற மகத்தான கட்டிடத்திற்குள் நுழைந்தான். அந்தக் கட்டிடத்தின் பெரும் பகுதி அவனுடைய ஆபீஸைச் சேர்ந்தது. மற்ற தொழிலதிபர்களைப்போல், எத்தனை சம்பாதித்தாலும் ஷேர் மார்க்கெட்டுக்குப் பக்கத்திலுள்ள தன் குறுகிய அறையிலேயே தங்காமல், அவன் இங்கே வந்துவிட்டான். 'ஜானகி பவனில்' மதர்லாந்து ரீதியில் தன்னுடைய அலுவலகத்தை, அமைத்துக்கொண்டான். உள்ளே விசால அறைகள்; உயர்தர அதிகாரி முதல் சிப்பந்தி வரையில் உட்கார, சௌகரியமான நாற்காலிகள், விளக்குகள், மற்ற ஏற்பாடுகள் யாவும் அங்கே காணப்பட்டன; தனியாக தன் அலுவலகத்தார்களுக்கென்று சிற்றுண்டி வசதி; மெதுவாகக் குளிர்காற்று வீசக்கூடிய யந்திர ஏற்பாடு; பிறகு கேட்க வேண்டுமா - நவீன முறை டெலிபோன்கள் என்று அங்கே பல நூதன மோஸ்தர்கள் துலங்கின.

உள்ளே வந்த ஈசுவரதாஸ் தன் அறைக்குப் போகும் வழியில் குசலம் விசாரித்துக்கொண்டே போனான். சேவகனிலிருந்து, டைரக்டர் வரையில், அவர்களுடைய சுகதுக்கங்கள் அவனுக்கு மனப்பாடம். எல்லோருடைய குடும்பச் சிக்கல்களிலும் பங்கு கொள்வான்; இப்போதும் அவற்றைப்பற்றிக் கேட்டான்;

சிரத்தையுடன் கூர்ந்து கேட்டான். இது விஷயத்தில் அவன் தன் இனத்தாரின் முன் புத்தியைக் காண்பித்தான். அந்த அனுதாபத்தினால் கட்டுண்ட அவனுடைய பணியாட்கள், அவனுக்காக நன்றியுடனும், அன்பு மாறாத பக்தியுடனும் உழைத்தார்கள்.

தன் அறைக்கு வந்ததும் ஈசுவரதாஸ் ஐந்தாம் நம்பர் மணியை அழுத்தினான். அவனுக்கு ஆறு அந்தரங்க காரியதரிசிகள் இருந்தார்கள். விஷயத்திற்குத் தகுந்தபடி அவன் அப்போது காந்திலாலைக் கூப்பிட்டான். அவன் உடனே தோன்றினான். ஈசுவரதாஸ் ஏதோ அவசரமாய் எழுதினான். பிறகு எதையோ கனமாக மடித்து ஓர் உறையில் போட்டு முத்திரை வைத்தான். "இந்த உறையை நீயே கொண்டு போய் ஜனசபை மனுவர்க்கனிடம் கொடுத்து, என்னுடைய வந்தனங்களைத் தெரிவி" என்று கட்டளையிட்டான். இதைக் கேட்டு காந்திலால் வியப்பு அடையவில்லை. கேவலம், ஓர் உறையைக் கொடுக்க சேவகன் ஒருவன் போனால் போதாதாவென்று கேட்கவுமில்லை. ஈசுவரதாஸிடம் பத்து வருஷங்கள் வேலை செய்த அவனுக்கு எதுவும் அதிர்ச்சியைத் தர நியாயமில்லை.

காந்திலால் போகவேண்டுமென்று காத்திருந்து, அவன் மறைந்த பிறகு ஈசுவரதாஸ் மற்றொரு மணியை அடித்தான். தன்னுடைய ஒவ்வொரு பணியாளுக்கும் மற்றொருவன் செய்யும் வேலை தெரியக்கூடாது என்பது அவன் கருத்து. உடனே சங்கரதாஸ் உள்ளே வந்தான்.

"சங்கரதாஸ், நீ இப்போதே ஸரஸ்வதிக்குப் பிரயாணமாக வேண்டும்" என்றான் ஈசுவரதாஸ்.

இதைக் கேட்டு அனுபவமிகுந்த அந்தக் காரியதரிசி பிரமிக்க வில்லை. 'எதற்கு?' என்று கேட்பதுபோல் தன் முதலாளியைப் பார்த்தான்.

ஈசுவரதாஸ் லேசாகப் புன்னகை பூத்தவாறு விடையளித்தான். "அங்கே உனக்காக அன்னவிமானக் கம்பனியில் நான் ஒரு வேலை தேடி வைத்திருக்கிறேன். நீ நாளைக்கே போய் அதை ஒப்புக்கொள்ளவேண்டும்."

'உங்களிடம் வேலை பார்க்கும்போது எதற்கு இந்தப் புதிய

வேலை?' என்று சங்கரதாஸ் அசடு வழிய கேட்கவில்லை.

அதற்குப் பதிலாக வாய்திறவாமல் ஈசுவரதாஸ் சொல்லுவதை உன்னிப்பாய்க் கேட்டுக்கொண்டான்.

"அங்கே நீ விசாரிக்க வேண்டியவை, செய்ய வேண்டியவை எல்லாம் இதோ, இந்தக் காகிதத்தில் அடங்கியிருக்கின்றது. இந்தக் கட்டிடத்தைவிட்டு வெளியேறும் முன் அதை வாசித்து, விஷயங்களை மனத்தில் கிரகித்துக்கொண்டு, காகிதத்தைக் கிழித்து எறிந்துவிட்டுப் போ" என்று உத்தரவிட்டான்.

ஈசுவரதாஸின் குணவேறுபாடுகளை நன்கு உணர்ந்த சங்கரதாஸ், பதில் பேசாமல் காகிதத்தை வாங்கித் தன் பையில் திணித்துக்கொண்டான்.

பிறகு காரியம் ஆகிவிட்டது என்று தெரிவிக்கும் மாதிரியில், "உன் பெண்ணுக்கு உடம்பு எப்படி இருக்கிறது?" என்று அவன் சங்கரதாஸை விசாரித்தான். அப்படிக் கேட்கும்போது அவன் குரலில் இரக்கமும் அனுதாபமும் ஒலித்தன.

இதைக் கேட்டதும் சங்கரதாஸின் முகம் மாறிற்று. அவன் உதடுகள் துடித்தன; கண்கள் நீரால் மங்கி விட்டன. "சார், க்ஷயமாம். தீர்மானமாய் சொல்லி விட்டார்கள்" என்றான், வருத்தம் தோய்ந்த தொனியில்.

"கவலைப்படாதே! நான் நாளைக்கே எல்லா ஏற்பாடுகளும் செய்துவிடுகிறேன். நீ திரும்பி வருவதற்குள் அவள் பஞ்சவடி சானிடோரியத்தில் சௌக்கியமாய் இருப்பாள்" என்று மிக்க பரிவுடன் ஈசுவரதாஸ் தன் காரியதரிசியை ஆசுவாசப்படுத்தினான்.

சங்கரதாஸ் போனபிறகு குப்தாஜீ தன் வேலையில் ஈடுபட்டான். டிரிங்... டிரிங்... டெலிபோன் மணி. மிதிலையிலிருந்து பிசினஸ்; தேக்கு வியாபாரம். பிறகு சித்திரக்கூடத்திலிருந்து அலுமினிய சப்ளை பற்றிய விவரம்; அதற்குள் லட்சுமணபுரி துறைமுகத்திலிருந்து ஏற்றுமதி இறக்குமதி பேச்சு. ஈசுவரதாஸ் நான்கு டெலிபோன்கள், ஒரு பஸ்ஸர், எட்டு மணிகள் இவற்றுடன் இரண்டு மணி நேரங்கள் போராடினான். மின்சார விசிறியும் குளிர் இயந்திரமும் இருந்துங்கூட அவனுக்கு

வியர்த்துவிட்டது. நெற்றியில் தலைமயிர் புரள, புகையிலைக் குழலைக் கடித்துவிட்டுக்கொண்டு அவன் தன் வேலையில் பாய்ந்தான்.

“அப்பா, லட்சங்களைச் சம்பாதிப்பதில் இத்தனை சரீரப் பிரயாசை இருக்கிறதென்று எனக்குத் தெரியாதே” என்றான் அப்போது உள்ளே நுழைந்த அமலன்.

அதைக் கேட்டு ஈசுவரதாஸ் வெட்கத்துடன் புன்னகை செய்தான். தன் நண்பன் தன் வியாபார நுணுக்கத்தைப்பற்றி இப்படி மறைமுகமாகத் துதிப்பது, அவனுக்குப் பெருமையாக இருந்தது. அந்த மகிழ்ச்சியை நாசூக்காக புன்னகைக்குப் பின்னால் மறைத்துக்கொண்டான். இவர்களுக்கு இடையே துளிர்த்திருந்த பரஸ்பர நேசம் விசித்திரமானது.

“சரிதான், உன் பத்திரிகை பதிப்பாய்க் கொண்டிருக்கிற சமயத்தில் (‘திரிசங்கு’ ஒரு சந்தியா கால தினசரி) இப்போது, இங்கே எங்கே வந்தாய்?”

அமலனுடைய பால்வடியும் முகம் மலர்ந்தது. “சும்மா, இப்படி உன்னுடன் அரட்டை அடித்துவிட்டுப் போகலாமென்று வந்தேன்.”

ஈசுவரதாஸ் குலுங்கக் குலுங்கச் சிரித்தான். “சமுத்திர அலைமேல் தளும்பும் நுரைபோல், நீ பேசினால் எனக்கு அர்த்தமாகாதா?”

“எனக்கு ஒன்றுமே புரியவில்லை. முதலில் சிரிக்கிறாய். அப்புறம் என்னமோ புதிர் போடுவதுபோல் அலைமேல் நுரை, நுரை மேல் வலை... என்று ஏதேதோ கதைக்கிறாய்.”

“சரி. வேடிக்கை இருக்கட்டும்.”

“நானா சிரித்தேன்?”

“கு.கு.கு. வைப் பார்த்தாயா?”

“ஆகா! பதற்றமில்லாமல், நிதானமாக, பொருத்த காரணங்களைக் கொண்டு புத்தி கூர்மையுடன் சர்க்கார் காரியங்களை ஆராயும் கு.கு.கு. வைப் பார்த்தேன்.”

ஈசுவரதாஸ் இதைக் கேட்டு சிரிக்காமல் என்ன செய்வான்?

"நீ பேசும்போது கு.கு.கு.வின் குழந்தை முகம் எதிரே நிற்கிறது" என்றான்.

"உத்யோகஸ்தர்களுக்கு அரசியல்வாதிகளுடன் பழகத் தெரியும். அவர்களுடைய லட்சியங்களை ஆதாரமாகக்கொண்டு தங்கள் வாழ்க்கையை அமைத்துக் கொள்ளமாட்டார்கள்" என்று அமலன் மறுபடியும் வார்த்தைகளைக் கடல் நுரையைப்போல் ஊதித்தள்ளினான்.

"கு.கு.கு.வா அப்படிச் சொன்னான்?"

"ஆமாம்."

"நீ என்ன கேட்டாய்?"

"இல்லை, மந்திரிசபை செக்ரெட்டரி லீவில் போகிறார். ஒருவேளை உங்களை அந்தப் பதவியில் போடுவார்களோ என்று கேட்டதற்குத்தான் இந்தப் பதில். நான் சொன்னேன், முன்னுக்கு வர ஆசைப்படுவதில் என்ன பிசகு, சார்? பொறுப்பு ஏற்றுக்கொண்டு ஒரு காரியத்தைப் பக்குவமாகச் செய்து முடிப்பதில் மனிதனுக்கு எத்தனை திருப்தி உண்டாகிறது! அதற்கு ஏற்ற பரிசை அவன் விரும்புவதில் என்ன பிசகு என்று."

"நான் பிரதி உபகாரத்தை எதிர்பார்க்காமல் கடமையைச் செய்யப்பட்டவன். சர்க்காருக்கு உழைப்பது என் கடமை. ராஜதந்திரிகளை உத்தேசித்து நான் இதைச் செய்யவில்லை, என்றான். அப்போ மந்திரி என்று நான் இழுக்கும் முன் அவன் பொம்மென்ற குரலில், 'சார், மந்திரிக்குப் பின்னால் அவரைப்பற்றிப் பேசுவது என் வழக்கமில்லை' என்று சொல்லி முடித்தான். அவன் பேசப் பேச அவனுடைய உடம்பும், முகமும் ஊதிக்கொண்டே வந்தது."

ஈசுவரதாஸ் கொஞ்ச நேரம் சிரித்தான். பிறகு அவன் முகத்தில் சட்டென்று ஹாஸ்யம் மாறி கவலைக் குறி தோன்றிற்று.

"அமலா, அசோகன் நீடித்திருப்பது கஷ்டமென்று நினைக்கிறேன்" என்றான்.

அமலன் தலையை ஆட்டினான். "அவனுக்கு, கு.கு.கு.வைப் போல் சத்தியம் ஜெயிக்குமென்ற திட நம்பிக்கை இல்லை போலிருக்கிறது."

“எது சத்தியம்? அதை எப்படி அறிவது?” ஈசுவரதாஸ் கசப்புடன் கேட்டான்.

அமலன் கண்கள் விரிந்து கொண்டன. அவன் ஒரு பைத்தியக்காரத் தோற்றத்துடன் கேட்டான்: “என்ன இப்படி சொல்லுகிறாய்? இது நிஜமில்லையா? இந்த அழகான அறையின் அமைப்பு, இங்கே உள்ள நவீன கருவிகள், உள்ளூருக்காக அமைந்துள்ள படா டெலிபோன், வெளியூர்க்காரர்களிடம் பேச அமைந்துள்ள சாதாரண டெலிபோன், பிறகு உன்னுடைய பிசினஸ்... உன் கோடிகள்... இவை கனவா?”

“வேடிக்கை போதும், அமலா.... எனக்கென்னமோ ஒரே ஓய்ச்சலாக இருக்கிறது.”

“ஏன்? இன்று லாபம் இரண்டு லட்சங்கள்தானோ?”

“நான்தான் சும்மா கதை விடாதே என்கிறேனே...! இது ஒரு வேடிக்கை விஷயமில்லை என்றேனே... அசோகன் போனால் சுமந்திரன் கட்சி பலக்கும்...”

“ஓகோ! பொதுமக்கள் பாடு திண்டாட்டமாய்ப் போய்விடும் என்று பயப்படுகிறாயா? அல்லது முதலாளிக்கு லாபம் குறையுமென்று கவலைப்படுகிறாயா?”

ஈசுவரதாஸ் யோசித்தான். “முதலாளிக்கும் கஷ்டம்தான். அசோகன் எங்களுக்குண்டாகும் இடையூறுகளை உணர்ந்து, நாங்கள் அடியோடு அழிந்து போகாமல் இருக்க லேசாக உதவுகிறான்.”

அமலன் முகம் மேலும் ஒளியிழந்தாற்போல் தென்பட்டது. ஈசுவரதாஸ் எப்போதுமே நாகரிகமாகவும் அழகாகவும் உடை அணிந்து கொள்வான். அவனுக்கு அமலனுடைய கோலத்தைக் கண்டு வியப்பாக இருந்தது. ‘இவன் வேடிக்கையாக எழுதுவது மட்டும் அல்லாமல், பார்ப்பதற்கும் கோமாளியாகத் தென்படுவதால், எல்லோருக்கும் அவனைப் பார்க்கும்போதே சிரிப்பு வந்துவிடுகிறது’ என்று அவன் நினைத்துக் கொண்டான். அச்சமயம் அமலன் சொன்னான்: “ஜனகாதிகள் உங்களைப் பாதுகாப்பார்கள் என்று...”

"அவர்களா... அவர்கள் எங்கள் ஜன்மவிரோதிகள் அல்லவா. முதலாளித்துவத்தை அடியோடு அழிக்கவேண்டுமென்றல்லவா முயலுகிறார்கள்...."

"இருக்கலாம்... ஆனால் சும்மா கூப்பாடு போடத்தான் அவர்களால் முடியும். ரகுரஸக் கட்சியை ஜயிக்க ஜனகாதிகளால் இயலாது என்பது என் அபிப்பிராயம். அதனால், அவர்களைப் பொறுத்தவரையில், சுமந்திரனைவிட முன்னேற்றத்தில் ஊக்கம் காட்டும் அசோகன் தேவலை இல்லையா?"

ஈசுவரதாஸ் தலையை ஆட்டினான். அப்போது மேஜை மேலுள்ள பஸ்ஸர் அடித்தது.

"சரி, உன் கோடிகளை மேலே வளர்க்க யாரோ வந்திருக்கிறார்கள். நீ உன் சம்பாத்தியத்தை மேலும் மேலும் பெருக்கு. அதற்குள், நான் உன் ஆபீஸிற்குப் போய், என் பதிப்பு விஷயமாகச் சில சங்கதிகளைத் தெரிந்து கொண்டு வருகிறேன்" என்று அமலன் போக எழுந்தான்.

"ஆகட்டும். நீ போ. ஆனால் நானும் இதோ வந்து விடுகிறேன். இரண்டுபேருமாகக் கொஞ்சம் நிம்மதியாக குன்றுப் பூந்தோட்டத்திற்கோ, 'சுமித்திரா நிவாஸு'க்கோ போவோம்" என்றான் குப்தாஜீ.

அமலன் தலையை ஆட்டிக்கொண்டே வெளியே போனான்.

அவன் சென்ற பிறகு பஸ்ஸரில், வந்தவனைப் பற்றிய விவரத்தை விசாரித்தான், ஈசுவரதாஸ்.

"யாரோ ஆபீஸராம், விவரம் சொல்லாமல் உங்களைக் கட்டாயம் பார்க்க வேண்டுமென்று சொல்லி சட்டென்று லிஃப்ட்டில் ஏறிவிட்டார்" என்றது ஒரு குரல்.

யாராக இருக்கக்கூடும்? - அப்போது அவன் சிறிதும் எதிர்பாராத கு.கு.கு. உள்ளே வந்தான்.

ஈசுவரதாஸ் ஒரு நிமிஷம் திகைத்துப்போய் விட்டான். பிறகு அனாவசியமாய், "யார் கு.கு.கு. வா?" என்று கேட்டான்.

"மந்திரியிடமிருந்து ஒரு செய்தி" என்று சொல்லி, மேஜைமீது ஓர் உறையை வைத்தான் கு.கு.கு.

ஈசுவரதாஸ் அதை உடைத்து வாசித்தான். அது ஒரு சர்வசாதாரண விஷயம். அதற்குள் இழந்த தன் நிதானத்தை அவன் திரும்பப் பெற்றுவிட்டான். அதனால், "எப்போதிருந்து மந்திரி தன் ஆபீஸர்களை 'டாக்பியூனாக' உபயோகப்படுத்தத் தலைப்பட்டார்?" என்று வேடிக்கையாகக் கேட்பது போல் கேட்டான்.

இவ்வார்த்தைகளில் அடங்கியிருந்த துடுக்கை கு.கு.கு. லட்சியம் செய்யவில்லை; தன்னுடைய இயற்கை அமைதியையும் இழக்கவில்லை. எப்போதும் போல் படாடோபக் குரலில் பேசவாரம்பித்தான்: "ஒரு சிறிய காரியமாக இருந்தால் கூட, மந்திரிக்கு உதவி செய்வதென்றால் எனக்குச் சந்தோஷம். என்னிடம் இந்த அனாவசிய கௌரவங்கள் கிடையாது" என்று கூறியவண்ணம் கனைத்துவிட்டுக்கொண்டே மேலும் சொன்னான்: "மந்திரிக்குச் செய்யவேண்டிய கடமையில் நான் தவறக்கூடாது; அவருக்கு எத்தனையோ பேர்கள் துணையிருக்கிறார்கள்; யோசனை சொல்லுகிறார்கள், இருந்தாலும் அவருடைய நன்மையை உத்தேசித்துப் பேசும் செகரெட்டரி வாக்கை அவர் கவனித்தால் நல்லது" என்றான்.

"நீ பேசுவது என்னமோ ஒரே மர்மமாய் இருக்கிறதே! எனக்கு ஒன்றுமே புரியவில்லையே" என்றான் ஈசுவரதாஸ்.

"சார், உங்களுக்குத் தெரியாமலா? நீங்கள் அவருடைய ஆத்மார்த்த நண்பர், பால்ய சினேகமென்று கேள்வி. இருந்தாலும், அனுபவம் மிகுந்தவர்கள் சொல்லும் வார்த்தைகளை அசிரத்தையுடன் தள்ளி சில சிறிய சிப்பந்திகளைத் துணைக்கு அழைத்தால் ஆபத்து..."

"அசோகன் அப்படிச் செய்தாரா?"

"மந்திரியைப்பற்றி அவருக்குப் பின்னால் குற்றம் சொல்லுவது சரியல்ல. இருந்தாலும் உங்களைப் போலுள்ளவர்கள் அவரை எச்சரிக்க வேண்டும்..."

"எதைப்பற்றி?"

கு.கு.கு. மனமில்லாமலே ஏதோ ஒரு பெரிய சர்க்கார் ரகசியத்தை வெளியிடுவதுபோல் பீடிகை போட்டான்.

“பார்க்கப்போனால் இவ்வித சர்க்கார் விஷயங்களை உங்களிடம் சொல்லுவது முறைக்கு மிகவும் மாறானது. ஆனால் சில காரியங்களை உத்தேசித்து நான் சொல்லுவது என்று தீர்மானித்து விட்டேன்.”

“அட, சங்கதியைச் சொல்லித் தொலையேன்” என்று கத்தவேண்டும் போல் இருந்தது ஈசுவரதாஸுக்கு. அந்த ஆவலை சிரமப்பட்டு அடக்கிக்கொண்டான். கு.கு.கு.விடம் அவசரப்பட்டுப் பிரயோசனமில்லை. அவன் தன்னுடைய எண்ணத்தின்படிதான் எல்லாம் செய்வான் என்று நினைத்துப் பேசாமல் காத்திருந்தான்.

“அன்னவிமானக் கம்பனியைப்பற்றி நீங்கள் கேள்விப் பட்டிருப்பீர்களே!” என்றான் கு.கு.கு.

அப்பாடா, கடைசியில் விஷயத்திற்கு வந்தான் என்று ஈசுவரதாஸ் ஒரு பெருமூச்சுடன் தலையை ஆட்டினான்.

கு.கு.கு. மேலே சொன்னான்: “இந்தக் கம்பெனியை நம் சர்க்கார், மதர்லாந்து கம்பனி ஒன்றின் கூட்டுறவை வைத்துக்கொண்டு நடத்துவது என்று ஏற்பாடு. ஆதித்திய சர்க்கார் நோக்கம் நம் நாட்டில் சாதாரண மனிதனுக்குக் கட்டுபடியாகும் வகையில் அந்த விமானம் ‘நான்கு பேர்கள்’ சவாரி செய்யக் கூடியதாகவும், குறைந்த விலைக்குக் கிடைக்கக் கூடியதாகவும் செய்ய வேண்டுமென்பதுதான். அப்படியே அன்னவிமானத் தொழிற்சாலையில், வேலை துரிதமாய் நடந்துகொண்டு வருகிறது.”

ஈசுவரதாஸ் தலையை ஆட்டிக்கொண்டேயிருந்தான்.

கு.கு.கு.வும் பொம் பொம் என்று பேசிக்கொண்டே போனான். “சமீபத்தில் நான்கு பேர்கள் ஏறும் விமானங்கள் சிலவற்றைப் பரீட்சை செய்து பார்த்ததாகக் கம்பனியிலிருந்து தகவல் கிடைத்தது. இந்தச் சங்கதியைக் கேட்டவுடன் மந்திரியுடன் நான் மேலே நடக்க வேண்டிய விவரங்களைப்பற்றிப் பேசப் போனேன். என்ன காரணத்தினாலோ, அவை செங்குத்தாய் இறங்கவில்லை என்ற செய்தி மந்திரிக்குக் கலவரத்தைக் கொடுத்திருக்கிறது. இது விஷயம் எனக்குப்

பிடிபடவில்லை. விலை அதிகமாகக் கொடுத்தும் விமானங்கள் நம் சௌகரியம்போல் வாய்க்கவில்லை என்று ஜனசபையில் யாராவது குற்றம் குறை சொல்லுவார்களோ என்று அவர் ரொம்ப சந்தேகப்படுகிறார். மந்திரிக்கு எதற்காக இத்தனை கவலை? நம்முடன் கூட்டுறவு நடத்தும் மதர்லாந்து கம்பனித் தலைவன் முதல் முதல் அது விஷயமாகப் பேச வந்ததும் மந்திரிதான் தெளிவாக எல்லாவற்றையும் விளக்கினாரே!"

"மதர்லாந்து விமானம் ஒரு ஆள் ஏறக் கூடியது. நம் தேசத்தில் குடும்பங்களுடன் பிரயாணமாக, 'நான்கு பேர்கள்' விமானம்தான் தேவை என்று மந்திரி சொன்னார். அப்போது மதர்லாந்துக்காரன் பெரிய விமானத்திற்கு சின்னதைவிட விலை அதிகமாகுமென்று சொன்னவுடன், அது மிக்க நியாயமாக மந்திரிக்குப் பட்டது. மந்திரிக்கென்ன, எல்லோருக்கும் அது நியாயமாகத் தோன்றிற்று. அப்படியே ஒப்புக்கொள்ளவும் செய்தோம். இப்போது எதற்காக பயப்பட வேண்டும்? நமக்கு வேண்டியது பெரிய விமானம். அது அமைந்துவிட்டது. தொழிற்சாலையும் அழகாக நடக்கிறது. நீங்கள் எதற்கு யோசிக்கிறீர்கள்? செங்குத்தாய் இறங்கினால் தேவலையென்று சொன்னோமே தவிர அது விஷயம் முக்கியமில்லை. நமக்கு நான்கு பேர்கள் தாராளமாய் போகும் அன்னவிமானம்தான் மிக காரியமானது. அதற்காகத்தான் பாடுபட்டோம். அதற்குத் தகுந்த விலை கொடுக்கவும் தயார் என்று ஜனசபையில் கேள்வி கேட்டால் சொல்லுங்களேன்" என்று நான் சொன்னதை மந்திரி குஷியுடன் ஏற்கவில்லை. அதுவுமல்லாமல், நான் சென்ற பிறகு, சர்மாவிற்குச் சொல்லி அனுப்பித்து, ஏதேதோ பழைய ஃபைல்களைக் குடைந்தபடி இருக்கிறார். சார், நான் சொல்லுகிறேன். இத்தனை வருஷ சர்வீசில் நான் இப்படி குழப்பம் அடைந்ததே இல்லை. மந்திரி எதற்காக என்னை ஒதுக்கிவிட்டு சர்மாவுடன் விஷயங்களை எடுத்துப் பேசவேண்டும்?"

"இன்று காலை கூட நான் போய் அந்தப் பேச்சை எடுத்தவுடன் மந்திரிக்கு அதை மேலே விஸ்தரித்துப் பேச மனமில்லை என்று தெளிவாய்த் தெரிந்தது. என்னமோ சொல்லி, பேச்சை மாற்றிவிட்டார். சார், நீங்கள் வேண்டுமானால் கேட்டுப்பாருங்கள்... ஏன் இந்தக் குழப்பமென்று? இத்தனை அழகாகக் கேட்டவர்களுக்குச் சொல்ல, குறிப்பாய் விமானமே

தயாராக இருக்கும்போது எதற்காகத் தயக்கம் காட்டவேண்டும்? நீங்கள் போய் கொஞ்சம் பேசிப்பாருங்கள். என் யோசனையைச் சிபாரிசு செய்யுங்கள். நான் ஒரு பொறுப்புள்ள செகரெட்டரி என்பதை மந்திரி மறக்கலாமோ?”

இந்த நீண்ட பிரசங்கத்திற்குப் பிறகு இத்தனை தூரம், சர்க்கார் காரியங்களை வெளி மனிதனிடம் சொல்லிவிட்டோமே என்று லஜ்ஜை போலும், கு.கு.கு. அவசரமாய் போய்விட்டான்.

முதலில் ஈசுவரதாஸுக்கு சிரிப்பு வந்தது. அப்பப்பா, கு.கு.கு. தன்னுடைய கனமான குரலில் எத்தனை வார்த்தைகளைக் கொட்டிவிட்டான்! மணி மணியாக முத்துக் கோத்தாற்போல் இந்த உத்தியோகஸ்தர்கள் பேசிக்கொண்டே போவார்கள். கோவையாகப் பேசுவதாக எண்ணி, அவர்கள் சளைக்காமல் சொன்னதையே, திருப்பித் திருப்பிச் சொல்லுவார்கள்.

ஈசுவரதாஸ், தன்னுடைய தனித் துடிப்புடன், விஷயத்தை சீக்கிரமாக கிரகித்துக்கொண்டு முன்னதாகவே பதில் கொடுக்கும் வழக்கத்தை, அவர்கள் ரசிப்பது கிடையாது. இதற்காகத்தான் இப்போது கூட அவன் வெகு ஜாக்கிரதையாக, கு.கு.கு.வைத் தன் மனம்போல் பேசவிட்டான்.

ஈசுவரதாஸும், எல்லோரையும் போல் கு.கு.கு.வைப்பற்றி இப்படிப் பரிகாசமாக நினைத்துக்கொண்டாலும், அவனுக்கு அந்த உத்தியோகஸ்தனுடைய கண்ணியத்தை மதிப்பிடத் தெரியும். கு.கு.கு. வே வந்து இப்படிப் பேச வேண்டுமானால், சங்கதி முற்றிக்கொண்டுதான் வருகிறது என்று அவன் எண்ணினான்.

அமலன் திரும்பி வந்தவுடன், ஈசுவரதாஸ் ஏதோ கனாக் கண்டவனைப்போல நின்றிருப்பதைக் கவனித்தான். உன்னைப் பார்த்தால் என்னைவிட நீதான், திரிசங்குவிற்குத் துக்கடாக்களும் துணுக்குகளும் சப்ளை செய்வாய் என்று தோன்றும்படியாய் இருக்கிறது. ஏன் இப்படி எதையோ, எங்கேயோ, கண்டெடுத்தவன் மாதிரி விழிக்கிறாய்!” என்று சொன்னபடி தன் நண்பன் முதுகில் ஒரு குத்து வைத்தான்.

இருவரும் படியிறங்கிக் கீழே வரும்போது கேட்டண்டை சர்மா வருவதைப் பார்த்தார்கள்.

“இதென்ன கிணறு வெட்ட பூதம்” என்று ஈசுவரதாஸ் முணுமுணுத்தான்.

“பூதத்தை நீ பார்த்துவிட்டுவா. நான் என் வண்டியில் முன்னால் போகிறேன். ‘சுமந்திரா நிவாஸுக்கே’ போவோம். நீ அங்கே உன் காரில் வந்து என்னுடன் சேர்ந்துகொள். இன்று அந்த இடத்தில் லதாவின் நடனமாம்.” அமலனுடைய அசட்டு விழியில் ஈசுவரதாஸின் நிலைமையைக் குறித்து அனுதாபம் தோன்றிற்று.

“சார், உங்களிடம் ஒரு வார்த்தை” அவசரமாக வந்ததால் சர்மாவிற்கு இரைத்தது.

ஒரு புழுவைப் பார்ப்பதுபோல் ஈசுவரதாஸ் அவனை அலட்சியமாகப் பார்த்தான். சர்மாவுடன் உரையாடுபவர்களுக்கு இவ்வித உணர்ச்சிகள் தோன்றுவதுண்டு.

“நான் இப்போது வெளியே போகக் கிளம்பிக் கொண்டிருக்கிறேன். அதனால் வண்டியிலே ஏறிக்கொள். வழியில் பேசிக்கொண்டே போகலாம்” என்றான் ஈசுவரதாஸ் சுருக்கமாய்.

இருவரும், வண்டியில் ஏறிக்கொண்டார்கள். வண்டியோட்டி ஜனகாதிகளைச் சேர்ந்தவன். இவர்கள் பொது உடைமை, சோஷலிஸம் என்றெல்லாம் சொல்லிக்கொண்டு ஜனசபையிலும், வெளியிலும் ரகுரஸ கட்சியை எதிர்த்தார்கள். அந்தக் கட்சியின் முக்கிய ஆதாரம் இதுபோன்ற எளியோர்களே ஆவார்கள். சர்மா ஈசுவரதாஸிடம் சொல்லுவதைக் கேட்டறிந்தால், கட்சி ஆபீஸுக்குத் தகவல் சொல்லலாம் என்று அவன் நினைத்தான். ஆனால் ஈசுவரதாஸுக்கா இது தெரியாது? மிக்க உயர்ந்த ரீதியில் அமைக்கப்பட்டிருந்த அந்தக் கார் வெளிநாட்டிலிருந்து வந்தது. வண்டியோட்டி உட்காரும் சீட்டிற்கும் பின்புற சீட்டிற்கும் நடுவே கண்ணாடிக் கதவுகள் இருந்தன. ஈசுவரதாஸ் அவற்றை இழுத்துச் சாத்தினான். டிரைவருக்குக் கோபம் வந்துவிட்டது. அவன் தன் காலை அழுத்தினான். வண்டி முன்னால் பாய்ந்துகொண்டு சென்றது. உள்ளே இருந்த ஈசுவரதாஸ் புகைக்குழலைச் சுவாரஸ்யமாய் கடித்துக்கொண்டு சர்மா பக்கம் திரும்பினான்.

"இல்லை... எல்லாம் இந்த கு.கு.கு.வின் வேலைதான். மந்திரியை நான் இந்த விஷயத்தில் சிக்கவிட்டு விட்டதுபோல், அவரிடம் சொல்லியிருக்கிறான் என்று நினைக்கிறேன்" என்றான் சர்மா.

"எந்த விஷயத்தில்?" - இந்த மண்ணுண்ணியைப் பார்த்து ஈசுவரதாஸுக்கு அருவருப்பு மேலிட்டது. 'சின்ன புத்தி என்றால் நம் மந்திரி ஆலயங்களில் பார்ப்பதுபோல் வேறு எங்கும் பார்க்கமுடியாது' என்று எண்ணிக்கொண்டான்.

"அதுதான் சார், உங்களுக்குத் தெரியாமல் இருக்குமா...? இந்த ஸரஸ்வதி அன்னவிமான சங்கதியைப் பற்றித்தான் சொல்லுகிறேன்."

"ஓகோ... அதுவா... அதைப்பற்றி உனக்கு என்ன தெரியும்?"

"என்ன இப்படிக் கேட்கிறீர்கள்! நான்தானே அது விஷயத்தை முழுக்க முழுக்க கவனிக்கிறேன்."

"அப்போது கு.கு.கு. இதில் உன்னை எப்படி மாட்டிவைக்க முடியும்?"

சர்மா திணறினான்.

ஈசுவரதாஸ் முணுமுணுத்தான். அவன் நினைத்தது சரி. சர்மா ஒரு மந்திரி ஆலயப்புழு.... என்னமோ நெளிந்து கொடுக்கிறான்... பிறகு என்னமோ சொல்லுகிறான். இப்பேர்ப்பட்டவர்கள் சிக்கல்கள் நேரும் இடங்களில் தென்படவும் செய்வார்கள். எப்படியோ இடுக்கு வழியாக வெளியே கிளம்பி தப்பித்துக் கொள்ளவும் செய்வார்கள்.

"என்னமோ சார், நீங்கள் மந்திரிக்குத் தோழர். கு.கு.கு.வை நம்பக்கூடாது என்று அவரை நீங்கள்தான் எச்சரிக்க வேண்டும்" என்றான் சர்மா.

இதற்குள் சாந்திபாகிற்குப் பிரிந்துபோகும் வசிஷ்டமார்க்கம் வரவே சர்மா இறங்கவேண்டி வந்தது.

"எனக்கு மந்திரியிடம் நேரே சொல்ல பயம். நீங்கள் தயவு செய்து..." சர்மா பேசி முடிப்பதற்குள் கார் நகர்ந்துவிட்டது. அவன் கால்நடையாக வீடு சென்றான்.

பாவயாமி ரகுராமம்

சத்தியோத்தியா ஜனங்கள் மிக்க பண்பு வாய்ந்தவர்கள். அவர்களுக்கு சங்கீதத்தில் அபார பிரேமை. அதைவிடச் சிற்பத்திலும், ஓவியத்திலும் மோகம். பரதநாட்டியம் அவர்களுடைய உயிர் நிலை. சுருங்கச் சொன்னால் அந்த நாகரிகம் படைத்த ஜனங்கள் சதா கலைக்கடலிலேயே முழுகிக் கிடப்பார்கள். அதுவும் பனிக்காலம் வந்துவிட்டால், ஒரு கலைக்காட்சியிலும் இடம் இருக்காது. ஜனங்கள் அப்படி திரள் திரளாகக் கூடுவார்கள்.

சத்தியோத்தியா ஹனுமந்த கலைச்சங்கம், வருடந்தோறும் பத்து நாட்களுக்கு விழா கொண்டாடுவது வழக்கம். இந்தப் பத்து நாட்களிலும், சங்கத்தின் ஆதரவில் பலவித சங்கீத நாட்டியக் கச்சேரிகள் நடைபெறும். ஓவிய - சிற்ப திறப்பு விழாக்களும், இலக்கிய சர்ச்சைகளும் நடைபெறும். 'சுமித்ரா நிவாஸ்' என்ற பிரம்மாண்ட கட்டிடம், இவ்விதக் கலை வைபவங்களுக்காகப் பிரத்யேகமாக ஒதுக்கிவிடப்பட்டிருந்தது. அங்கே ஒரே சமயத்தில் பல பகுதிகளில் பலவித கலை இயக்கங்கள் நடக்கும். கூட்டம், கும்பல் கும்பலாக வரும். பல பிரமுகர்கள் கூடுவார்கள். அழகான சொற்பொழிவுகளும் நிகழும்.

அன்று அங்கே சனத்குமார் ஓர் ஓவியத் திறப்பு விழாவைத் துவக்கி வைப்பதாக இருந்தது; அசோகன் ஒரு சங்கீதக் கச்சேரிக்கு

தலைமை வகிக்க வருவதாகச் சொல்லியிருந்தான்; சுமந்திரன் லதாவின் நாட்டியச் சிறப்பைப்பற்றிப் பேசுவதாய் இருந்தது. வாயிலில் அவர்களை வரவேற்க பக்த கோடிகள், தனித்தனி தொகுதியாகக் கூடினார்கள். சாலைகளில் பந்தோபஸ்துக்காக போலீஸ் கூட்டம்; ஜனக்கூட்டம்; மோட்டார் கூட்டம்!

தாரா ராணி வாயிற்பக்கம் காத்திருந்தாள். இவ்வித சமயங்களில் அவளைக் கட்டாயமாகக் காணலாம். சபை, சங்கம், கூட்டம் இவற்றுக்கு அணிகலமாக அவள் எப்போதும் தென்படுவாள். ஒன்றில் சங்கத்தின் காரியதரிசியாக இருப்பாள்; அல்லது தலைமை வகிப்பாள்; இல்லை என்றால், பொக்கிஷ நிர்வாகியாகக் காரியம் செய்வாள். எந்தப் பதவியிலும். அவள் இருக்கும் இடத்திலெல்லாம், அவள்தான் ராணி. அவள் மந்திரிகளுக்காகக் காத்துக்கொண்டிருக்கும்போது, நிருபன் பாஸு அவள் எதிரே தோன்றினான்.

அவனைப் பார்த்தவுடன் எப்போதும் சிடுசிடுக்கும் தாராவின் முகம் மலர்ந்தது. காரணம், முதல் நாள் அவள் அவனுடன் பேசினதன் விளைவாக அன்று காலை தினசரியில், 'சத்தியோத்தியா குல விளக்குகள்' என்ற தலைப்பின் கீழ் தாரா ராணி தேசத்திற்காகச் செய்யும் தொண்டைப்பற்றிய விவரங்கள் வந்திருந்தன. பாஸுவுக்குத் தந்த பேட்டி பயன் அளித்துவிட்டதைப்பற்றி அவளுக்கு ஆனந்தம்.

"என்ன உங்களுக்கு இன்று அத்தைப் பட்டம் கிடைத்தது போலிருக்கிறதே!" என்றான் பாஸு.

தாரா ராணி முகத்தில் ஓர் அபூர்வ புன்னகை மலர்ந்தது.

"ஆமாம். எல்லாவற்றுக்கும் பெரிய மனம் கொண்ட சுமந்திரன்தான் காரணம். அநாதைக் குழந்தைகளை மேற்பார்வையிடும் பொறுப்பை நான் ஏற்றுக்கொண்டிருக்கிறேன் அவர்கள் அத்தை என்று என்னை அன்புடன் அழைக்கிறார்கள். ஏதோ என்னால் ஆன மட்டும் உதவி செய்கிறேன். அது பிரமாதமில்லை. இது விஷயத்தை உலகத்தாருக்கு விளக்கி, என்னைப் பெருமைப்படுத்தின சுமந்திரனுடைய உதார குணத்தை அல்லவா சொல்ல வேண்டும்!"

"இனிமேல் நாங்கள் எல்லோருமே உங்களை, அத்தை என்று கூப்பிடலாம். உங்கள் குணம்..." பாஸு பல பாராட்டு வார்த்தைகளை அடுக்கியபடி அவளைத் துதிசெய்தான். பிறகு, "ஆமாம், இதைத்தவிர வழிதவறி நடந்துவிட்ட பெண்களை ஆதரிக்கும் குழுவிலும் நீங்கள் வேலை செய்கிறீர்களாமே! இத்தனை கமிட்டிகளை நடத்தி வேலை வாங்க உங்களுக்குப் போதுமான சக்தியும் ஊக்கமும் எப்படி உண்டாகிறது?" என்று அவளை மேலும் கிளப்பிவிட்டு வேடிக்கை பார்த்தான்.

"நீங்கள்தான் சொல்லவேண்டும். இதையெல்லாம் யார் பாராட்டுகிறார்கள்? யார் கவனிக்கிறார்கள்?"

"நன்றாகச் சொன்னீர்கள்! உங்களைப்போல் இப்படி வாய் திறவாமல் யார் உழைப்பார்கள்? வீண் டம்பத்திற்காகவோ, பெருமைக்காகவோ ஆசைப்படாமல், ஒதுக்கமாய் நின்றுகொண்டு, இப்படி மக்களின் நன்மையையே பிரதானமாக நினைத்து உழைக்கிறீர்கள். அதனால்தான் உங்களை 'மாதர் சங்கம்' சார்பாக வெளிநாடு அனுப்புகிறார்கள், இல்லையா?"

"ஆமாம், போய்த்தான் ஆகவேண்டும் போலிருக்கிறது. வேண்டாமென்று பார்த்தேன். ஆனால், வெளிநாட்டுச் சங்கங்களில் நம் தேசத்தின் சார்பில் உன்னைப்போல் யாரும் பேசமுடியாது என்று சொல்லி சுமந்திரன் ஒரே பிடியாய் நான்தான் போகவேண்டுமென்கிறான்."

'இதென்ன தாரா ராணி பேச்சில், சுமந்திரன் அடிக்கடி தோன்ற ஆரம்பித்திருக்கான்!' என்று பாஸு வியந்தான்.

அதைப்பற்றி அவளைத் தூண்டி, மேலே ஆராய்ச்சி நடத்துமுன் திடீரென்று ஜனங்கள், "மந்திரி அசோகன்!" என்று குரல் கொடுக்க ஆரம்பித்தார்கள்.

தாரா ராணி, மிக்க விநயத்துடன் கார் அருகில் போய் அவனை வரவேற்றாள். என்ன இருந்தாலும் மந்திரி அல்லவா?

'சுமித்ரா நிவாஸில்' பற்பல மேடைகளும் 'கமிட்டி' அறைகளும், மண்டபங்களும் நிறைந்திருந்தன. இவற்றைச் சுற்றி நடைவாசல்களும், தோரண வீதிகளும் அலங்காரமாய்

அமைந்திருந்தன. நடைகளில், ஜனங்கள் சிறுசிறு கும்பலாக நின்று பேசிக்கொண்டிருந்தார்கள்.

"நீ என்ன உள்ளே போகவில்லையா?" என்று அவனைக் கேட்டான்.

"எதற்கு? பார்க்காமலே, கேட்காமலே அங்கே என்ன நடக்கிறது என்று பத்திரிகைக்கு எழுதிவிடலாமே!"

"எப்படி?"

அமலன் பேசவாரம்பித்தான். ஈசுவரதாஸ் சுவாரஸ்யமாய் கேட்டான். "கலைக் காட்சிகளைத் திறந்து வைக்கும் பிரமுகர்களுடைய பேச்சுகள் எல்லாம் ஒரே மாதிரியானவைதான். நம் தேசத்தின் மாண்பு, பண்பு, மேன்மை, ஆதித்திய ராஜ்யத்தின் புகழ், பிறகு சத்தியம், சீலம், தீரம் என்ற அறநெறிகள் என்று இவர்கள் ஜாபிதா அடுக்கிக்கொண்டே போகும்போது, என்னைப்போலுள்ள அப்பாவிகளுக்குச் சந்தேகம் வந்துவிடும். ஒருவேளை தப்பித்தவறி ஒரு பொதுக்கூட்டத்திற்கு வந்து விட்டோமோ என்னவோ என்று யோசிப்பார்கள். பேசும் பிரமுகர்களோ, ஆதியில் ஆரியர்கள் வேதம் ஓதியதிலிருந்து, தொடங்கி சுருதி, ஸ்மிருதியென்று கொஞ்சங்கொஞ்சமாக விஸ்தரிக்க ஆரம்பிப்பார்கள். வந்தவர்கள் இது நிச்சயமாக ஒரு கலைக் காட்சித் திறப்பல்ல என்ற முடிவிற்கு வரும் சமயம், அவர்கள் நம் பழமை வாய்ந்த கலைகளைப் பற்றிச் சொல்ல ஆரம்பிப்பார்கள்."

"அந்தக் காட்சி ஓவியமானால் அஜந்தா அழகைப் பற்றியும் சிற்பமானால் எல்லோரா சிறப்பைப் பற்றியும் விளக்குவார்கள். அப்பாடா... இது கலைக் காட்சிதான் போலும் என்று வந்தவர்கள் நாற்காலியில் சாயும்போது பிரமுகர்கள் திடீரென்று ஒரு தூண்டுதலும் இன்றி நம் ஒழுக்க வழக்கங்களைக் குறை கூறுவார்கள். அதாவது நாம் அடிக்கடி சினிமா பார்ப்பது, சில்லறை சிற்றின்பங்களை அனுபவிப்பது பழைய நடைமுறைகளை மறந்திருப்பது... என்று நம் முகம் சிவக்குமாறு சொல்லி முறையிடுவார்கள். பழைய முறைகளை மறந்துவிட்டோமென்றாலும் கூட நான் ஒப்புக்கொள்வேன். நாம் சினிமா பார்ப்பதை இவர் ஏன் குறை கூறவேண்டும்.

குற்றம் குறை சொல்ல முடியாத பிரபல ஜனசபையோன் ஆனந்தன் நேற்று என்னிடம் சொல்லிக்கொண்டிருந்தார். நம் நாட்டில் திரைப்பட முயற்சிகளுக்கு ஊக்கம் கொடுக்க வேண்டுமென்பதற்காகவே சினிமாவில் தோன்றும் விரசங்களைப் பொறுத்துக்கொண்டாவது அங்கே போய் வருகிறேன் என்று...”

அமலன் இப்படிப் பேசும்போது உள்ளே திறப்பு விழாவைத் துவக்கிவைக்கும் சனத்குமாருடைய வார்த்தைகள் ஒலிபெருக்கி வழியாகக் கேட்டன. நேயர்களே... ஆதித்திய ராஜ்யத்தின் மாண்பும் பண்பும் கீர்த்தி பெற்றவை. அதை நாம் பாதுகாக்கக் கடமைப்பட்டிருக்கிறோம். சத்தியம், சீலம், தர்மமென்ற நம் அறநெறிகளை உலகப் பிரசித்தி ஆக்க வேண்டும்...”

இதைக் கேட்டவுடன் அமலன் மிருதுவாகத் தன் தோள்களைக் குலுக்கிக் கொண்டான். ஈசுவரதாஸுக்கோ ஹாஸ்யம் பிடிபடவில்லை. அவன் வயிறு குலுங்கச் சிரித்தான்.

அப்போது கமலன் அவர்களுடன் சேர்ந்துகொண்டான். “அடடா... நீயுமா உள்ளே போகாமல் இருக்கிறாய்?” என்று அமலன் பொய் அனுதாபம் காட்டினான்.

‘‘கலையாவது, காட்சியாவது... நம் ஓவியர்களுக்குக் கலையென்றால் இன்னது என்றே தெரியாது” என்றான் கமலன்.

ஈசுவரதாஸ் அவனை மதிப்புடன் பார்த்தான். “ஓகோ, நீ அயல் நாட்டில் சுற்றியவன். உனக்கு அவர்களுடைய கலையையும் நம்முடைய கலையையும் சேர்த்துவைத்து ஒப்பிட்டுப் பார்க்கத் தெரியும் அல்லவா?” என்றான்.

“இவர்களும்தான் வெளிநாடு போகிறார்கள். ஓவியர்கள் என்று பெயர் சொல்லிக்கொண்டு இவர்களும் போகிறார்கள்; அங்கே உள்ள பாணிகளைக் கற்கவும் கற்கிறார்கள். ஆனால் நம் கலையில் நுண்ணுணர்வு இல்லை. என்னதான் அயல் நாட்டுப் பாணியை நாம் கைப்பற்றினாலும், நம் கலைக்கு ஜீவநாடி, நாம்தானே ஊட்டவேண்டும்! நம்மவர்களிடம் அந்த உயிர் கொடுக்கும் துடிப்பு இல்லை” என்றான் கமலன் கசப்புடன்.

“நீ சொல்லுவது ஒன்றுமே ஈசுவரதாஸுக்குப் புரியவில்லை, பாவம்” என்றான் அமலன்.

“ஒரு பூவை எடுத்துக்கொள்” என்றான் கமலன், ஈசுவரதாஸைப் பார்த்து. “அதற்குள்ள அழகை ஓவியன் படத்தில் எப்படிக் காட்டுவான்?” இதற்குப் பதில் சொல்லமுடியாமல் ஈசுவரதாஸ் விழித்தான். ஆனால் கமலன் அவனிடமிருந்து பதிலை எதிர்பார்க்கவில்லை. “ஓவியன் நிறங்களைக் குழைத்து வரைய முடியுமே தவிர, இயற்கையிலுள்ள காற்று, நீர் ஸூக்ஷுமவாயு என்ற ரசங்களால், அந்தப் பூவிற்கு உண்டாகும் பொலிவை அவன் கொடுக்க முடியுமா? அப்போது அவனுடைய படத்தில் பூவின் அழகை அவன் எப்படி விளக்கலாம்? அந்தப் பூவைக் காணும்போது அவனுக்குண்டாகும் உணர்ச்சிகளை ஓவியத்தின் மூலம் நமக்கு வழங்கி உணர்த்தப் பார்க்கலாம்.” கமலன் ஈசுவரதாஸை வெற்றிக் குறியுடன் பார்த்தான்.

இவர்களுடைய சம்பாஷணையைக் குலைக்குமாறு சனத் குமாருடைய குரல் இரைச்சலுடன் கேட்டது. “நம் நாட்டில் ஓவியக்கலை மடிந்திருந்தது. இப்போது புத்துயிர் பெற்று எழும்ப முயலுகிறது. இந்தப் புனருத்தாரண முயற்சிக்கு நாம் ஆதரவு கொடுக்க வேண்டும். நம் பழைய நடைமுறைகளையும் பண்புகளையும் ஜனங்கள் மறந்துவிட்டார்கள். அவற்றை மறுபடியும் கைக்கொண்டால் கலை வளரும்.”

கமலன் இதைக் கேட்டுக்கொண்டே உதடுகளைக் கடித்தவாறு போய்விட்டான்.

இந்தத் தடவை ஈசுவரதாஸுக்குச் சிரிக்கக்கூட முடியவில்லை. அவன் தன் நண்பனை மௌனமாகப் பார்த்தான். பிறகு, கமலன் நகர்ந்ததும் அமலனை அவன் கேட்டான்: “கமலனுடைய பேச்சில் ஏன் இத்தனை வெறுப்பு? அவன் குரலில் அபார ஏமாற்றம் கலந்திருக்கிறதே.”

“அப்பனே... அதுவா அவன் ஒரு புத்திசாலி; இதுமாதிரி லவுட்ஸ் பீக்கரில் வருகிற அர்த்தமில்லாத பேச்சுகளால், நம் புத்திசாலிகளுக்கு வாழ்க்கையில், ஆசை குலைந்துவிடுகிறது; அதிருப்தியும் மனமுறிவும் உண்டாகின்றது...”

“எல்லா புத்திசாலிகளும் அவரவர்கள் விருப்பப்படி முன்னுக்கு வர சர்க்கார் வசதி செய்ய முடியுமா?”

"சரி, அதைவிடு; புத்திசாலிகள் ஏமாற்றமடைந்தால், பொது ஜனங்கள் சோம்பேறிகள் ஆகிறார்கள். அதுதான் தேசம் நம்முடையது ஆயிற்றே, ராஜ்யவாதிகள் நமக்கு வேண்டிய வசதிகளைச் செய்து கொடுப்பார்கள். நாம் தூங்குவோமென்ற மனப்பான்மை அவர்களுக்கு ஏற்பட்டுவிடுகிறது. இது பொதுஜன ஆட்சி அல்லவா? மற்றும் சிலர், பொதுக்கூட்டப் பிரசங்கங்களைக் கேட்டுவிட்டு துவேஷங்களை வளர்க்கத் தலைப்படுகிறார்கள். பணக்காரன்-ஏழை என்ற வேற்றுமைக் காய்ச்சலுண்டாகிறது; அல்லது பொது உடைமை என்று ஜனகாதிகளைப்போல் கூச்சலிடத் தொடங்குகிறார்கள்."

"ஏய்... நீ ரகுரஸ சார்பாகப் பேசுகிறாயா... அல்லது ஜனகாதிகளுக்கு..?"

அமலன் ஒன்றும் அறியாதவன் போல விழித்தான். "ஓய் கோடீஸ்வரா... எனக்கு கட்சி கட்டவே தெரியாது" என்றான்.

"ஆமாம், கமலன் விஞ்ஞானி என்று நினைத்தேன். அவனுக்குக் கலையைப் பற்றியும் இத்தனை தெரிகிறதே!" என்று ஈசுவரதாஸ் வியந்தான்.

"அதுவா... மேல்நாட்டு விஞ்ஞானிகள் கலையில் உற்சாகம் காட்டுகிறார்கள் அல்லவா? அதுபோல் நம் கமலனும் செய்கிறான். ஐன்ஸ்டைன் *(Einstein)* சங்கீதம் பயின்றான். ஹக்ஸ்லி *(Huxley)* என்னும் விஞ்ஞானி எழுத்தாளன். விஞ்ஞானத்திற்குக்கூட விளம்பரம் வேண்டும்..." அமலன் குரலில் உறைப்பில்லாமல் பேசினான். "நம் கமலன் தேர்ச்சி பெற்ற புகழை விரும்புகிறான். அவனுக்குக் கீர்த்திபெற வேண்டுமென்று அபார ஆசை. அது கிடைத்துவிட்டால், தானும் பிரசித்தி பெற்ற அறிவாளிகளைப்போல் இவ்வித விஷயங்களில் கவனம் செலுத்த வேண்டுமல்லவா? அதற்காக இப்போதே ஒத்திகை நடக்கிறது. பார்க்கப்போனால், அவர்கள் என்னென்ன காரியங்களில் சிரத்தை காட்டினார்கள் என்று விசாரிப்பதும் ஒரு வகையில் ஆராய்ச்சிதானே!"

இதைக் கேட்டு ஈசுவரதாஸ் புன்னகை செய்ததும் அமலன் தன் கண்களை விரித்துவிட்டுக் கொண்டான்.

“சில விஞ்ஞானிகள் சூக்ஷமவாயு... புத்திக்கு எட்டாத பிரபஞ்சத்தின் நிலைகள்... அதிலிருந்து வேதாந்த அர்த்தங்கள்.... பிறகு தெய்வமுண்டு என்ற தீர்மானம் என்று இப்படியே விஞ்ஞானத்திற்கும், ஆதிமூலத்திற்கும் ஒரு கோடு கிழித்து விடுகிறார்கள். ஜேம்ஸ் ஜீன்ஸ் *(James Jeans)* என்பவர் அப்படிச் செய்தார். அவரைப் பின்பற்றித்தான் கமலனும் சுவாமி நித்யானந்தருடைய சிஷ்யனாக மாறிவிட்டான். நம் மதாசாரங்களில் ஊக்கம் காட்டுவதையும் ஓர் அரிய குணமாக பிரசாரம் செய்யலாமே!”

ஒன்றும் அறியாத பித்தனைப்போல் இருந்து கொண்டு, இத்தனையும் பேச இவன் எங்கே கற்றான் என்று ஈசுவரதாஸ் ஆச்சரியப்பட்டான். அதை வெளிப்படையாகச் சொல்லவும் சொன்னான்.

“உனக்கு மாத்திரம் பிசினஸ் செய்ய யார் கற்றுக் கொடுத்தார்கள்?” என்று கேள்வி கேட்டான் அவன்.

“அமலன்! எல்லோரையும் அலசிவிட்டாயே! சத்தியோத்தியா உத்தியோகஸ்தர்கள் ஊர் ஆயிற்றே... அவர்களைப்பற்றி நீ ஒன்றுமே சொல்லவில்லையே” என்று ஈசுவரதாஸ் அவனைத் தூண்டிவிட்டான்.

“அவர்களா? அவர்கள்தாம் வாழ்க்கையை நன்றாக அனுபவிக்கிறார்கள். வேலை முடிந்தாலும் அவர்களுக்கு மாத்திரம் இருபத்து நான்கு மணி நேரமும் ஜோலியுண்டு. தத்திங்கிணத்தோம் போட்டபடி, அவர்கள் சதா கண் விழிப்போடு இல்லாவிட்டால், ஒருத்தன் வேலையை மற்றொருவன் அடித்துக்கொண்டு போய்விடுவான். இதனால், அவர்கள் ஆபீஸானாலும் சரி, பார்ட்டியானாலும் சரி, கச்சேரியானாலும் சரி, எப்போதும் ராஜீய விஷயங்கள், பொருளாதாரத் திட்டங்கள், ஆட்சி முறைகள், புதிய யுக்திகள் சட்டங்கள் என்று பேசிப் பேசித் தெளிவதிலேயே பொழுதைப் போக்குவார்கள். இவ்வித வாழ்வை ஊர்ஜிதப்படுத்த உயிரில்லாத ஃபைல்கள் அவர்களுக்கு உதவிபுரியும்....”

“நாளைய திரிசங்குவை வாசிக்கவேண்டிய அவசியமில்லை” என்றான் ஈசுவரதாஸ்.

★★★

உள்ளே சனத்குமார் பேசி முடித்துவிட்டபின் ஜனங்கள் ஓவியங்களைப் பார்க்க கும்பலாகப் போய்க் கொண்டிருந்தார்கள்.

கிழக்கு வீதியை நோக்கி அமைந்திருந்த மற்றொரு பெரிய மண்டபத்தில், சங்கீதக் கச்சேரியின் துவக்கத்தில், அசோகன் பேசவாரம்பித்தான். அப்போது அவனுடைய குரல் ஒலிபெருக்கியில் கேட்டுக்கொண்டிருந்தது.

சனத்குமார் வெளியே வந்தான். அதே சமயத்தில் மனுவர்க்கன் அந்தப் பக்கமாக வர, இருவரும் சந்தித்துக்கொண்டார்கள்.

“பார்த்தாயா... ரகுரஸ் கட்சிக்கு அமிர்தவர்ஷம் நடப்பதைத் தெரிந்துகொள். அசோகனைப் போலுள்ளவர்கள் புதிய புதிய நட்பை நாட வேண்டும். எல்லோரையும் அரவணைக்க வேண்டும். தன் சினேகிதர்களைக் கண்ணும் கருத்துமாகப் பார்த்துக்கொள்ள வேண்டும்” என்று சனத்குமார் ஏசலுடன் பேசினான்.

“எல்லோருக்குந்தான் துதி தேவையாக இருக்கிறது!” என்றான் மனுவர்க்கன்.

சனத்குமார் அவனைச் சுட்டுவிடுபவன் போல் பார்த்தான். “ஜனநாயகத் தலைவர்களான நமக்கு ஒருவருடைய துதியும் தேவையில்லை” என்றான் உரப்பாக.

“இங்கிதமாகப் பழக இத்தனை சிரமப்படும் அசோகன், ஜனசபைக்கு ஏற்காத புதிய சீர்திருத்தங்களையும், முன்னேற்றங்களையும் ஏன் இவ்வாறு பறை அடிக்க வேண்டும்?” என்று மனுவர்க்கன் கேட்டான்.

“ஜனசபைக்கு மாத்திரமா - சுமந்திரனுக்குக்கூட அவற்றைக் கண்டால் பிடிக்கவில்லை. நவீனத் தொழிற்சாலை முன்னேற்றத்தை அதிகமாய் செய்தால், ஜனகாதிகள் கொழுத்துவிடுவார்கள் என்பது அவன் அபிப்பிராயம். இருந்தும், பொதுஜனம் அவனைப் பாராட்டுகிறது என்ற

விஷயத்தால் சுமந்திரனுக்கு அவனை வெளிப்படையாக எதிர்க்கமுடியவில்லை.”

“நீ யோசித்திருப்பதுபோல், சரஸ்வதி அன்னவிமானக் கம்பெனியைப்பற்றி அசோகன் மேல் பழி சுமத்தினால் கூடவா சுமந்திரன் அவனை அகற்ற வழி செய்யமாட்டான்?”

“அசோகனைத் தொலைக்கலாம். ஆனால் அப்புறம் தனக்கும் அந்தக் கதி வந்துவிட்டால்...? அரசியல் உலகில் ஒருவனுக்கு நேருவது மற்றொருவனுக்கும் உண்டாகலாம். இப்போதென்றால், அவன் இவனுக்குத் துணை, இவன் அவனுக்கு அணைப்பு. நான் மெதுவாக அசோகனைப் பயமுறுத்தி காரியத்தைச் சாதித்துக்கொள்ள...”

எந்தக் காரியமென்று மனுவர்க்கன் கேட்பதற்குள் ஈசுவரதாஸும் அமலனும் அந்த வழியே பேசிக் கொண்டு போனார்கள்.

“ஒருவன் முன்னுக்கு வந்து, ஜனங்களுக்கு நன்மை செய்யப் பார்த்தால், ஏதோ தீமை செய்கிற மாதிரி பிறர் ஏன் அவனைப் பொசுக்கவேண்டும்?” என்று அமலன் கேட்டான்.

இதைக் கேட்டு சனத்குமார், முகத்தைச் சுளித்தான். ஆனால் ஈசுவரதாஸ் சொன்ன பதில் மனுவர்க்கனை வேர்த்து விறுவிறுக்கச் செய்தது. “தீமை செய்வோர்கள் யாரென்று தெரிந்தால், ஜாக்கிரதையாக இருக்கலாம், வெளிக்கு மாத்திரம் சௌஜன்யம் காட்டுவோரிடம் பழக வேண்டியிருப்பதால்தான் சத்தியோத்தியா குயுக்திகள் நிரம்பின இடமாய் விட்டது.”

இதைக் கேட்ட பிறகு, மனுவர்க்கன் தன் பையில் கையை விட்டு, அங்கே கனமான ஒரு காகிதத்தைத் தன் விரல்களால் தடவிப் பார்த்தான்.

சனத்குமார் எரிச்சலுடன், வா போவோமென்று சொல்லி அவனை அழைத்துக்கொண்டு அப்புறம் சென்றான்.

அமலன் ஈசுவரதாஸுக்குப் பதில் அளித்தான். “அசோகனுக்கு விஷயம் தெரியாதாவென்ன? பதவியிலுள்ளவர்கள் தங்கள் இடத்தைக் கெட்டியாகப் பிடித்துக்கொள்ள நெடுக இடம் பிடித்துக்கொண்டே போக வேண்டும். இருந்தாலும் சமீபத்தில்

சனத்குமார் அசோகனை ஏதோ கேட்டிருக்கிறான். அது நடக்கவில்லையென்று தெரிகிறது. அவன் கவனமாய் இருக்க வேண்டும்."

ஈசுவரதாஸ் சட்டென்று அவனை நிமிர்ந்து பார்த்தான். ஆனால் அமலன் எப்போதும்போல் பராக்குப் பார்த்தபடி இருந்தான். அவனுடைய உருண்டை முகம் கபடமில்லாமல் தெளிவாக இருப்பதை குப்தாஜீ கண்டுவிட்டு, "உனக்கு எப்படித் தெரியும்?" என்று வினவினான்.

"ஒன்றுமே தெரியாது. எல்லாம் ஊகம்தான். அசோகனுடைய நவீன தொழில் முறைகளால் மக்கள் பயன் பெற்றிருக்கிறார்கள். அவர்களிடையே அவன் சரக்கு உயர்வாக இருக்கிறது. இதைப் பார்க்க மற்றவர்களுக்குச் சகிக்கவில்லை. அவர்களை மதிப்பதில்லை, யோசனை கேட்பதில்லை என்ற மனத்தாங்கல் ஒரு பக்கம். அவர்களுக்கு வேண்டியதைச் செய்து கொடுப்பதில்லை என்ற கோபம் ஒருபக்கம். அதனால் எல்லோருமாக அசோகனைக் குழியில் அழுத்த சூழ்ச்சி செய்தால் அதில் ஆச்சரியம் என்ன... இதற்குப் பெரிய துப்பறிவு பழகவேண்டுமா என்ன?"

"எப்படியும் தாரா ராணியைத் தூண்டிவிட்டுப் பார்க்க வேண்டும். அவள் சுமந்திரனிடம் மறுபடியும் ரொம்ப சினேகமாய் பழகுகிறதாகத் தெரிகிறது" என்றான் சனத்குமார் மனுவர்க்கனிடம்.

உள்ளே லதாவின் நாட்டியக் கச்சேரி ஆரம்பமாயிற்று. தாரா வெளியே வந்தாள். சனத்குமார் அவளைக் கண்டுவிட்டு உரக்கக் கூவி அழைத்தான். "தாரா இப்படி வா. இந்தத் திரிசங்கு ஆசிரியருக்கு மதம் அதிகமாகிவிட்டது" என்றான்.

"அமலனா? அவன் சுத்த சாதுவாயிற்றே" என்று தாரா ஆச்சரியப்பட்டாள்.

"சாதுவா...? அந்த நாட்களில் நாங்கள் அவனைக் கொஞ்சம் அசடு என்றுகூடச் சொல்லுவோம். அவனும் நானும் ஒரே கல்லூரியில் படித்தோம். நான் முதல் வகுப்பில் தேறினேன்.... அவன் மூன்றாவதில் தொத்திப் பிடித்துக்கொண்டு வந்தான்..." என்றான் மனுவர்க்கன் திருப்தியுடன்.

"போதாக்குறைக்கு பின்னோடு அந்த ஈசுவரதாஸ் ஒத்துப் பாடினான்" என்றான் சனத்குமார்.

"ஆமாம். அவனை நம்பக்கூடாது. பலே பேர்வழி" என்று சொல்லும்போதே மனுவர்க்கன் கை மறுபடியும் பையில் போயிற்று.

"அவன் கிடக்கட்டும். நம் தாராவைப் போன்றுள்ளவர்களை ஈசுவரதாஸ் என்ன செய்யமுடியும்?" என்றான் சனத்குமார்.

தாரா பெருமையுடன் அவனைப் பார்த்தாள். "ரொம்ப சரி. சுமந்திரனுக்குக்கூட ஈசுவரதாஸ் ஓர் அதிகப்பிரசங்கி என்று தோன்றுகிறது" என்றாள் அவள்.

"அப்படியா, உன்னிடம் அந்தரங்கம் சொல்லுகிறானா? அப்படியானால், மந்திரி சபையில் அவன் சொன்னதைக்கூட உன்னிடம் திருப்பிச் சொல்லியிருக்கலாம்."

"என்ன?"

"எனக்காக அசோகனைத் தொலைக்க ஓர் ஆள் கிடைக்கவில்லையே! அப்படிச் செய்பவளுக்கு மந்திரிப் பதவி கூட பரிசாகக் கொடுக்கலாமே என்று சுமந்திரன் பல பேர் முன்னிலையில் சொன்னானாம். அவன் பெண்மையை ஏன் குறிக்கவேண்டும். உன்னைத்தான் அந்தப் பதவிக்காகத் தேர்ந்தெடுத்திருக்க வேண்டுமென்று எங்களுக்குள் பேச்சு."

"சொன்னானா! லட்சுமணபுரி தேர்தல் சீட்டு எனக்குத்தான் என்று சுமந்திரன் சொல்லிவிட்டான்" என்றாள் தாரா.

"பார்த்தாயா? நான் நினைப்பதில் என்ன பிசகு? முதலில் ஜனசபை அங்கத்தினள் ஆவாய். அப்புறம்..." தாராவிற்குக்கூட தன்னுடைய அதிர்ஷ்டத்தைப் பூராவாக ஏற்க முடியவில்லை.

"என்ன சிநேகமானாலும்... எனக்கு மந்திரிப் பதவி கொடுக்க சுமந்திரன் ஒப்பமாட்டான்" என்றாள் சந்தேகத்துடன் இழுத்தபடி.

"ஆ... இந்தச் சமயத்தில்தான் நீ மெதுவாக அவன் காதில் விஷயத்தை உரையேற்ற வேண்டும்."

“எதை?”

“அதுதான் ஸரஸ்வதி விஷயமாக அசோகனுக்கு உண்டாயிருக்கும் சிக்கலைப்பற்றி...”

“சுமந்திரன் கேட்காவிட்டால்.... அவன் மனம் எப்படி மாறும் என்று எதிர்பார்க்க முடியாதே!” தாரா ராணிக்கு இப்போது பயமாகப் போய்விட்டது.

“கவலைப்படாதே; சும்மா சொல்லு. ஜனசபையில் நாங்களெல்லோரும் உன்னை ஆதரிக்கிறோம். ஸரஸ்வதியைப் பற்றிக் கேள்விகளைச் சரமாரியாகப் பொழிந்து அசோகனைத் திக்குமுக்காடச் செய்கிறோம்.... ஊம்.... தைரியமாய் இரு.”

சனத்குமார் இத்தனையும் சொல்லிவிட்டு மனுவர்க்கனைப் பார்த்தான். ‘நீயும் சேர்ந்துகொள்’ என்பது அதன் அர்த்தம். மனுவர்க்கன் மனமில்லாமலே ஏதோ முணுமுணுத்தான்.

“ரகுரஸ் கட்சியின் புலியான அசோகனை எதிர்க்க...”- தாரா தயங்கினாள்.

“மலைக்காதே, உன் பக்கம்தான் சுமந்திரன் இருக்கிறானே!”

சனத்குமாருடைய தந்திரம் பலிக்கும் போலிருந்தது. சங்கதிகள் மெதுவாக அவள் மனதில் ஊறி நிலை தெறிக்கட்டும்; அதுவரையில் கொஞ்சங் கொஞ்சமாகத்தான் சொல்ல வேண்டுமென்று எண்ணி சனத்குமார், மனுவர்க்கனுடன் வேறுபுறமாகத் தள்ளிப் போனான்.

“உன்னுடைய ஆலோசனைகளைக் கேட்டால் எனக்குப் பயமாகத்தான் இருக்கிறது. இப்படி இருதலைக் கொள்ளி போல், இரண்டு பிரிவாய் போனால்?” என்றான் மனுவர்க்கன் கவலையுடன்.

“சும்மா இரு. பயமேயில்லை. ஜனசபையில் கேள்விகள் சகஜம்தானே. பதில் சொல்லத் தெரியாமல் அசோகன் திணறட்டுமே! பகிரங்கமாய் விஷயங்களைப் பொதுஜனம் காது கேட்க எடுத்து அலசிவிட்டால், அசோகனுக்குப் பதவி போகாவிட்டாலும், நிச்சயமாய் அபகீர்த்தியுண்டாகும். ஒருவேளை, தற்செயலாக அதிர்ஷ்டவசமாக தாரா ராணியின்

போதனை சுமந்திரன் காதில் ஏறிவிட்டால், அதுவும் நல்லதுதானே! அசோகனை நிஜமாகவே ஒழிக்க சமயம் வரலாம். இல்லை என்றால் போகட்டுமே! சும்மா ஒரு ஹேஷ்யத்தில் நமக்கு அதிர்ஷ்டம் உண்டாவென்றுதானே பார்க்கிறோம். என்னவானாலும் ஒன்று நிச்சயம். இவர்களுடைய கொட்டமெல்லாம் சற்று அடங்கும்."

சனத்குமார் பேசும்போது அவன் முகம் சிவந்தது. மூச்சுக்காற்று கனலாய் வெளிவந்தது.

★★★

நீண்ட ரோஜா நிற உறையைப் பார்த்ததும் ஈசுவரதாஸ் தனக்குள் சிரித்துக்கொண்டான்! மிக்க ரகசிய விஷயங்களைத் தெரியப்படுத்த அவன் ரோஜா நிறக் காகிதமும் கூண்டும் உபயோகித்தான். ரகுரஸ நிறத்தில் தான் பதுங்கிக்கொள்ளும் விஷயம் அவனுக்கு வேடிக்கையாக இருந்தது. அவன் அதை உடைத்து வாசித்தான். அது சங்கரதாஸின் முதல் ரிப்போர்ட்டு; சிரத்தையுடன் விஷயங்களை மனதில் வாங்கிக்கொண்டு, பிறகு தன் பையிலிருந்த தீப்பெட்டியை எடுத்து அதை தீக்கு இரையாக்கினான். அப்புறம், சாய்மான நாற்காலியில் உட்கார்ந்து கொண்டு, மேற்கொண்டு என்ன செய்யலாமென்று யோசித்தான். புகையிலைக் குழலைக் கடித்தபடி திட்டம் போட்டான். என்னவானாலும் அசோகனைத் தன் வழிக்கு இணங்க வைத்து அவனை எப்படியாவது காப்பாற்றிவிடவேண்டும். அவன் தன் பால்ய நண்பன்; மேலும் ஸ்ரீதேவியின் கணவன்.

ஸ்ரீதேவியை நினைத்துக்கொண்டானோ இல்லையோ அவன் முகம் சுருங்கி தேகம் விறைத்துக்கொண்டது. இதுவரையில் தனி வழியில், எவ்விதப் பிணைப்பும் இல்லாமல், எவருடைய கவனிப்பும் அற்று, எல்லோரையும் அசட்டை செய்து வாழ்ந்துவந்த ஈசுவரதாஸ் உள்ளத்தில் இப்போது ஒரு நெகிழ்வு. அவளை நினைத்ததும் அவன் அங்கம் பூரித்தது. மனத்தில் உண்டான ஆனந்தத்தை விவரிக்க முடியவில்லை. காதல் என்றால் அவன் குழலைக் கடித்துக்கொள்வது போன்ற ஒருவித நப்பாசையைத் தணித்துக்கொள்ள உண்டாகும் காமம் என்றே எண்ணி இருந்தவன், இவ்வித விசித்ர மாறுபாடுகளைக் கண்டு

திகைத்தான். அவளைப் பற்றிச் சிந்தித்துக் கொண்டிருப்பதே ஓர் ஆனந்தம். அடிக்கடி போய்ப் பார்த்து வந்தால் ஓர் இன்பம். அகத்தின் அமுத அலைகளை அவனால் புரிந்து கொள்ள முடியவில்லை. இந்த உணர்ச்சி அவனை எங்கே இழுத்துச் செல்லக்கூடுமென்றும் அவன் யோசிக்கவில்லை. அதன் முடிவு என்ன என்றும் கேட்கவில்லை. மிக நூதனமான இந்த வீழ்ச்சியில் அவன் அப்படியே இழுத்துச் செல்லப்பட்டான்.

இந்த இன்பத்தை உணராமல் இதுவரையில் வாழ்ந்த வாழ்வு என்ன வாழ்வு! சப்பென்ற அவனுடைய வாழ்க்கையின் பரபரப்பான ஓட்டமும் பணம் சேர்க்க அவன் செய்துவந்த முயற்சிகளும், அவனுக்கு வீணாகப்பட்டன. ஒருதரம் அவள் குலுங்கிக் குலுங்கி அதிரும் வினோதத்தைப் பார்க்க எத்தனை தூரம் வேண்டுமானாலும் போகலாமே! சீ... பணம். அதையா அவன் வாழ்க்கையின் குறியாகக் கொண்டான்! அதன் மூலமாகக் கிட்டும் அற்ப வெற்றிகளைக் கோரி அவன் எத்தனை நாட்களை வீணாக்கிவிட்டான்! தொழிற்சாலைகளுக்காக வருந்தினான்; அரசியல் உலகில் பாய்ந்தான்; திரவியம் சேகரித்தான்; இதற்கெல்லாமா நம்மை அர்ப்பணம் செய்து கொண்டோம்? அத்தனையும் பாழ்; அர்த்தமில்லாத இயக்கங்கள். வருங்காலத்தில் இவற்றைப் பற்றி யாரும் சிந்திக்கப் போவதில்லை.

மனிதன் ஏன் அனாவசியமாய் உழைக்கிறான்? ஏன் கவலைப்படுகிறான்? எதற்காக அஞ்சுகிறான்? அவனில்லாமல் மழை பெய்யாதா? மரங்கள் பூக்காதா, காய்க்காதா? புல் வளராதா? உணவை இயற்கை கொடுக்குமே! யந்திரசாலைகளும், தந்திர சாலைகளும் இயற்றி ஆகவேண்டியது என்ன? பிறகு அவற்றை அழித்து, சுக்குநூறாக தூள் செய்ய அவனே தானே கருவிகளை உண்டாக்குகிறான்? யுத்தங்கள் தொடங்குகிறான்? இவ்வித வியர்த்தமான முயற்சிகளை விட்டு, மனிதன் அன்பு செய்வதைத் தொழிலாகக் கொண்டால்...? சீச்சீ... அன்பில்லாமல் என்ன வாழ்வு வாழ்ந்தோம்!

ஈசுவரதாஸ் வியாபாரத்தில் புலி; ஆனால் காதலில் குழந்தை. அவன் இப்படியே அடிக்கடி ஸ்ரீதேவியைப் பார்த்துப் பேசி

மகிழ்ந்தபடி காலம் கழிக்கலாமென்று எண்ணி சந்தோஷமாக இருந்தான். அவள் அசோகன் மனைவி என்பதால் அவன் மனத்தில் ஒருவித விகற்பமும் தோன்றவில்லை. காதல் தீ ஊத ஊத வளரும் என்பதை அவன் அறியான். அது அவனை எங்கே கொண்டுவிடுமென்றும் அவன் தெரிந்து கொள்ளவில்லை. ஷேர் மார்க்கெட்டில், லட்சங்களை வைத்து ஆடுவதுபோல் தன் உணர்ச்சிகளையும் அலசி இன்புறலாம் என்று நினைத்தான் போலும்! லட்சங்களை ஆக்கலாம்; ஆனால் அழிக்கவும் செய்யலாம். மனிதனுடைய அந்தரங்க ஆவல்களைத் தூண்டி அவிழ்த்துவிட்டால், பிறகு அவற்றை அடக்குவது கஷ்டம் என்று அவனுக்குப் புரியவில்லை.

யாரோ என்றெண்ணாமலே பூமாவிற்கு அப்புறம் என்ன நடக்கிறது என்று தெரிந்துகொள்ள ஆவல். அவளுக்கு, ஒரு பக்கம் ஸ்ரீதேவி நன்றாகக் கவலைப்படட்டுமென்ற ஒரு திருப்தி; மற்றொரு பக்கம் 'ஆயவாழ்வு உற்றாருடன் போம்' என்று தனக்கும் கேடு விளைந்துவிடுமோ என்ற பயம்.

"அப்புறம் போய் விசாரிக்க வேண்டாமா? சும்மா இருக்கிறீர்களே" என்று அடிக்கடி அவள் ராஜகோபாலனை நச்சரித்தாள்.

"என்ன விசாரிக்க முடியும்? யாரைக் கேட்பது? யார் நிஜத்தைச் சொல்லுவார்கள்?"

"நேற்று சுகுணாவைப் பார்த்தேன். அசோகன், சர்மாவைக் கூட வைத்துக்கொண்டு விஷயங்களை ஆராய்ந்து பார்த்தானாம். ஏதாவது பிசகு வந்தால் குற்றத்தை அவன் மேல் சுமத்திவிடுவார்கள் என்று சர்மா பயப்படுகிறானாம்."

"அசோகன் அத்தனை கேவலமாக நடந்துகொள்வானா?"

"ஏன் கூடாது? தனக்கு ஆபத்தென்றால், எந்த மனிதனும்...."

"அசோகனுக்கு கூரிய புத்தியுண்டு; அவன் அசட்டுத்தனமாய் அகப்பட்டுக்கொள்ளமாட்டான்."

"போதும், அதைப்பற்றி ஸ்ரீதேவி காட்டும் இறுமாப்பு போதாதோ? நீங்கள் வேறு பரிந்து பேச வேண்டுமா..."

ராஜகோபாலன் சிரித்துக்கொண்டே, "பெண்களே கடைசியில்

போட்டி கட்டத்திற்கு எப்படியோ வந்து விடுகிறார்கள்...” என்றான்.

“அப்படி ஒன்றுமில்லை. ஸ்ரீதேவிக்கு அபகீர்த்தியானால், நமக்கு இல்லையா?”

“இத்தனையாவது தெரிந்துகொண்டாயே!”

“என்னை மாத்திரம் ஏன் ஏசுகிறீர்கள்? நீங்களோ...!”

ராஜகோபாலன் சற்று விழுங்கிக்கொண்டான். “என்ன போட்டியானாலும், நாங்கள் பெண்களைப் போல் நீசமான வழிகளைக் கையாள மாட்டோம்.” என்றான் மழுப்பினபடி.

“அப்படி வாருங்கள் வழிக்கு. நீங்கள் எனக்குத் தெரியாமல் சர்மாவைப் போய் அடிக்கடி பார்த்து, சங்கதியைத் துப்புத் துலக்குவதை நான் அறிந்து விட்டேன். இப்போது அது எந்த மட்டில்?”

அந்தச் சமயத்தில் வாசல் மணி அடித்தது. சர்மாவும் சுகுணாவும் உள்ளே வந்தார்கள்.

“வாருங்கள்” என்று பூமா சந்தோஷத்துடன் அழைத்தாள். ஆனால் சுகுணாவின் முகம் களையிழந்து காணப்பட்டது; அவள் பதில் பேசவேயில்லை!

என்ன விசேஷமென்று பூமா ஆவலுடன் கேட்டதற்கு அவள் அலுப்புடன் ஒரு பெருமூச்சு விட்டாள். சர்மா காவி படிந்த தன் பல்வரிசைகளைக் காட்டியபடி சிரித்தான். ஃபைல் வேலை என்றால் பல் துலக்கக்கூட நேரமிராதாவென்று அவனைப் பார்க்கும்போது, எல்லோரும் எண்ணிக் கொள்ளுவார்கள்.

“என்ன சமாசாரம்?” என்று பூமா மறுபடியும் தூண்டிக் கேட்டாள்.

“என்னவாம்! மந்திரி இவரைக் கழுகுக்கு இரையாகப் போடப் போகிறார்” என்றாள் சுகுணா நொந்தவாறு.

“உஸ்.... என்ன பிதற்றுகிறாய்? அப்படியொன்றுமில்லை” என்றான் சர்மா. அவனுக்குக் கவலை வந்துவிட்டது. பூமா ஸ்ரீதேவியின் தமக்கை ஆயிற்றே!

ராஜகோபாலன்:- "சர்மா, நீ சங்கோசப்படாதே! அரசியல் உலகில் இறங்கிவிட்டால் அப்புறம் அண்ணன் தம்பி உறவுகூட அற்றுப்போய்விடும். நாங்கள் என்ன, உனக்கு மாத்திரம் வேண்டியவர்கள் இல்லையா?" என்று கேட்டான்.

பூமா:- "அதுதானே! நீங்கள் கூச்சப்படாதேயுங்கள். நாங்கள் என்ன விவரக் கட்டைகளா?" என்றாள்.

சர்மா:- "சுகுணா சொல்லுவதுபோல் விஷயம் அத்தனை மோசமில்லை. எல்லாவற்றுக்கும் இந்த கு.கு.கு.தான் காரணமென்று நினைக்கிறேன். மந்திரிக்கு என்ன தெரியும்? நான்தான் தவறு செய்து விட்ட மாதிரி கு.கு.கு. பேசியிருப்பான்" என்று பதில் சொன்னான்.

ராஜகோபாலன்:- "உனக்கு ஏன் இந்தச் சந்தேகம்?" எனக் கேட்டான்.

சர்மா:- "அதில்லை கு.கு.கு.தான் வேண்டாத சந்தேகங்களை மந்திரி மனதில் எழுப்பியிருக்க வேண்டும். இன்று அவர் ஒப்பந்தத்தை எடுத்து வரச்சொன்னார். படித்துப் பார்த்துவிட்டு, ஏதோ ஒரு முக்கியமான விஷயம் அதில் சேர்க்காமல் விடப்பட்டிருக்கிறது என்ற மாதிரியில் பேசிக்கொண்டார். பிறகு ரொம்ப கூர்மையாக எல்லாவற்றையும் ஆராய்ந்து பார்த்துவிட்டு, என்னுடைய அசிரத்தையினால்தான் அந்த 'பாயிண்டு' விட்டுப்போயிருப்பதுபோல் ஏதேதோ முணுமுணுத்துக்கொண்டார். கு.கு.கு.தான் அவரைத் தூண்டி விட்டிருக்கவேண்டும்" என்று விரிவுபடுத்திக் கூறினான்.

ராஜகோபாலன்:- "அதிருக்கட்டும். எதைவிட்டுப் போனதாகச் சொல்லுகிறார்? அந்த 'பாயிண்டு' என்னவோ?" என்றான்

சர்மா:- "அதுவா... நான்கு பேர்கள் விமானம் செங்குத்தாய் இறங்குவதைப்பற்றி ஒரு சின்ன சங்கதி. அதில் இத்தனை பிரமாதப்படுத்த ஒன்றுமேயில்லை. நான்கூட, ஒப்பந்தம் எழுதும் சமயத்தில் மதர்லாந்து கம்பெனித் தலைவன் ஸ்மித் திடம் சொன்னேன். இந்த பாயிண்டைச் சேர்க்கலாமே என்று. அப்போது அவன் எப்படி இருந்தாலும் நாங்கள் ஆறு மாதத்தில் கொடுக்கப்போகும் ரிப்போர்ட்டில் அதுவிஷயம்தானே

சொல்லப்போகிறோம். அப்போது பார்த்துக் கொள்ளலாமே என்றான். நானும் சரி என்று ஒப்புக்கொண்டேன். இப்போது நான் அப்படி ஒப்புக்கொண்டது ஒரு பெரிய தப்பு என்பதுபோல் மந்திரி சொல்லுகிறார். நேருக்கு நேர் அவர் இப்படிப் பேசும்போது நான் என்ன பதில் சொல்லுவது? எனக்கு எதிர்த்துப் பேச பயம். பெரியவர் அல்லவா?" என்றான்.

ராஜகோபாலன்:- "ஆமாம்... கு.கு.கு. இருக்கும்போது உன்னிடம் விஷயம் எப்படி வந்தது" எனக் கேட்டான்.

சர்மா:- "அதை ஏன் கேட்கிறாய்? கு.கு.கு. எப்படியோ நழுவிக்கொள்வான். என் தலைவிதி, பொறுப்பு எனக்கு என்று வந்துவிட்டது" என்று சலித்துக்கொண்டே கூறினான்.

ராஜகோபாலன், "அதெப்படி? பொறுப்பை கு.கு.கு.தானே வகிக்க வேண்டும். அவன் உனக்கு மேலேயுள்ள ஆபீஸர் ஆயிற்றே! அதைத் தவிர மந்திரி வேறு அங்கே இருந்திருப்பாரே..." என்றான் பதிலுக்கு.

சர்மா, "அதுதான் இல்லை. மந்திரி அந்தச் சமயம் வெளியூர் போக நேர்ந்தது. விஷயம்தான் உங்களுக்குத் தெரியுமே - ஒப்பந்தத்தை முடியுங்கள்... என்று மொத்தமாகச் சொல்லிவிட்டுப் போய்விட்டார். கு.கு.கு. சங்கதி கேட்க வேண்டுமா...? மெதுவாய் நழுவிக் கொண்டுவிட்டான். வேலையை நான் செய்யும்படியாகிவிட்டது. இந்த ஊரில் பாரு, எந்த சங்கதியானாலும், செல்வாக்கும் பின் தாங்குதலும் வேண்டியது அவசியம். இவை ஆபீஸர்களுக்கு ஏது? அதனால் அவர்கள் தாம் பலி ஜந்துக்களாக ஆய்விடுகிறார்கள். உம்... சரி. சத்தியம் என் பக்கம் இருப்பதால் தைரியமாய் இருக்கிறேன்." இப்படி பேசிவிட்டு சர்மா விடைபெற்றுக்கொண்டு கிளம்பினான். சுகுணா அவனைப் பின்தொடர்ந்தாள். அவள் முதலில் பேசியதுதான். அப்புறம் வாயைத் திறக்கவேயில்லை.

அவர்கள் சென்ற பிறகு பூமா சொன்னாள்: "நீங்கள்தான் போய் தைரியமாய் அசோகனிடம் பேசி அவனுக்குப் புத்தி சொல்லவேண்டும்."

"உனக்கென்ன பைத்தியமா? சர்மாவைக் காப்பாற்ற அப்படி

சொல்கிறாய்; அது முடியாத காரியம். மேலும் அவன் பேச்சிலிருந்து அவன்தான் ஏதோ பிசகு செய்துவிட்டு, என்னவெல்லாமோ சாக்குச் சொல்லித் தப்பித்துக்கொள்ளப் பார்க்கிறான் என்று தெரிகிறது."

"சர்மாவைப்பற்றி நான் கவலைப்படவில்லை. அசோகனைக் குறித்துத்தான் யோசிக்கிறேன். நீங்கள் சொல்லுவது சரி. சர்மா ஏதோ செய்திருக்கிறான். இல்லாவிட்டாலும், தன்னைக் காப்பாற்றிக்கொள்ள அவன் மந்திரிமேல் பொறுப்பைத் தள்ளப் பார்க்கிறான். அதைத் தடுக்க வேண்டும்" என்றாள் பூமா.

இதைக் கேட்டதும், ராஜகோபாலன் தன் மனைவியைப் பிரமிப்புடன் பார்த்தான்.

"நானென்ன அசடு என்று எண்ணினீர்களா? இந்த உத்தியோகஸ்தர்கள் இரண்டு பேருமாகச் சேர்ந்து, தம்மைக் காப்பாற்றிக்கொள்ள எதிலும் இறங்க அஞ்சமாட்டார்கள். ஜனசபை சனத்குமாருக்குக்கூட ஃபைல்களைக் கொடுத்து உதவுவார்கள்... என்ன முழிக்கிறேள்....?"

"இல்லை... அசோகன் தலை ஆடினால் உனக்குச் சந்தோஷமென்று நினைத்தேன்..."

"என்ன உளறுகிறீர்கள்... நம் குடும்ப கௌரவமில்லையா? அவனுக்குப் போனால் நமக்குப் போயிற்றே! இது தெரியவில்லை? அப்புறம் சாந்தி பாகில் நான் எப்படி தலை தூக்க முடியும்? எல்லோரும் என்ன சொல்லுவார்கள்?"

ராஜகோபாலன் தன் மனைவியைப் பெருமிதத்துடன் நோக்கினான். பூமா கெட்டிக்காரி. கிராமத்தில் வளர்ந்தவளாக இருந்தால் என்ன? மனித குணத்தின் இயல்பு தெரிந்தால், எதையும் கணித்துவிடலாமென்று அவன் எண்ணிக்கொண்டான்.

கு.கு.கு.வும் அப்போது தன் மனைவியிடம் அதே விஷயத்தைக் குறித்துச் சொல்லிக்கொண்டிருந்தான். அது இரவு போஜனத்திற்குப் பிறகு, வெற்றிலைத் தட்டுடன் அவர்கள் நடத்தும் கட்டம். அம்மாள் என்ற பட்டம் கு.கு.கு.வின் மனைவிக்குத்தான் தகும். அவளிடம் அத்தனை அடக்கம், ஒடுக்கம், நிதானம்.

“என்ன, ரொம்ப அலுப்பாக இருக்கிறாற்போல் தோன்றுகிறதே” என்றாள் அந்தப் புண்ணியவதி.

கு.கு.கு. தன்னுடைய இயற்கை கம்பீரத்தைச் சிரமப்பட்டுத் தருவித்துக்கொண்டான். “ஒன்றுமில்லை; ஆபீஸில் கொஞ்சம் தகராறு. எல்லாம் இந்த சர்மாவால்தான்” என்றான்.

“சர்மாவா? ஆமாம். கீழ் காளந்தி ஆயிற்றே, கொஞ்சம் உஷார் ஆசாமியாகத்தான் இருப்பான்.”

“என்னமோ போ... அவனை நான் ரொம்ப மேன்மையாக நடத்தி, வேலையெல்லாம் பழக்கிக் கொடுத்து, என் சொந்தத் தம்பிபோல் கவனித்து வந்தேன். இப்போ என்னடாவென்றால் வளர்த்த கடா மார்பிலே பாய்ந்தது என்கிறாற்போல் என்னையே...”

“என்ன அநியாயம்? என்ன சொல்லுகிறான்?”

“ஏதோ ஃபைல்களை நான் சரியாகக் கவனிக்காததால் என்னமோ காரியம் கெட்டுப்போய்விட்டது போல் பேசுகிறான். மந்திரியிடம் ஏதேதோ கோள் சொல்லிக் கொண்டிருக்கிறான்.”

“அடடா... நீங்களா ஃபைல்களைப் பார்க்கிறதில்லை என்கிறான். அடப் பாவி... நீங்கள் ராப்பகலாக உழைப்பதை நான் அல்லவா பார்த்துக் கொண்டிருக்கிறேன்!”

கு.கு.கு.விற்கு மனைவியின் வார்த்தைகள் ஆறுதல் கொடுத்தன. அவன் கம்மென்று சொன்னான். “நீ கவலைப்படாதே. இவர்கள் என்னை என்ன செய்ய முடியும்? நேர்மைக்கு விலையுண்டு... நான் சரியான பாதையில் போகிறவரையில் எனக்கு என்ன பயம்? சத்தியம் ஜெயிக்குமென்ற நம்பிக்கை எனக்கு அபாரமாக உண்டு!”

“சந்தேகமென்ன....” என்று ஆமோதித்தாள் அம்மாள்.

“இருந்தாலும் மந்திரி சர்மாவைப் போலுள்ளவர்களை நம்பக்கூடாது. நான் எத்தனை தடுத்துப் பார்த்தாலும், சர்மா எப்படியோ உள்ளே நுழைந்து கொள்ளுகிறான்” என்று கு.கு. கு. சொல்லி முடித்தான்.

★★★

அசோகன் ஆபீஸைவிட்டுத் திரும்பி வர அன்று நேரமாயிற்று. ஆயாசத்துடன் உள்ளே நுழையும்போது, முன் அறையில் அவனுக்காகக் காத்துக் கொண்டிருந்த ராஜகோபாலன் தம்பதிகளைப் பார்த்தவுடன் அவன் தன் முகத்தைச் சுளித்தான்.

அட டா... இதென்ன தொல்லையென்று எண்ணியவாறு, அவன் தன் அறைக்குப் போக காலை எடுத்துப் பின்னே வைத்தான்.

அப்போது ராஜகோபாலன் தைரியமாய் எழுந்து அவன் அருகில் வந்து, "ஒரு வேண்டுகோள்" என்றான். பூமா முகத்தில் ஒரே கலவரம்; ஸ்ரீதேவியும் கருத்துத் தோய்ந்த முகத்துடன் சம்பாஷணையைக் கவனிக்க ஆரம்பித்தாள்.

"என்ன வேண்டும்?" - அசோகன் சுருக்கமாய் கேட்டான்.

"உங்கள் டிபார்ட்மெண்டிலிருக்கும் சர்மாவை வேறு இடத்திற்கு மாற்றிப்போட முடியுமா?"

"ஏன்? அவன் சிபாரிசு செய்யச் சொன்னானா? இப்படியெல்லாம் பந்துக்களுடைய சிநேகிதர்களுக்கு உதவி செய்தால், அப்புறம் திரிசங்கு பரிகசிக்கப் போகிறான்!" என்றாள் ஸ்ரீதேவி வேடிக்கையாக.

இதைக் கேட்டு பூமாவிற்கு ரோஷமாய் போய்விட்டது. இவளுக்கு ஒத்தாசை செய்யவந்தால், இவள் இப்படியா நினைக்கிறாள் என்று எண்ணியவாறு, "அதைவிடப் பெரிய பெரிய சங்கதிகள் வெளிவராமல் இருக்கத்தான் இப்படி யோசனை சொல்கிறோம்" என்று வெடுக்கென்று சொன்னாள்.

ராஜகோபாலன் அவளை முறைத்துப் பார்த்தான். அவன் அவளை அடிக்கடி எச்சரிப்பதுண்டு. 'பெரிய மனுஷர்கள், வேடிக்கைக்காகத் தங்களைப்பற்றிக் குறைவாகவோ இகழ்வாகவோ பேசிக்கொள்வார்கள்; அவன் செக்ரெட்டரி கூட அடிக்கடி தன்னை இறக்கிக்கொள்ளும் மாதிரியில் பேசுவார். இதையெல்லாம் நிஜமென்று நம்பக்கூடாது. உடனே முகத்தில் ஒரு பொதுவான சிரிப்பை வரவழைத்துக் கொள்ள வேண்டும்' என்று சொல்லியிருக்கிறான். இப்போதும் அப்படியே செய்தான்.

அசோகனுக்கோ விஷயம் விளங்கிவிட்டது. இனிமேல் அவர்கள் சொல்லப்போவதை அவன் கேட்டுத்தான் ஆகவேண்டும் என்ற நிலையில் சாவதானமாக அமர்ந்துகொண்டான்.

"அப்படியெல்லாம் ஒன்றுமில்லை. சும்மா ஒரு யோசனை தோன்றிற்று சொன்னேன்" என்றான் ராஜகோபாலன்.

பூமாவை எச்சரித்தானே ஒழிய அவனுடைய இங்கிதம்கூட வெகுதூரம் போகவில்லை. சற்று நேரம் நிதானித்துவிட்டு "அவன் ரொம்பப் பேசுகிறான்" என்று சொல்லிவிட்டான். அவனால் அந்தச் செய்தியை அடக்கி வைத்துக்கொள்ள முடியவில்லை.

"ஓகோ, சர்மா ஏதோ உளறி இருக்கிறான் என்று தெரிகிறது. என்ன சொன்னான்?"

"ஒன்றும் சொல்லவில்லை. அவனுக்கும் கு.கு.கு.விற்கும் ஒரு ஃபைல் சம்பந்தமாக கொஞ்சம் மனஸ்தாபம். நான் ஆலயங்களில் பழகுகிறவன்தானே! சாதாரணமாக இவ்வித காய்ச்சல்களை சகஜமென்று தள்ளிவிடுவேன். ஆனால் உங்கள் ஆலயத்தில் இப்போது இருக்கும் சந்தர்ப்பத்தில், இவர்களைப் போலுள்ளவர்களை ஒதுக்குவதே நலமென்று நினைத்துச் சொன்னேன்."

ராஜகோபாலன் என்ன யோசனையுடன் இப்படிச் சொல்லுகிறான் என்று அசோகனுக்குத் தெளிவாகி விட்டது. அவனுக்குப் புரிந்தது என்று கண்டுகொண்டவுடன் ராஜகோபாலன் சீக்கிரமாக விடைபெற்றுக்கொள்ள எழுந்தான்.

பூமாவின் கண்கள் ஸ்ரீதேவியின் பொம்மைகள் போட்ட ரவிக்கையையே பார்த்துக்கொண்டிருந்தன. "எதற்காக ஆடவருகிறவள் மாதிரி இப்போது இந்த அலங்காரம்?" என்று வெளியே வந்த பிறகு அவள் தன் கணவனைக் கேட்டாள்.

அவர்கள் மறைந்தபிறகு ஸ்ரீதேவி, தன் கணவனைக் கேட்டாள்: "என்ன... விஷயம் படிப்படியாய் முற்றிக்கொண்டு வருகிறாற்போல் இருக்கிறதே!"

"ஆமாம்... தெரியவில்லையா? உன் உறவினர்கள் என்மேல் இப்படி

அக்கறையுடன் கரைவதைப் பார்த்தால்... தெரியவில்லையா?"

"என்ன செய்யப் போகிறீர்கள்?"

"என்ன செய்வது? என் கடமையைத்தான்."

"இவர்கள் எல்லோருமாகச் சேர்ந்து கொண்டு உங்களைக் கிணற்றில் இறக்கிவிட்டால்..."

"அது முடியாது. சத்தியம் ஜெயிக்கும்.....ஜெயிக்க வேண்டும். நான் ஒரு கை பார்த்துத்தான் விடப் போகிறேன்."

"சத்தியத்திற்கு, அசத்தியத்திற்குள்ள உறுதியில்லையே! அசத்தியத்தை அழுத்தமாகத் தாங்கித் தாங்கி அதற்கு ஊர்ஜிதம் ஏற்பட்டு விடுகிறதே!" என்றாள் ஸ்ரீதேவி.

"எத்தனையோ வழிகள்..."

"என்ன?" ஸ்ரீதேவி சந்தேகத்துடன் அவனைப் பார்த்தாள்.

"இன்றுதான் நான் ஒப்பந்தத்தைக் கவனித்தேன். ஸரஸ்வதி அன்னவிமானக் கம்பெனி என்று மதர்லாந்து கூட்டுறவுடன் ஒரு தொழிற்சாலை அமைக்க வேண்டிய அந்த ஒப்பந்தத்தை முடிவாக கையெழுத்துப் போட்டு முடிக்க வேண்டிய வேலையை நான் சர்மாவிடம்தான் விட்டிருந்தேன். அவன் ஒரு சின்னப் பாயிண்டை ஒப்பந்தத்தில் பதிய வைக்காமல் இருந்துவிட்டான் என்று தெரிகிறது. போனால் போகிறது. அதொன்றும் பிரமாதமில்லை. ஆனால் ஆறு மாதங்கள் கழித்து, தொழிற்சாலை வேலைகள் எப்படி நடக்கின்றன என்று மதர்லாந்துக் கம்பெனிக்காரர்கள் எனக்குத் தரவேண்டிய ரிப்போர்ட்டைக் கொடுக்கத் தவறிவிட்டார்கள். இதை சர்மா கவனிக்காமல் விட்டுவிட்டான். அதுதான் சர்மா செய்த பிழை. சுத்தக் கவனக்குறைவாய் இருந்துவிட்டான். கோபித்துக் கொண்டேன். பயந்துபோய் ராஜகோபாலனிடம் ஏதேதோ உளறியிருக்கிறான். பயந்துகொண்டுதான் சர்மா, கு.கு.கு. வின் மீதும் பழியைப் போடப் பார்க்கிறான் என்று நினைக்கிறேன். எப்படியானாலும், யார் பிசகானாலும், நான் பிடித்த பிடியை விடுவதாக இல்லை. என்னுடன் முதலில் பேச்சுகள் நடத்திய மதர்லாந்து கம்பெனித் தலைவன்

ஸ்மித் இறந்து போய்விட்டான். பரவாயில்லை. அவனுக்கு அடுத்தபடியான வேன் என்பவனைக் கூப்பிட்டு, பேசி ஏதாவது குறை இருந்தால் அவனையே விஷயங்களைத் திருத்தி அமைக்கச் செய்கிறேன்."

"அவன் இணங்குவானா?"

"ஏன் கூடாது? ஜனங்களுடைய நன்மையை உத்தேசித்துத்தானே நான் இந்தப் பதவியையே வகிக்கிறேன். அதனால் அவர்களுக்குத் தேவையில்லை அல்லது சௌகரியமில்லை என்று தோன்றும் சங்கதிகளில் நான் மேலும் மேலும் முயற்சி செய்துதான் ஆகவேண்டும்."

ஸ்ரீதேவி இதற்குப் பதில் சொல்லாமல் மௌனமாய் இருந்தாள்.

அசோகன் அவளையே சந்தேகத்துடன் சில விநாடிகள் பார்த்துக்கொண்டிருந்தான். பிறகு, "நீ நான் சொல்லுவதை நம்பவில்லை இல்லையா? கேவலம் பதவிமோகம் கொண்டு, என்னுடைய சொந்தப் பெருமைக்காக மந்திரியாக இருக்க ஆசைப்படுகிறேன் என்று நினைக்கிறாய்... அப்படித்தானே?"

"இல்லை இல்லை... இருந்தாலும், ராஜ்யவாதிகள், தம் நோக்கங்களை முன்பின்னாக அமைத்துக் கொண்டால்தான் தம் பதவிகளில் உறுதியாக இருக்கலாமென்று எண்ணும்போது... பதவிக்காக இவ்விதத் தியாகம் செய்வதா என்கிற பிரச்னை ..."

"அதற்காக.... பதவியையே உதறிவிடு என்கிறாயா?" அவன் சூட்டுடன் கேட்டான்.

ஸ்ரீதேவி நிதானித்தாள். ஒரு மனைவி தன் கணவனை எத்தனை தூரம் அறியமுடியும்? அவனிடம் இருக்கும் குணங்கள் யாவையும் அவள் பார்க்க முடியுமா? பிறர் அவனைப்பற்றி அறியும் விஷயங்களை, அவன் அவளிடமிருந்து ஒளிக்கக் கூடுமல்லவா?

"அரசியல் வாதத்தில் புகுவது போர் முனையில் சண்டையிடுவதுபோல்தான். ஒருமுறை அதில் இறங்கிவிட்டால், பிறகு ரத்தம் கொதிக்கும், சூடுண்டாகும், உஷ்ணம் தலைக்கேறும்; அவன் போராடும் வேகத்தில் மனிதனுக்குப் பைத்தியமே

பிடித்துவிடும்” என்றாள் ஸ்ரீதேவி.

“ரொம்ப சரி; உலகத்தில் உண்டாயிருக்கும் அறச் செயல்களுக்கெல்லாம் நீ சொல்லும் மனிதனுடைய இந்த உற்சாகம் தான் காரணம்; அதில்லாவிட்டால் வாழ்க்கையின் ருசி குறைந்துவிடும். உற்சாகமும் உணர்ச்சியும், மிதமிஞ்சி மேலே கிளம்பும்போதுதான் மனிதனுடைய கனவுகள் நனவாகின்றன. கிரேக்கர்கள் எதையும் கொஞ்சம் மிகையாகத்தான் செய் தார்கள். அதாவது மதானுசாரணமானாலும் சரி, காவியமானாலும் சரி, விசாரணையானாலும் சரி, அதனால்தான் அவர்கள் புகழ் பெற்றார்கள்...”

“உங்களுக்குச் சொல்லிக் கொடுக்க வேண்டியதில்லை. இருந்தாலும், ராஜதந்திரிகள் விஷயத்தில், ஒரு சிறு பிழை ஏற்பட்டால் கூட, அவர்களுக்கு வீழ்ச்சிகள்தான் - அரசியல் உலகிலும் சரி, சொந்த வாழ்விலும் சரி” என்றாள் அசோகன் மனைவி.

அசோகன் கசப்புடன் பேசினான்: “உலகம், இதைச் செய்திருக்கலாம், அதைச் சொல்லியிருக்கலாமென்று ராஜ தந்திரிகளை எடைபோடும். ஆனால் அவர்கள் நிறைவேற்றிய காரியங்களைப் புகழ அதற்கு எங்கே அவகாசம்! அதிருக்கட்டும், நீ சொன்ன கடைசி வார்த்தைகளை நான் கவனிக்காமல் இல்லை. இந்த அரசியல் உலகில் இறங்கியதால், நான் எனக்கு மட்டுமல்ல, உனக்கும் தீங்கு இழைத்து விட்டேன். அப்படித்தானே! இவ்வித வாழ்வினால் தானே உனக்குக் கவலைகள் உண்டாகிவிட்டன. அதனால்தானே நீ முன்போல் சிரித்துப் பேசவில்லையென்று நினைக்கிறேன்.”

“அப்படி ஒன்றுமில்லை. ஒரு மந்திரியின் மனைவி சற்றும் பற்றில்லாமல் இருக்க வேண்டும்; உணர்ச்சிகளைப் பாய்ச்சக்கூடாது என்று நிதானமாக இருக்கப் பழகுகிறேன்.”

“இதென்ன வேடிக்கையா?”

“இல்லை. ஆண்களைத் திருப்திப்படுத்த வேண்டுமானால் பெண்கள் தங்கள் சுதந்திரத்தை ஒதுக்க வேண்டும்” என்று ஸ்ரீதேவி பதில் சொன்னாள்.

“அதற்காக நீ உன் கலையை ஒதுக்கிவிட்டாய் இல்லையா? எத்தனை பூடகமாகப் பேசுகிறாய்? ஸ்ரீதேவி மிக்க சாது, மென்மை சுபாவமுள்ளவள் என்று நினைப்பவர்கள் உன்னை இப்போது பார்க்க வேண்டும்.”

‘யார் அப்பேர்ப்பட்டவன் - அவன் குறிப்பிடுகிற மனிதன்? ஈசுவரதாஸா?’ என்று ஸ்ரீதேவி யோசித்துப் பார்த்தாள். அவனுக்குத் தெரியாமல் இருக்காது. அதாவது ஈசுவரதாஸின் மனத்தைப்பற்றி. ஆனால் எவ்வளவு தூரம் தெரியும்? எவ்வளவு தூரம் அவன் அதை ஏற்க உட்படுகிறான்?

“இல்லை. நான் என் கலையை பழகாமல் விட்டதற்குக் காரணம் உங்களுக்குத் தெரியும். அதற்கென்ன, நான் கலையில் திறமை காட்டுவதை நீங்கள் ரசிக்காமல் இருக்கலாம்! மனிதன் பெண்ணை அடக்க ஒடுக்கத்துடனும் மிருதுவான இனிய பாவத்துடனும் பார்க்க எண்ணுகிறான். பெண் துணிவு காட்டினால், ஆணின் கண்ணில் அவள் தன் பெண்மையை இழந்துவிடுகிறாள். இந்தக் காரணத்தினால் பெண் தனக்குள்ள விசேஷ புத்தியையோ, திறமையையோ அடக்கிவைக்க வேண்டியிருக்கிறது.”

“சரிதான். உன் கலை புகழடையவில்லை. அந்தப் பழியை என்மேல் காட்டும் வகையில், பெண் ஆணுக்கு அடங்கி, தான் என்ற சுதந்திரமில்லாமல் இருப்பதுதான் மேல் என்று சொல்லுகிறாய். தவிர்க்க முடியாத காரணத்தினால் நீ உன் கலையை விட்டாய்.... அதை இப்போது எனக்காக செய்த ஒரு பெரிய தியாகம் போல் ஸ்ரீதேவி! உன் மனம் கவலையோடிருப்பதற்குக் காரணம் விளங்கிவிட்டது... பேசாமல், உன்னுடைய பாணியைக் கொஞ்சம் மாற்றி அமைத்துக்கொள்ளேன். உனக்கு திருப்தியுண்டாகும்.”

“என்ன... அரசியல் உலகில் அவ்வித இணக்கங்கள் தேவை. கலையிலுங்கூட அதுமாதிரியான இகழ்வான இடத்திற்கு வந்துவிட வேண்டுமா? பொதுமக்களுக்குப் பிரீதி என்று ரசிகர்கள் சொல்லும் விசாந்தா பாணியில் நான் சிற்பங்கள் இழைக்கத் தயாரானால் நாளைக்கே, தேசிய பொருட்சாலை பிரதிநிதிகள் எனக்கு, பல ஆர்டர்கள் கொடுப்பார்களே!

அதற்காக கேவலம்... உலகப் புகழிற்காக....? மேலும் என் கலையை அன்று அத்தனை புகழ்ந்துவிட்டு, இன்று இப்படிச் சொல்ல உங்களுக்கு எப்படி மனம் வந்தது?"

"உயர்ந்த கலையைப் பலவிதமாகப் பயில முடியும். உன் வழி ஒரு வழிதானா உண்டு? நீ மனம் வைத்தால் விசாந்தாபாணிக்கும் உயிர் கொடுக்கலாம்..." இதைக்கேட்டு ஸ்ரீதேவி வியப்பினால் பேச மறந்து நின்றுவிட்டாள்.

அசோகன்தான் மேலே சொன்னான். "ஸ்ரீதேவி... உன்னுடைய அந்தரங்க ஆவல்களை நான் அறியாமல் இல்லை."

"என்ன?"- அவள் அவனை ஆச்சரியத்துடன் பார்த்தாள்.

"ஆமாம் எனக்குத் தெரியாது என்று நினைத்தாயா? பெண்ணிற்கு சதா பாராட்டுதலும், புகழுரைகளும், பிரியமான அர்த்தமில்லாத பேச்சுகளும் தேவை. ஆனால் ஆணோ காதலை வாழ்க்கையின் குறிக்கோளாக ஆக்கிக்கொள்ளத் தயாராக இல்லை. அவனுடைய நோக்கம் வேறு... அவன் எதையோ நினைத்து யாத்திரை போகிறான்."

"அந்த யாத்திரைக்குத் தகுந்தபடி அவன் எல்லாவற்றையும் அமைத்துக்கொள்வான். அதை உத்தேசித்து, நண்பர்களைத் தேடுவான்; அதை நினைத்து, குணங்களைப் பயிலுவான்; சாந்தம் ஒழுக்கம், விவேகம், அடக்கம் யாவற்றையும் அதற்காக அவன் கற்பான். மனைவியைக்கூட அந்த யாத்திரை முன்னேற்றத்தைக் குறித்தே அவன் தேர்ந்தெடுக்கிறான். சுருங்கச் சொன்னால் அவன் தன்னை உயர்த்திக் கொள்ளவே யாவும் ஏற்படுத்திக்கொள்ளுகிறான்" என்று ஸ்ரீதேவி வெடுக்கென்று பதிலுரைத்தாள்.

இனிமேல் பேசிப் பயனில்லை என்று அசோகன் தன் ஆபீஸ் அறைக்குப் போய்விட்டான். அவன் செய்திருப்பதில் என்ன பிசகு? அவன் தன் மனைவிக்கு வேண்டிய சுதந்திரம் கொடுத்திருந்தான். அவள் வேண்டுமென்றே தன் கலையைத் தியாகம் செய்துவிட்டு, வீட்டில் உட்கார்ந்துகொண்டு, தான் வரும்போதெல்லாம், தன்னைக் குற்றம் சொன்னால்...?

அதுபோலவே ராஜீய விஷயத்திலும் அவன் தான் என்ற எண்ணமில்லாமல் தேசத்தின் முன்னேற்றத்திற்காகவே உழைக்கிறான். இருந்தும் சனத்குமார் போன்றவர்கள் அவனிடம் அசூயையைக் காட்டுகிறார்கள். அவன் ரத்தக் கொதிப்பைத் தேடுகிறானா? கிளர்ச்சியையோ, வெறியையோ நாடுகிறானா? ஸ்ரீதேவிக்கு எப்படி இவ்விதமான தப்பெண்ணங்கள் உண்டாயின? அவனோ மந்திரி! அலுப்புடன் வீடு வருகிறான். ஆனால் அவளோ, தான் ஏதோ குஷியாக குதிரைப் பந்தயத்தில் புகுந்து வெறியுடன் விளையாடி விட்டு வருவது போலல்லவா பேசுகிறாள்?

ஸ்ரீதேவியும் நினைத்துக்கொண்டாள். அசோகன் சொல்லுவது உண்மை. அவள் வேண்டுவது என்ன? தன் சிற்பக் கலையை அவன் கண்டு களிக்க வேண்டும் என்பதே... இப்போது அவள் சிற்பங்கள் படைக்கவில்லை என்றாலும் என்ன! அவளிடம் அழகில்லையா...? மோகிக்கச் செய்யும் இயல்புகள் இல்லையா? ஏன் அவன் தன்னை உயர்த்தி வைத்துத் துதிக்கக்கூடாது? தாயும் தந்தையும் அவளிடம் அன்பாக இருக்கவில்லை. அவளுடைய அன்பைச் செலுத்த அங்கே மருந்திற்கு ஒரு குழந்தையும் இல்லை. அதற்காக அவளுடைய தீரா ஆர்வத்தை எல்லாம் கணவன் பொறுத்துக் கொள்ள வேண்டியிருக்கிறது!

இதை உத்தேசித்துத்தான் அவன் அவளை சிற்பக்கலையை மறுபடியும் கைக்கொள்ளும்படி வற்புறுத்துகிறான் என்று அவள் புரிந்து கொண்டாள். அவன் சொல்லுவதும் சரிதான். ஏதோ அசட்டுத்தனமான சுய கௌரவம் என்று சொல்லிக்கொண்டு, பொதுஜன ரசிகர்களுடன் மல்லுக்கு நிற்பானேன்? எதற்கு இந்த வீண் விவாதம்? பேசாமல் தேசிய பொருட்சாலைக்காக அபாசாங்க சிற்பங்களை விசாந்த பாணியில் உருவாக்கித் தருவதாக ஒப்புக்

கொள்ளவேண்டியதுதானே! ஆனால்... ஆனால், அவளுடைய கலை போலிக்கலையாய் ஆகிவிட்டால்? அதனுடைய அந்தரங்க உயிர்த்துடிப்புகள் ஓய்ந்து விட்டால்....? சீ... உண்மைக் கலையைத் துறப்பதா? பெண்ணிற்குப் பற்றின்மை போதாது. அவள் ஆணின் பாராட்டுதலுக்கு அதிக மதிப்புக்

கொடுப்பதால், தன் சுயமரியாதையை இழந்துவிடுகிறாள் என்று சொல்லிக்கொண்டே, அதேவிதமான உபசார கொண்டாடுதலை உத்தேசித்து, கலையிலும் தனக்குள்ள சுதந்திரத்தை இழப்பதா? கூடவே கூடாது.

அப்படியானால், கலைவளர்ச்சியோ காதல் வளர்ச்சியோ இல்லாமல் வறண்டு கிடக்கும் அவளுடைய சூனியமான இருதயத்தை எதைக்கொண்டு நிரப்புவது? எதை வைத்துக்கொண்டு அதற்கு உவப்பும், உற்சாகமும் அளிப்பது? சத்தியோத்தியாவின் இதர கலைரசிகர்களின் புகழ்ச்சி அவளுக்கு அந்த சந்தோஷத்தைக் கொடுக்குமா? ‘மந்திரி’ அசோகன் மனைவி ‘விசாந்த கலை’ பழகுகிறாள், அவள் தேசத்தொண்டில் ஈடுபட்டவள் என்று சொல்லி அவளைப் பாராட்டுவார்களே தவிர, அவள்... ஸ்ரீதேவி... ஒரு, நுண்ணிய கலைக் கருத்தை விளக்கி விட்டாள் என்று துதிப்பார்களா?

கொடுக்க வேண்டுமென்று, குழந்தைப் பருவத்திலிருந்தே அவள் இதயத்தைத் தாக்கும் இந்தப் பொறுக்க முடியாத ஆவலை எந்த இடத்தில் பாய்ச்சலாம்? அட....டா...! எத்தனை முயன்றும் அவளால் பற்றில்லாமல் இருக்க முடியவில்லையே....! ஸ்ரீதேவி வருத்தத்துடன் தன் கண்களை மூடிக்கொண்டாள்.

★★★

“அன்பு என்றால் இப்படியா... பசைபோட்ட மாதிரி ஒட்டிக்கொள்வது? நீ கொஞ்சம் பற்றில்லாமல் இருக்கப் பழகவேண்டும்” என்றான் கமலன்.

இதைக்கேட்ட கல்பனாவின் மனம் நொந்தது. “இப்போது எதற்காக இங்கே வந்தாய்? நான்தான் உனக்குச் சொல்லி அனுப்புவதாகச் சொல்லியிருந்தேனே! அதற்குள் என்ன அவசரம்? யாராவது பார்த்துவிட்டால்?” - கமலன் கவலையுடன் கேட்டான்.

இவ்வார்த்தைகளைக் கல்பனாவால் பொறுத்துக் கொள்ள முடியவில்லை. “பார்த்தால் பார்க்கட்டுமே! உங்களுக்கு பயமாய் இருக்கலாம். எனக்கு அப்படி இல்லை” என்றாள் வீம்புடன்.

"உனக்கு சத்தியோத்தியாவைத் தெரியாதா என்ன? என்னைப்பற்றி யாராவது ஒரு சிறு சந்தேகத்தைக் கிளப்பிவிட்டால் போதும். அவ்வளவுதான். அப்புறம் என் ஆசைகள் யாவும் நிராசையாகிவிடும்."

"எல்லோரும் சொல்லுவார்கள், பழிப்பார்கள், அனாவசியமாகத் தூற்றுவார்கள் என்று பிறர் சொல்லும் வார்த்தைகளுக்கு இத்தனை மதிப்பு ஏன் கொடுக்க வேண்டும்?"

"உனக்கு என்னுடைய பெயரைப் பற்றியோ, கீர்த்தி உயர்வதைப் பற்றியோ அக்கறையில்லை என்று தெரிகிறது. இல்லாவிட்டால் இப்படிப் பேசுவாயா? நீயும் சத்தியோத்தியா மனிதர்களைப்போல் என் விஞ்ஞான அறிவின் பெருமையை உணரவில்லை. அயல்நாட்டவர்கள் என்னுடைய விஞ்ஞான சோதனைகளை மெச்சுகிறார்கள்!"

"உங்கள் வேலையின் உயர்வை அறியாமலா நான் உங்களுக்காக இத்தனை முயற்சி செய்கிறேன்! நீங்கள்தான் என்னுடைய மனோபாவத்தை உணர முயலுவதில்லை. உங்களுக்குத்தான் என்மேல் அக்கறை போதாது."

"உன் மனோபாவம் எனக்குத் தெரியாமல் என்ன! நீ என்னை உன் பாசவலையில் சிக்குண்டு எப்போதும் காதல், காதல் என்று கதை கதைக்க வேண்டுமென்கிறாய்."

"இல்லாவிட்டால்... அப்படித்தான் என்று வைத்துக்கொள்ளுங்கள். எப்போதும் திராவகம், பிரகிருதி சாத்திரம், பௌதீக சித்தாந்தமென்று பேசிக்கொண்டிருந்தால் ஒரு பெண்ணிற்கு மாத்திரம் எப்படி இருக்குமாம்!"

"நான் உன்னிடம் எத்தனை அன்பாக இருந்தாலும் நீ அது போதவில்லை என்கிறாயே!"

"கமலன்!" - வருத்தத்தினால் கல்பனா கதறியே விட்டாள். "என்னுடைய வாழ்க்கையின் அந்தரங்கத்தைப் பற்றித் தெரிந்திருந்தும், உங்களுக்கு இப்படிப் பேச எப்படி மனம் வருகிறது?"

இதைக் கேட்டு கமலன் சற்று வெட்கமுற்றான். இரக்கத்துடன்

"உன்னைப் பார்த்து, உன் நிலைமையைக் கண்டு.... இரங்கித்தான்..."

"என்ன, என்மேல் உங்களுக்கு இரக்கம்தானா?"

"கல்பனா... நான் என்ன சொன்னாலும், நீ சந்தேகத்துடனேயே பதில் கொடுக்கிறாய். உனக்கு என் பேரில் நம்பிக்கை இல்லை என்ற பட்சத்தில்...."

இதைக் கேட்டு கல்பனா பயந்துவிட்டாள். உடனே கமலனின் தோள் மேல் சாய்ந்துகொண்டாள். "இன்று ஸ்ரீதேவி கட்டாயம் அசோகனிடம் பேசியிருப்பாள். கவலைப்படாதீர்கள். உங்கள் பிரயாணம் தடையில்லாமல் நடக்கும்."

"ஊம்... இப்படிச் சொல்லிச் சொல்லி நாட்கள் ஓடிவிட்டன. இனிமேல் தாஸுக்குத்தான் அதிர்ஷ்டம் அடிக்கும்."

"இல்லை. நீங்கள் பாருங்கள், ஸ்ரீதேவி கட்டாயம் உதவி புரிவாள்."

அவளுடைய நம்பிக்கை பொருந்திய வார்த்தைகளைக் கேட்டு கமலன் சிறிது ஆறுதல் அடைந்தான். கடைசியில் கொஞ்சம் மனநிம்மதி கொண்டவன் மாதிரி, அவளைப் பார்த்து, மிருதுவாக ஒரு புன்னகை செய்தான். பிறகு மெல்ல அவளுடைய தளிர் கையைப் பற்றினான்.

கல்பனாவுக்கு இந்த ஸ்பரிசத்தினால் மெய் சிலிர்த்தது. அவள் குழைந்துகொண்டே அவன் மார்பின் மேல் தலையை அழுத்திக்கொண்டாள்.

★★★

"உனக்குப் பொறுமை போதாது" என்றான் அமலன் தன் நண்பனைப் பார்த்து. அமலனைப் பார்க்க ஈசுவரதாஸ் போயிருந்தான்.

அவன் இருந்த இடம் ஜானகிபவனுக்கு நேர் விரோதம். அது பழைய சத்தியோத்தியாவிலுள்ள குறுகிய சந்து ஒன்றில் இருந்தது. இடிந்த கட்டிடங்கள் இருபுறமாக நெருங்கி வளர்ந்திருக்கும் இடம் அது. செங்குத்தான படிகளைக் கடந்து

செல்லும்போது ஈசுவரதாஸுக்கு மூச்சு வாங்கிற்று. மேலே தாழ்வாரத்தில் சார்ப்பு போட்டு அதை அச்சடிக்கும் இடமாக வைத்துக்கொண்டிருந்தான் அமலன். ஒரே ஓசை, நெருக்கடி. தாறுமாறாக மேஜைகள், நாற்காலிகள் காணப்பட்டன. தொழிலாளிகள், குமாஸ்தாக்கள், ஆசிரியர்கள், எல்லோருமாக ஒரே அறையில் குமைந்தார்கள். கால் வைக்க இடமில்லை. இதற்கு நடுவில் அமலன் ஆணியடித்தாற்போல உட்கார்ந்து வேலை பார்த்துக்கொண்டிருந்தான்.

அதைப் பார்த்தவுடன் ஈசுவரதாஸுக்குக் கோபம் வந்தது. "எதற்காக நீ இந்த கீகடத்தில் இருக்கிறாய்? படிகளை ஏறுவதற்குள்..." அவனுக்கு மேலே பேச முடியவில்லை.

அமலன் மெதுவாகச் சிரித்தான். அந்தச் சிரிப்பில் மன்னித்து விடு என்ற ஓர் இறைஞ்சல். அவன் எழுதுவதற்கெல்லாம் மன்னிப்புக் கோருவதுபோல் அவன் இருக்கும் இடத்திற்காகவும், இப்போது மன்னிப்பா?

"உனக்குப் பற்றின்மை போதாது. நீ நினைத்தால் உலகத்தை மாற்றி அமைக்க முடியுமென்ற ஓர் அகம்பாவம் உன்னிடம் இருக்கிறது" என்றான் அவன் மறுபடியும்.

"சரி. இங்கேயே இந்த துர்கந்தத்திலே இரு. எனக்கென்ன? ஆனால் நீ மாத்திரம் யாரையும் பழிப்பதில்லையா?"

"குற்றங்களை எடுத்து விளக்குவது ஒன்று; மனிதர்களைத் திருத்தி அமைக்க முற்படுவது வேறொன்று" என்றான் அமலன்.

"உன் பாடு குஷி. நீ ஆதித்தியர்களுக்குத் தோழன்."

அமலன் தன் நண்பனைக் கடிந்து கொள்வதுபோல் பார்த்தான். "நீயுமா அப்படி நினைக்கிறாய்?" என்று கேட்டான்.

"எப்படி?"- ஈசுவரதாஸ் அவனைப் பார்த்தான்.

"பெரிய மனிதர் சிநேகம் என்றால் எனக்கு ஆசை. அதை நாடிச்செல்லுவேன்."

இதைக் கேட்டு ஈசுவரதாஸுக்கு வெட்கமாயிருந்தது.

"ஏன் கலங்குகிறாய்? என்னுடைய பலஹீனம் அது என்று கண்டு தெளிந்து கொள்ளேன்!"

"நீ அப்படித்தான் எல்லாவற்றையும் பார்க்கிறாயா?"

"ஆமாம். இல்லாவிட்டால் திரிசங்குவினுடைய கிண்டலில் கசப்பும், பகைமையும் தொனிக்கும். மனிதனுடைய பக்குவமற்ற செயல்களைக் கண்டு நாம் கருணை காட்டலாம், கிண்டல் செய்யலாம். அவற்றை ஆத்திரத்துடன் துரத்தக்கூடாது."

"அப்போது நம்முடைய அசட்டுத்தனங்களுக்குப் பரிகாரமே கிடையாதா?" தான் வெளியிடவந்த விஷயத்தைக் குறித்துப் பேசி என்ன லாபம்? அமலனுடைய மனத்தை அறிந்து கொண்டாய்விட்டது. அவன் எல்லாவற்றையும் பார்த்துச் சிரிப்பான். ஆனால் எதையும் எதிர்த்துப் போரிடமாட்டான். அசோகனுக்காக அவன் தன் சிறு விரலைக்கூட அசைக்க மாட்டான். "உன்னுடைய போக்கு எனக்குப் புரியவில்லை. நடப்பதையெல்லாம் பார்த்துக்கொண்டே அறிவாளி செயலற்று நிற்க வேண்டுமா?" என்று அமலனைக் கேட்டான் அவன்.

"அறிவாளி எதற்கும் பயப்படாமல் அவன் யோசனைகளை முன் கொண்டு வரவேண்டும். ஆனால் அவன் தன்னந்தனியாகத்தான் போகவேண்டும். எதிராளியின் தர்க்கத்திலுள்ள நியாயத்தை அவன் மறக்கக் கூடாது; எதிர்காலத்தில் நடக்கக்கூடியதையும் கணித்துப் பார்க்கவேண்டும். மொத்தமாக எத்தனை வேற்றுமை தோன்றினாலும், மனிதனுடைய அடிப்படையான ஒருமை பாவத்தை மறந்துவிடக் கூடாது."

"நீ சொல்லுவது போன்ற மனிதனே கிடையாது" என்றான் ஈசுவரதாஸ் அர்த்த புஷ்டியுடன். பிறகு கொஞ்சம் நிதானித்தபடி, "அப்படி ஒருவன் உண்டானால் அவன் உன்னைப்போல் பேசிக் கொண்டிருக்க வேண்டியதுதான். அவனுடைய சித்தாந்தங்களை அவன் ஒரு நாளும் நடைமுறைக்குக் கொண்டுவர முடியாது." இப்படி சொல்லிவிட்டு ஈசுவரதாஸ் சட்டென்று எழுந்தான்.

"உனக்குச் சில நிமிஷம்கூட ஓர் இடத்தில் கால் தரிக்காதே! நினைத்தவுடன் காரியம் நடக்க வேண்டுமா?" என்றான் அமலன்.

ஈசுவரதாஸ் சிரித்தான். அமலன் ஓர் இனிய நண்பன். சண்டை போடமாட்டான். அவனிடம் தைரியமுண்டு;

உறுதியுண்டு. நண்பர்களை விட்டுக் கொடுத்து தான் பயன்பெற எண்ணமாட்டான். "நான் ஆபத்தில் இருந்தால் எங்கே ஒளிந்து கொள்ளலாமென்று சென்ற சில நிமிஷங்களில் தெரிந்து கொண்டேன்" என்றான் அவன் அமலனிடம். அந்த இடத்தின் அலங்கோலத்தை அவன் கண்கள் ஊடுருவிப் பார்த்தன. பிறகு, தன் இயற்கை அவசரத்துடன், படிகளைத் தடதடவென்று தள்ளிக்கொண்டு, ஈசுவரதாஸ் போய்விட்டான்.

ஈசுவர தாஸ் அசோகன் வீட்டை அடையும்போது இரவு பத்து மணி.

மந்திரி தன் அறையில் வேலை பார்ப்பதாக எல்லோரும் எண்ணியிருந்தார்கள். ஆனால் அவன் ரம்பாவுடன், மானசீகமாகப் பேசிக் கொண்டிருந்தான். "ராஜ்ய விவகாரத்தில் ஈடுபடும் என்னைப் போன்ற ஒருவன் உயர்ந்த பிரமாணங்களைக் கைப்பற்ற முடியாது. ரம்பா, நான் ஞானமார்க்கத்தைப் பிடித்திருக்க வேண்டியது. தவறாய் இந்த இசைகேடான ஜனநாயக அரசியல் உலகில் இறங்கிவிட்டேன். ராஜ்யவாதமும் ஒரு பாதைதானே என்று எண்ணி விட்டேன். மனிதன் உன்னதமான, சாசுவதமான ஒரு நிலையை நாடிச் செல்வதன் காரணம், அவன் நிம்மதி பெறுவதற்கே! ஒரு கட்சியில் சேர்ந்து, அதன் முறைகளுக்கு உட்பட்டு, அதனுடைய ஆதரவில் தேசத்திற்கு க்ஷேமம் தேட முயன்றால், நிம்மதி கிடைக்குமா?"

நாய் அவனை அணுகிற்று. அவன் அதன் மோவாயைப் பிடித்துத் தூக்கினான். கோமேதகம் போல் பிரகாசித்த அதனுடைய அழகான கண்கள் அவனை அன்புடன் நோக்கின.

"ரம்பா, நான் எவ்விதமான கொள்கைகளைக் கைப்பற்றினாலும், நீ மாத்திரம் என்னை நம்புவாய் இல்லையா?" என்றான் அசோகன். இந்தத் தடவை அவன் நாயிடம் உரக்கப் பேசினான்.

★★★

ராமசந்திரம் பாவயாமி

"நானும்தான்" என்றது ஈசுவரதாஸின் கனத்த குரல்.

அசோகன் திடுக்கிட்டான். "இந்த வேளையில் நீ இங்கே என்ன செய்கிறாய்?" என்று கேட்டான்.

"தூக்கம் வரவில்லை. இப்படியே உங்களைப் பார்த்துவிட்டுப் போகலாமென்று வந்தேன்."

ரம்பா அசோகனை விட்டுவிட்டு அவனிடம் கொஞ்சப் போனாள்.

அசோகன் அந்த விளையாட்டைக் கண்டு லேசாகச் சிரித்தான். "நீயோ ஏகாங்கி. பெண்களிடம் இத்தனை இங்கிதமாகப் பழக எங்கே கற்றாய்?"

"இயற்கை அறிவு."

இந்தத் தடவை அசோகன் பலமாகச் சிரித்தான். அவன் கன்னங்கள் உப்பின; கண்கள் அக்கதுப்புகளுக்குள் மறைந்து கொண்டன.

"ஈசுவரதாஸ், உனக்கு எத்தனை விதமான பெண்மைத் தோற்றம் பழக்கம்?"

சாதாரணமாய் யோசனை செய்யாதவன் யோசிப்பதுபோல் ஈசுவரதாஸ் நெற்றியைச் சுருக்கியபடி தீவிரமாகச் சிந்தித்தான். பிறகு ஏதோ ஞாபகம் வந்தது போல் பட்டென்று பதில் சொன்னான்: "ஒரு விதப் பெண்மைதான்."

"அது என்ன மாதிரியோ?"

"அது ரம்பையைப் போன்றது."

"அப்படி என்றால்?"

"அழகு.... ஆமாம், ரம்பை அழகு. ஆனால் அவள் ஒரு மானிடப் பெண்ணாக இருந்தால், அந்த அழகு ஓர் அனுபவம் ஆகும். அழகு என்பது வீண் வெளித் தோற்றம் அல்ல. நிஜ அழகு, தன் இன்ப அனுபவத்தைத் தன்னிடம் இருந்து மற்றவர்களிடம் தாவச் செய்யும். இந்த முடிவில்லாத் தாவுதலில் தோன்றும் பொலிவே உண்மை லாவண்யம்."

இதைக் கேட்டதும் அசோகன் நகைப்பதை நிறுத்திக்கொண்டான். 'ஸ்ரீதேவி!' என்று இருவரும், அவரவர் மனதிற்குள் நினைத்திருக்க வேண்டும்.

"அப்பா... அழகைப்பற்றி இத்தனையா? குப்தாஜீ! உனக்குப் பணம் சேர்க்கத்தான் தெரியும் என்று நினைத்தேன்." அசோகன் மறுபடியும் வேடிக்கை போல் மேலெழுந்தவாரியாகவே பேசினான்.

"நானும் அப்படித்தான் எண்ணியிருந்தேன். ஏதோ நீங்கள் கேட்டதும் திடீரென்று என்னமோ மனத்தில் தோன்றிற்று. அதைச் சொன்னேன்" என்றான் ஈசுவரதாஸ். வாழ்வின் சில மர்மங்கள் அவனுக்கு எதனால் தெளிவாகத் தென்படுகின்றன என்று அசோகனிடம் எப்படி விளக்குவது? ஸ்ரீதேவியிடங்கூட தன் மனத்தைத் திறக்க முடியாமல் அவன் கஷ்டப்பட்டுக் கொண்டிருக்கும்போது...

"உட்கார்" என்றான் அசோகன். "ஆமாம். நீ எப்படி வந்தாய்? கார் சப்தத்தை நான் கேட்கவில்லையே!"

"விமான ஓசை கேட்கவில்லையா?"

"அன்னவிமானமா?"

"ஆமாம். இது சின்ன விமானம். ஆனால் மதர்லாந்து மாடல். ஓசை கிடையாது. நம் ஊரில் செய்வதில் ஓசை அதிகமாய் இருக்குமென்று நினைக்கிறேன்."

அன்னவிமானப் பேச்சை எடுத்தவுடன் மலர்ந்திருந்த அசோகன் முகம், மறுபடியும் களை இழந்து விட்டது.

"ஸரஸ்வதியிலிருந்து என்னுடைய அந்தரங்க காரியதரிசி ரிபோர்ட்டு அனுப்பியிருக்கிறான்" என்று ஈசுவரதாஸ் விஷயத்தைப் பட்டென்று உடைத்துப் பேசினான்.

அசோகனுக்கு ஒரே பிரமிப்பு. "உனக்கு என்ன தைரியம்! என்னுடைய அன்னவிமானக் கம்பெனியைப்பற்றி நீ விசாரிப்பதா?"

"உங்களுக்காகத்தான் அப்படிச் செய்தேன்." ஈசுவரதாஸ் பவ்வியமாகப் பதில் சொன்னான்.

"சரி. உன் கதை என்ன? சொல்லித் தொலை."

"பரீட்சை விமானங்கள் நேராக பூமிக்கு வரவில்லை."

"அதனால் என்ன? நான் மதர்லாந்து கம்பெனியிடம் முக்கியமாகக் குறிப்பிட்டது நான்கு பேர்கள் விமானம் வேண்டுமென்பதுதான்."

"அப்படியானால், விமானம் சரியாக அமையவில்லை என்ற வதந்தி சனத்குமாருக்கு இத்தனை சூட்டை ஏன் உண்டாக்க வேண்டும்? ஜனசபையில் கேள்வி என்று ஏன் பயமுறுத்த வேண்டும்? உங்களிடம்தான் நேர்மையான பதில்கள் தயாராக இருக்கின்றனவே..."

"இல்லை. விமானங்கள் செங்குத்தாய் இறங்கினால் தேவலை என்று நான் ஸ்மித்திடம் சொல்லியிருந்தேன்."

"அது விஷயம் ஒப்பந்தத்தில் குறிப்பிட்டிருக்கிறதா?"

"இல்லை. முடிந்தால் பார்க்கவேண்டுமென்று ஒருவருக்கொருவர் பேசிக்கொண்டோம்."

“அவ்வளவுதானே! அப்படியானால் எதைக் கொண்டு சனத்குமார் ஜனசபையைக் கிளப்பிப் பார்க்கிறான். இது விஷயம் புரியவில்லை! அவன் எதையோ வைத்துக்கொண்டுதான் இப்படிப் பேசுகிறான்; அதில் சந்தேகமில்லை. சனத்குமார் ரொம்ப சூட்சும புத்தியுள்ளவன். சும்மா சவால் விட்டுப் பேசி பயமுறுத்தும் பேர்வழியில்லை. இவ்விதமான விஷயங்களை ஆராய்வதில் அவன் ரொம்ப கருத்துடன் இருக்கிறான். பேசாமல் அவனுக்கு வேண்டியதை...”

அசோகன் கண்களில் குரோதம் தோன்றிற்று. அவன் ஈசுவரதாஸை மேலே பேசவிடாமல் தடுத்தான். “நீ என்ன சொல்லுகிறாய் என்று உனக்கே புரிந்தால் இப்படிச் செய்யமாட்டாய்” என்றான்.

“புரிந்துதான் சொல்லுகிறேன். அவன் ஏதோ ஒன்றைக் கொண்டு உங்களை ஜனசபைக்கு இரையாக்கக் கருவிக்கொண்டிருக்கிறான். உங்களை வேலையிலிருந்து நீக்கி, அபகீர்த்தியைத் தாங்கும்படியாய்ச் செய்து...”

“இருக்கட்டுமே! கீர்த்தி... அபகீர்த்தி... இவற்றை எல்லாம் எங்களைப் போலுள்ளவர்கள் ஏற்கத் தயாராக இருக்கவேண்டும்.”

அசோகன் இப்படிப் பேசும்போது அவன் குரல் உதாரண தொனியுடன் ஒலித்தது.

“அது மாத்திரமானால் பரவாயில்லையே! அப்புறம் சுமந்திரன் வைத்தது சட்டமென்று ஆகிவிடுமே இப்போது ரகுரஸ் கட்சி உங்கள் பக்கம் சாய்வதால் அவன் பக்கம் பலிக்கவில்லை... அப்புறம்?”

“அப்படியா?” இந்தத் தடவை அசோகன் குரலில் தடுமாற்றம் இருந்தது.

“சந்தேகமென்ன? அப்புறம் இது சுமந்திரன் ஆட்சி ஆகிவிடும். சுமந்திரன் ஆண்டால் உங்கள் திட்டங்களை அழிப்பான். தேச முன்னேற்றத்திற்காக நீங்கள் போட்டிருக்கும் எதிர்காலத் திட்டங்கள் குலையும். உங்கள் கனவுகள் உதிரும். நம் தேசத்திற்கு உண்டாக வேண்டிய நன்மைகள் யாவும் பாழாகும். எளிய ஜனங்கள் வருந்துவார்கள்.”

"ஈசுவரதாஸ், நான் நிஜமாகவே ஜனங்களுக்கு நன்மை செய்வதாக நீ நினைக்கிறாயா?"

"கட்டாயமாய்..."

"அப்படியானால் அதை உத்தேசித்து என்னுடைய பிரமாணங்களை மாற்றிக்கொள்ளச் சொல்லுகிறாயா?"

"ஆமாம்."

"ஈசுவரதாஸ், நீ இரக்கமற்றவன். மானத்தை விடு என்கிறாயா? சீலத்தை துற என்கிறாயா? சாத்தியத்தை நினைக்காதே என்கிறாயா? அப்படி நான் செய்தேன் என்று வைத்துக்கொள். இருந்தால் கூட நான் இந்த இடத்தில் உறுதிப்படுவது என்ன நிச்சயம்? நாளைக்கு ஆதித்தியன் மனம் மாறினால்? அப்புறம் நான் அயோக்கியனாக இருந்து சனத்குமாருக்கு விட்டுக் கொடுத்தது ஒன்றே மிஞ்சும்."

அசோகன் யோசித்தபடி தன்னையும் மறந்து உட்கார்ந்துகொண்டு விட்டான். அங்கே கொஞ்ச நேரத்திற்கு மௌனம் நிலவியது. ஈசுவரதாஸும் யோசிக்கட்டும் என்பதுபோல் பேசாமல் காத்திருந்தான்.

"இதைவிட ராஜகோபாலன் சொன்னபடி செய்தால்?"

"அவன் என்ன சொன்னான்?"

"சர்மாவை மாற்றிப்போடச் சொன்னான். அதன் அர்த்தமென்னவென்றால் சர்மா மேல் பழி சுமத்தி ஜனசபையோரிடம் அவன்தான் குற்றவாளி என்று..." இப்படிச் சொல்லிக்கொண்டு வரும்போது ஈசுவரதாஸின் முகத்தைப் பார்த்துவிட்டான் அசோகன். அவன் அவமானத்துடன் பாதியில் பேச்சை நிறுத்திக்கொண்டான்.

"மன்னித்து விடு.... ஈசுவரதாஸ்! என் பிரமாணங்களை நானே அழிக்க முன்வந்துவிட்டேன். சீ... எனக்கு பதவிமேல் மோகம் வந்துவிட்டதா என்ன? இத்தனை இழிவாக பழியைப் பிறர்மேல் தள்ளத் தலைப்பட்டுவிட்டேனே!" அசோகன் நொந்தவாறு பேசினான்.

ஈசுவரதாஸ் கனிவுடனும் பணிவோடும் பதில் சொன்னான். "அப்படி சொல்லக்கூடாது. தேசத்திற்குத் தொண்டு புரிய வேண்டுமென்ற ஆவலில் யோசிக்காமல் சொல்லிவிட்டீர்கள். அதனால் பரவாயில்லை. ஆனால் சர்மாவை தத்தம் செய்தால் கூட பிரயோசனமில்லை."

அசோகன், "புரிந்துகொண்டேன். நீ சொல்லுவது சரி" என்றபடி தலையை அசைத்தான்.

"நான் சொல்லுவதுபோல் செய்யுங்கள். சனத்குமாரை நண்பனாக ஆக்கிக் கொள்ளுங்கள், அவன் மேலுக்காவது யோக்கியனைப்போல் நடிக்கிறான். சத்தியம் சத்தியமென்று கதைக்கிறான். உலகத்தில் எல்லோரையும் புடம் போட்டுப் பார்க்கமுடியுமா?"

"குப்தாஜீ, என்னுடைய மனசாட்சியை ஆசுவாசப் படுத்துகிறாயா?"

"இல்லை. ஜனசபையில் கேள்விகள் வராமல் விஷயத்தை அமுக்கிவிட்டால், தானே சில தினங்களில் ஸரஸ்வதி அன்னவிமானங்களை ஜனங்கள் மறந்து விடுவார்கள். அப்புறம் சாவதானமாகக் கம்பெனி விஷயங்களைத் திருத்தி அமைத்து, சர்மா வேண்டுமானால் கு.குகு. இருவரையும் வேறு இடத்திற்கு மாற்றி விடுங்களேன்."

அசோகன் பெருமூச்சுவிட்டான். "ஈசுவரதாஸ், நீ ஒரு நல்ல நண்பன். என்னுடைய நன்மையையும், தேசத்தின் அவசியங்களையும் ஆராய்ந்து இப்படி போதிக்கிறாய். உன்னைத்தவிர யாரும் இவ்வளவு கருத்தாய் எனக்கு உதவி புரிய முன்வரமாட்டார்கள். என் ஆபீஸர்கள் குழைகிறார்கள். தத்தம் இடங்களைக் காப்பாற்றிக்கொள்ள நினைக்கிறார்கள். மற்றும் சிலர் அருகில் வர பயப்படுகிறார்கள். சிலர் நன்றாக வேண்டுமென்று வேடிக்கை பார்க்கிறார்கள். என்னுடைய மற்ற மந்திரி சகாக்கள் பீதியுடன் தமக்கு இப்படி நேராத வண்ணம் தத்தம் அலுவல்களைக் கூர்ந்து பார்க்கத் தலைப்படுகிறார்கள். பதவியிலுள்ளவர்கள் உண்மையை அறிவது கஷ்டம். முக்காலும் பொய்மைப் பிசாசே அவர்கள் பகுத்தறிவை போர்வையைப்போல் மூடிக்கொண்டுவிடும். நீ கவலைப்படாமல்

போ. உன்னால் முடிந்தவரையில் நீ பிரயத்தனப்பட்டாய் விட்டது என்ற நிம்மதியுடன் போ. என்னுடைய கர்மாவின் விளைவை நான் தாங்கிக் கொள்ளுகிறேன்.”

ஈசுவரதாஸ் மனமில்லாமலே அங்கிருந்து போனான். அவன் போனபிறகு மந்திரி அசோகன் நாற்காலியில் சாய்ந்தான்.

சங்கதி எவ்வளவு தூரம் முற்றிவிட்டது என்று ஈசுவரதாஸுக்குத் தெரியாது; கு.கு.கு.விற்கும் தெரியாது. அதனால்தான் அவர்கள் இப்படி யோசனை சொல்லிக்கொண்டு வருகிறார்கள். சனத்குமாருடைய வேண்டுகோளுக்கு இணங்கி, அவனுக்கு விட்டுக் கொடுத்தால் கூட அசோகனுடைய நிலைமை கஷ்டமானது. இது அவர்களுக்குத் தெரியாது. கு.கு. கு.வினுடைய மந்திரி ஆலய சம்பிரதாய முறைகள் இங்கே உதவா.

காரணம், ஒரு சமயத்தில் அசோகன் முக்கியமென்று கருதிவந்த விஷயம் ஒன்றுதான். கு.கு.கு.விற்கு இது தெரியாது. ‘ஸ்மித்’ என்னும் மதர்லாந்து கம்பெனித் தலைவனுடன் அவன் பேசின விவரங்களை ஒரு நோட்டில் தனியாக அசோகன் குறித்து வைத்திருந்தான். அதை அவன் சர்மாவிடம்தான் கொடுத்திருந்தான்.

அன்னவிமானங்கள் நேரே இறங்காமல் சரிவாக இறங்குகின்றன என்ற செய்தி கிடைத்தவுடன், அசோகனுக்கு அந்தக் காகிதமும், அவன் ஸ்மித்துடன் பேசிக்கொண்ட ஏற்பாடும் நினைவிற்கு வந்து விட்டன. எத்தனை அசட்டுத்தனம்! அவன் கவனக்குறைவாய் இருந்து விட்டானே!

சர்மாவாவது அவனுக்கு ஞாபகமூட்டினானா? அதுவுமில்லை. முட்டாள். அவன் பேசியிருந்தபடி ஆறு மாதங்கள் கழித்து விஷயத்தைக் கவனித்திருந்தால், இப்போது சனத்குமாருக்குப் பயப்படும்படி வருமா? அவன் சர்மாவை நம்பினது தப்பு. அவனுக்கு ஜாக்கிரதை குறைவு என்று இப்போதுதானே அசோகனுக்குத் தெரிகிறது.

அடுத்தாற்போல் கு.கு.கு. வானால் இப்படி அசிரத்தையாக இருந்திருப்பானா? ஆறுமாதத் தவணை கழித்தாய் விட்டது. மதர்லாந்துக்காரர்களிடமிருந்து ஒரு பேச்சையும் காணோம்.

நாம் விஷயத்தைக் கவனிக்க வேண்டும் என்று மந்திரியை எச்சரித்திருப்பானே!

அட... ஒப்பந்தத்தில்தான் அந்தப் பாயிண்டைச் சேர்க்கவில்லையென்றால், ஆறுமாதங்கள் கழித்து, விமானங்களை செங்குத்தாய் இறங்கச் செய்யும் ஆராய்ச்சிகள் எந்த மட்டுமென்று மதர்லாந்துக்காரர்களை சர்மா விசாரிக்க வேண்டாமா? அசோகனையும், தக்க சமயத்தில் துரிதப்படுத்தியிருக்க வேண்டாமா? சர்மா ஓர் உத்யோகஸ்தன். கடமையிலிருந்து தவறிவிட்டான். அவன் இதை வேண்டுமென்று செய்யவில்லை. வாஸ்தவம் மறந்து விட்டான். ஆனால் இப்போது அது ஒரு பெரிய குற்றமாக உருவெடுத்துவிட்டதே!

கு.கு.கு. சொல்லும் உபாயத்தை அசோகன் எப்படி கைப்பற்றுவது? கு.கு.கு.வின் பதிலை ஜனசபையில் சொல்லமுடியாதே! அன்னவிமான கம்பெனி ஃபைலில் அசோகனுடைய நோட்டு இருக்கிறதே! அதை வாசிப்போருக்கு அவனுடை அஜாக்கிரதை பட்டவர்த்தனமாய் புலப்பட்டுவிடுமே...

அன்னவிமானம் ஆதித்திய நாட்டின் நாடோடிக்காகச் செய்யப்படுகிறது. அதனால் அது நான்கு பேர்கள் சவாரி செய்வதுபோல் அமைய வேண்டும். மேலும் நம் நாட்டில் வசதிகள் குறைவு. ஆகையால் இந்த விமானம் குறுகிய இடத்தில் செங்குத்தாய் இறங்கினால்தான் அது சாதாரண மனிதனுக்கு அதிக உபயோகமாக இருக்கும். இது அசோகனுடைய திடமான தீர்மானம். இதை அவன் ஸ்மித்திடம் சொல்லவும் சொன்னான்.

ஸ்மித்தின் அபிப்பிராயம் விமானத்தை செங்குத்தாய் இறங்கச்செய்வது கஷ்டம். ஒருவன் போகும் விமானத்தில் அது சாத்தியம். நான்கு பேர்கள் ஏறுவதை அப்படி அமைப்பது சந்தேகம் என்பதுதான். இருவரும் வெகுநேரம் இவ்விஷயத்தை ஆராய்ந்த பிறகு, கடைசியில் ஒரு முடிவிற்கு வந்தார்கள். அசோகனுக்கு நன்றாய் நினைவிருக்கிறது.

எப்படியானாலும் நான்கு பேர்கள் விமானம் செங்குத்தாய் இறங்கும்படி செய்தாலும். சரிவாய் இறங்கும்படி செய்தாலும், அதற்கு வேண்டிய தொழிற்சாலை இயந்திரங்கள் இவற்றில்

அதிக வித்தியாசமில்லை. அதனால் தொழிற்சாலையைத் துவக்குவது, விமானங்களை அமைக்க வேண்டிய பகுதிகளைச் செய்யத் தொடங்குவது, பிறகு ஆறுமாதங்களில் மதர்லாந்துக் கம்பெனிக்காரர்கள் தங்கள் ஆராய்ச்சிகளைப் பூர்த்தி செய்து கொண்டு விமானங்களை செங்குத்தாய் இறக்கமுடியுமா முடியாதா என்னும் விஷயத்தை மந்திரிக்குத் தெரியப்படுத்த வேண்டும். இந்தத் தகவல் கிடைத்த பிறகுதான் மந்திரி தீர்மானமாக, எந்த மாதிரி விமானம் நமக்குத் தேவை, நான்கு பேர் விமானம், செங்குத்தாய் போனால்தான் வேண்டும்... இல்லாவிட்டால்... வேண்டாம்... அல்லது சரிவாய் இறங்கினாலும் பாதகமில்லை. பெரிய விமானம்தான் நமக்கு முக்கியம் என்பது போன்ற ஏதாவது ஒரு தீர்ப்பை கடைசியாகச் சொல்லுவார். அந்த முடிவு தெரிந்த பிறகுதான் தொழிற்சாலையில் விமானங்கள் செய்ய ஆரம்பிக்க வேண்டும்.... அப்புறம்தான் தேசத்திற்குத் தேவையான கணக்கிற்கு விமானங்கள் தயாராக வேண்டுமென்று தீர்மானம் ஆயிற்று. இப்படி ஸ்மித்துடன் பேசி முடித்ததும் அல்லாமல் அந்தப் பேச்சிற்கு அத்தாட்சியாக அசோகன் ஒரு குறிப்பையும் எழுதி வைத்திருந்தான்.

இப்போது என்னவென்றால், மதர்லாந்துக் கம்பனி ஸ்மித் இறந்துவிட்டான்; அவனுக்குப் பதிலாக வந்திருக்கும் 'வேன்' க்கு சங்கதி தெரியாது போலிருக்கிறது. அவன் ரிப்போர்ட்டு அனுப்பவில்லை. ஒப்பந்தத்தில் கண்டபடி நான்கு பேர்கள் விமானங்களை, ஏகமாகத் தயாரிக்கவும் ஆரம்பித்துவிட்டான். சர்மாவோ, ஆறுமாதங்கள் கழித்து, விமான ஆராய்ச்சியின் ரிப்போர்ட்டு மந்திரியைச் சேரவேண்டுமென்ற சங்கதியையே அடியோடு மறந்துபோய் விட்டான். அவனுக்கு அது விஷயம் முக்கியமாகப் படவில்லை போலும்!

அசோகனும், போகட்டுமென்று, ஆராய்ச்சி விஷயத்தை மறந்துவிட்டு, பேசாமல், சரிவாக இறங்கும் புது விமானங்களை ஒப்புக் கொண்டுவிடலாம். ஆனால் அந்தக் குறிப்பு ஃபைலில் இருக்கிறதே! அதில் அவன் எத்தனை தீர்மானமாக ஆதித்திய நாட்டில் குறுகிய பூமியிலோ ஜலத்திலோ இறங்கும் விமானம் தேவை என்று தனக்கு ரொம்ப அழுத்தமாகத் தோன்றுவதால், ஸ்மித்தின் ரிப்போர்ட்டு வந்த பிறகுதான், மேலே தீர்ப்புச்

சொல்ல முடியுமென்று எழுதியிருக்கிறான்!

‘மந்திரி ஒருவிதமாக முடிவு கட்டிவிட்டு, இப்போது சங்கதி மிஞ்சிப்போய் விமானம் தயாராக ஆரம்பித்த பிறகு, விஷயத்தை மழுப்பப் பார்க்கிறான்’ என்று ஜனசபையோர் சொன்னால் அதற்கு பதில்?

ஆமாம். அந்தக் குறிப்பையே எழுதாமல் இருந்திருந்தால், இப்போது எத்தனை சௌகயமாய் இருக்கும்? அதை எடுத்துவிட்டால்? சீ... சீ... அசோகனா அப்படி செய்வது? அவனா அப்படி நினைத்தான்? என்ன வெட்கக்கேடு! ஆனால், அவன் அப்படி செய்யாவிட்டால், ஈசுவரதாஸ் சொன்ன மாதிரி... அப்புறம்... சுமந்திரன் ஆட்சியாக ஆகிவிடுமே! அப்போது பொதுஜனத்தின் நலத்தை யார் பாதுகாப்பது? ஜனங்களுக்காக அவன் இதைச் செய்துதான் ஆகவேண்டும் என்று தோன்றுகிறது. அப்படித்தானா?

அப்படிச் செய்வதா? எது முக்கியம்? அவன் சொன்னதை அவனே விழுங்குவதா? அல்லது ஜனங்கள் பாடு எப்படி வேணுமானாலும் போகட்டுமென்று ஸ்ரீதேவி சொல்லுவதுபோல்... சீ... இதென்ன ஜன்மம்! ஸ்ரீதேவி சொல்லுவது சரி. கேவலம் மந்திரியாக இருக்க வேண்டுமென்பதற்காக....

அவன் எத்தனை மனக்கோட்டைகள் கட்டியிருக்கிறான். பார்க்கப் போனால், சிறுவயதிலிருந்து அவை யாவும் இந்த நிலைமையைக் குறித்துத்தானே கற்பனை ஆயின! ஆமாம்! இப்போது நினைத்துப் பார்த்தால் நிச்சயமாகத் தெரிகிறது. அவன் தகப்பனார் என்னமோ ஒரு சாதாரண பள்ளி ஆசிரியர்தான். ஆனால் இந்த நாளைய பள்ளி ஆசிரியர் குடும்பங்கள் போல் இல்லாமல், அவர்கள் நல்ல செழிப்புடன் வாழ்க்கையை நடத்தினார்கள்.

கிராமத்தில் வாழ்க்கைக்கு வேண்டியவை சிலவே. அவை அவனுக்கு எளிதில் கிடைத்தன. ஆனால் அசோகனுக்கு அந்த வாழ்வில் திருப்தியில்லை. அவன் மனம் எப்போதும் உச்சாணிக் கொம்பையே தொத்திப் பற்றியவண்ணம் இருந்தது. குறுகிய வாழ்க்கை, எளிய கொள்கைகள், வரம்புக்கு மீறிப்

போகமுடியாத சம்பிரதாயக் கட்டுப்பாடுகள், சமுதாயத்தின் ஒடுங்கிய நோக்கங்கள், இவற்றை அவன் வெறுத்தான். எல்லையற்ற அனந்தமான வெட்ட வெளியில், திரிய ஆசைப்பட்டான். பெரிய படிப்பு படித்துவிட்டு, விந்தைகளைப் பழக்கிக்கொண்டு வீரதீரச் செயல்களால் உலகத்தை பிரமிக்க வைக்க வேண்டுமென்று துடியாய்த் துடித்தான்.

பள்ளிப்படிப்பிற்குப் பிறகு, தகப்பனாரைக் கெஞ்சிக் கூத்தாடி, கல்லூரியில் சேர்ந்தான். அங்கே உதவி சம்பளங்களுடன் படித்து, பட்டங்கள் பெற்றான். உதவி சம்பளத்தில் சீமைவரையில் கூடப்போய் படித்தான். பிறகு சில நாட்களுக்கு பத்திரிகைகளில் வேலை செய்தான். அப்புறம் என்ன தோன்றிற்றோ! எல்லாவற்றையும் விட்டுவிட்டு தேச சேவையில் புகுந்தான். ஜெயிலுக்குப் போனான். ஆனால் ஜெயிலிலும் சரி, சீமையிலும் சரி, கிராமத்திலும் சரி, இவன் சிந்தனை எப்போதும் இன்பமயமான ஒரு புத்துலக சிருஷ்டியிலேயே முனைந்திருந்தது.

ஆமாம், இப்போது நினைத்துப் பார்க்கும்போது அவனுக்கு விவரம் தெரிந்த நாள் முதற்கொண்டு இக்கனவுகள் அவனை விட்டு ஒரு கணங்கூடப் பிரிந்ததில்லை. உண்மையில் அவற்றை உத்தேசித்துத்தானே, அவன் அரசியல் உலகில் முன்வரும் தருணத்தில், ஸ்ரீதேவியை மணந்தான். உயர்ந்த குடும்பத்தில் வளர்ந்து, கலைகளைப் பழகிய மனைவி, தன்னுடைய அரசியல் வாழ்க்கைக்குத் தகுந்த துணைவியாக இருப்பாள் என்று நினைத்தான்.

இப்போது, அசோகனுடைய திறனாலும், சாதுர்யத்தினாலும், பற்பல நவீன திட்டங்கள் உருவாயிருக்கின்றன. ஆதித்திய நாட்டையே ஒருநூதன உலகமாக்க இவன் தலைப்பட்டிருக்கிறான். இத்தனை வருடங்களுக்குப் பிறகு, இவ்வளவு காலமாய் கனவாக இருந்தவை சில உயிர் பெற்றிருக்கின்றன. இன்னும் இவன் இந்தப் பதவியில் நீடித்திருந்தால், எத்தனையோ மனோகரமான மாயக்கனவுகளை நிறைவேற்றிக்கொள்ளலாம். அதை விட்டு, இந்தச் சமயத்தில், ஓர் அற்ப விஷயத்திற்காக அவன் விலகிக் கொள்வதா... கூடவே கூடாது. ஆனால் அந்த நோட்டை எடுத்து அப்புறப்படுத்த அவன் கூசினான். தான் சொன்னதைத் தானே

அழிப்பதா? மனசாட்சி! அதொன்று இருக்கிறதே! இல்லை, என்று காகிதத்தைக் கொளுத்திவிட்டால் கூட அது விஷயம் அவன் உள்ளத்தை உறுத்தாமல் இருக்குமா?

அவனுக்கு இப்போதுதான் ஸ்ரீதேவி சொன்னது புரிந்தது. அவளுடைய அந்தரங்க கலையுணர்ச்சி அவளை விசாந்தா பாணியைப் பழகவிடாமல் தடுப்பதும் எதனால் என்று இப்போது உணர்ந்தான். ஆனால்? அவள் தன் பகுத்தறிவைத் துணைக்கு அழைப்பது வழக்கமில்லை. அசோகனுக்கு அது உண்டு அல்லவா? அதனால் அவன் இந்த விஷயத்தை மொத்தமாகப் பார்த்து கணிக்கவேண்டும், ஏதோ அப்போது விமானங்கள் செங்குத்தாய் இறங்க வேண்டுமென்று அவனுக்குத் தோன்றிற்று. இப்போது தேசத்தின் நன்மையை அத்துடன் தராசில் போட்டு எடைபார்த்தால் எது அதிக கனமாய்த் தெரிகிறது? ஊம்... நாளைக்கு அந்த ஃபைலைத் தருவித்துப் பார்த்துப் பிறகு தீர்மானம் செய்யலாமென்று முடிவு செய்துகொண்டு அசோகன் மனச்சோர்வுடன் படுக்கச் சென்றான்.

★★★

கு.கு.கு. சர்மாவுடன் போனில் பேசிக்கொண்டிருந்தான். கு.கு. கு.வின் வீங்கிய முகத்தைப் பார்க்க சர்மாவுக்கு வேடிக்கையாக இருந்தது.

கு.கு.கு. நினைத்துக்கொண்டான். ‘எப்போதும் ஓயாமல் இதென்ன சிகரெட்டு.... கெட்ட வழக்கம்’ என்று.

இரு உத்தியோகஸ்தர்களுக்கும், டெலிபோன் சட்டத்தில் தெரிந்த பிம்பங்கள், இப்படி ஒருவரையொருவர் கவனித்துக்கொள்ள உதவியது.

கு.கு.கு. :- “இல்லை... அந்த ஃபைல் எங்கே ? மந்திரி அதைப்பற்றி விசாரித்தார்.”

சர்மா:- “எந்தப் பைல்?” சர்மா முகத்தில் ஒரே கலவரம். அவன் முகத்தைக் கவனித்த கு.கு.கு. ‘இதென்ன?’ என்று எண்ணிக்கொண்டான்.

கு.கு.கு. :- “அதுதான், விஞ்ஞானி கமலன் வெளிநாட்டிற்கு அனுப்புவதைப் பற்றிய விவரங்கள் அடங்கிய ஃபைலைத்தான்

குறிப்பிட்டேன்."

சர்மா :- "ஓகோ... அதுவா (அவன் உடம்பிலுள்ள வெடவெடப்பு அடங்கிற்று) விசாரித்துச் சொல்லுகிறேன்." அவன் தன் காலடியிலுள்ள மணியை அடித்தான்.

கு.கு.கு:- "செய். இன்னும் ஐந்து நிமிஷங்களில் நானே அங்கே வருகிறேன்."

இருவரும் போன்களைக் கீழே வைத்தார்கள்.

அசோகனும், ஆலயத்தில் அவன் அறையில் உட்கார்ந்தவாறு, ராஜுவைக் கூப்பிட வைத்திருந்த தனி மணியை அடித்தான். உடனே ராஜு தோன்றினான்.

அசோகன் அவன் முகத்தைப் பார்க்காமல் மேஜை மீதுள்ள பேப்பர்களை பார்வையிட்டபடியே, "ராஜு... ஸரஸ்வதி அன்னவிமானக் கம்பெனி ஃபைல் உன்னிடம்தானே இருக்கிறது?" என்றான்.

"ஆமாம், சார்"

"அதை எடுத்துக்கொண்டு வா."

ராஜு உள்ளே போய், இரண்டு நிமிஷங்களில் ஃபைலுடன் திரும்பினான்.

இப்போதும் அசோகன் அவனை நிமிர்ந்து பார்க்காமலே பேசினான்... "மேஜை மேல் ஃபைல் இருக்கட்டும். நான் கூப்பிடும்போது நீ வந்தால் போதும்" என்றான்.

ராஜு குறிப்பை உணர்ந்துகொண்டு, போய்விட்டான்.

அவன் சென்றவுடன், அசோகன் தாமதம் செய்யாமல் ஃபைலைப் புரட்ட ஆரம்பித்தான். அந்தக் காகிதம் கண்ணில் படவில்லை; மறுபடியும் புரட்டிப் பார்த்தான்; அப்போதும் அது அகப்படவில்லை. பிறகு அவசரப்படக்கூடாது, அவ்விதமாக அவசரப்பட வேண்டிய அவசியமுமில்லை, என்று நினைத்தவாறு, நாற்காலியில் சாய்ந்துகொண்டு சாவதானமாக அடியிலிருந்து ஒவ்வொரு பேப்பராக எடுத்துப் பார்க்கத் தொடங்கினான். அரைமணி நேரம் பரிசோதித்துப் பார்த்த பிறகும் அந்தப்

பேப்பர் கிடைக்கவில்லை. அப்போதுதான், அது ஃபைலில் இல்லை என்பது அவனுக்குத் தெளிவாயிற்று. உடனே கலவரம் கொள்ளாமல் ராஜுவை மறுபடியும் கூப்பிட்டு விசாரித்தான்.

"ராஜு, அன்னவிமானங்களைப் பற்றி, விவரமாய் நான் ஒரு தனி நோட் எழுதியிருந்தேன். அது இதில் இருக்க வேண்டும். காணவில்லையே!"

ராஜு அவசரமாக மேஜையை நெருங்கி, மந்திரி அருகில் மரியாதையாக நின்றபடியே, ஃபைலைப் புரட்டினான்.

"சார், இங்கேதான் இருக்கவேண்டும்."

சிறிது நேரம் மௌனம். ராஜு பேப்பர்களைத் திருப்பும் சப்தம் மாத்திரம்தான் அங்கே கேட்டது.

"இங்கே இல்லையே!" என்றான் ராஜு ஆச்சரியம் கலந்த குரலில்.

"ராஜு இந்த ஃபைல் உன்னிடமேதான் இருந்ததா?" என்று அசோகன் கேட்டான்.

"ஆமாம். மந்திரி அவர்கள் இந்த ஃபைலை ஜாக்கிரதையாக வைக்க வேண்டி எச்சரித்திருந்ததால், அதை என் அறை இரும்பு அலமாரியில் வைத்திருந்தேன். ஒன்று, இரண்டு முறைகள் நீங்கள் உத்தரவு கொடுத்ததால், சர்மாவிடம் கொண்டு போனேன். ஆனால் ஒவ்வொரு தடவையும், மறுநாளே அதைத் திரும்பி என் அறைக்குக் கொண்டு வந்து விடுவது வழக்கம்."

"மறுபடியும் பாரு."

ராஜு பேப்பர்களை சலசலவென்று ஓசைப்படுத்தினான். அசோகனுடைய நோட்டைக் காணவில்லை. அது மாயமாய் மறைந்துவிட்டது.

சர்மா அறையில், அவன் செக்சன் ஆபீஸர் ஸ்வரண்பாபுவுடன், நவீன சம்ஸ்கிருதத்தில், பேசிக் கொண்டிருந்தான்.

"அந்த ஜி ஃபைலை எங்கே வைத்தாய்?" என்றான் சர்மா.

"எது சார்? எதைப்பற்றியது?"

"அதுதான், விஞ்ஞானிகள் கூட்டம் வெளிநாடு போகும் விஷயத்தைப் பற்றியது."

"அதுவா.... அதை அன்றே ஸரஸ்வதி அன்னவிமானக் கம்பெனிக்கு அனுப்பிவிட்டேனே!"

அந்தச் சமயத்தில் ஸ்வரண்பாபு சொன்னதைக் கேட்டுக் கொண்டே கு.கு.கு. உள்ளே வந்தான்.

ஸ்வரண்பாபு ஒதுங்கி நின்றான். என்ன இருந்தாலும் பெரிய ஆபீஸர் ஆயிற்றே!

சர்மா:- "அடாடா... ஸரஸ்வதிக்கு இந்த விஷயம் எதற்கு?"

ஸ்வரண்பாபு:- "தெரியாது சார். அதில் 'அவசரம்; ஸரஸ்வதி' என்ற சீட்டு இருந்தது. நான் அனுப்பிவிட்டேன். அவ்வளவுதான் எனக்குத் தெரியும்."

கு.கு.கு. உட்கார்ந்து கொண்டான். பிறகு நிதானமாக, "சரி ஸ்வரண், நீ போகலாம்" என்று அவனுக்கு விடை கொடுத்தான்.

ஸ்வரண்பாபு போனபிறகு இரு ஆபீஸர்களும் ஒருவரையொருவர் பார்த்துக்கொண்டு, சில விநாடிகள் மௌனமாக இருந்தார்கள்.

பிறகு கு.கு.கு தன்னுடைய இயற்கை கம்பீரத்துடன் பேசினான்.

"இதைப்பற்றி மந்திரியிடம் ஒன்றும் சொல்ல வேண்டியதில்லை. அவர் ஏற்கனவே ஸரஸ்வதி சங்கதிகளைப் பற்றி மனக் கிலேசம் கொண்டிருக்கும்போது, நாமும் போய் தப்பிதமாக அங்கே கமலன் ஃபைலை அனுப்பிவிட்டோமென்று சொல்லி அவர் கோபத்தைக் கிளப்ப வேண்டாம்" என்றான்.

சர்மா - "கமலனைப் பற்றி அவர் கேட்டால்?"

கு.கு.கு. :- "கமலன் சேர்ந்துகொள்ள வேண்டிய விஞ்ஞானிகள் கூட்டம் இன்னும் பத்து நாட்களில் புறப்பட்டுவிடும். நீ மெதுவாக விஷயத்தை இப்படித் தள்ளு. மந்திரியும் இந்தச் சமயத்தில் ரொம்பக் கவலையில் இருப்பதால் அடிக்கடி அதைப்பற்றி தூண்டி விசாரிக்க மாட்டார்."

சர்மா தலையை ஆட்டினான். "ரொம்ப சரி. ஒரு வாரம் இப்படி

கழித்துவிட்டால், அப்புறம் இனிமேல் ஆர்டர் போட்டால் கூட லாபமில்லை. அயல்நாடு போகச் செய்யவேண்டிய மற்ற ஏற்பாடுகளை இனி துவக்க நேரமில்லை என்று சொல்லி மழுப்பி விடலாம்” என்று சர்மா யுக்தி சொன்னான்.

கு.கு.கு. தலையை ‘ஆமாம்’ என்று ஆட்டினான்.

கடைசியில் கு.கு.கு.விற்கும், சர்மாவிற்கும் ஒரு விஷயத்தில் ஒற்றுமை பாவமுண்டாயிற்று. மந்திரி ஆலயங்களில் இவ்வித ஒப்பந்தங்கள் சகஜம். ஃபைல் ஓர் உயிரில்லாக் கட்டை, அதை எவ்விதமானாலும் நடத்த முடியுமே! அதற்கென்ன! அப்படி செய்யும்போது, சில பேர்களுடைய கனவுகள் அழியலாம். மற்றும் சிலருக்கு தடங்கல்கள் விளையலாம். ஒவ் வொருவருக்கு பிரமோஷன் ஆகலாம்; மற்றும் சிலருக்கு லீவு கிடைக்கலாம். சிலருக்கு கிடைக்காமல் போகலாம். எத்தனையோ சம்பவங்கள் நேரிடலாம். மந்திரி ஆலயத்தவர்கள், இவற்றை இயற்கையில் உண்டாகும் நிகழ்ச்சிகளைப்போல் சர்க்கார் சுபாவத்தின் குணம் என்று எண்ணினார்கள்.

கு.கு.கு. சிறிதுநேரத்தில் எழுந்து தன் அறைக்குப் போய்விட்டான். அவன் சென்ற பிறகு சர்மாவின் போன் அடித்துக்கொண்டது. மந்திரி பேசினார்.

“சார், நமஸ்காரம்”-சர்மா பல்லை இளித்துக்கொண்டே சொன்னான்.

இதைப் பார்த்தவுடன் மந்திரிக்கு எரிச்சல் உண்டாயிற்று. டக்கென்று அவன் ஒரு விசையை அழுத்தினான். உடனே சர்மாவின் போன் சட்டத்தில் தெரிந்த மந்திரியின் பிம்பம் மறைந்தது. தன் முகத்தை சர்மா ஏன் பார்க்கவேண்டும் என்று அசோகன் நினைத்தான் போலும்.

“சர்மா, ஸரஸ்வதி அன்னவிமானக் கம்பனியைப் பற்றி நான் பிரத்யேகமாக எழுதின ஒரு நோட்டை அந்த ஃபைலில் காணவில்லை. அது எங்கே தெரியுமா?” என்று மந்திரியினுடைய குரல் அதட்டலுடன் கேட்டது.

“தெரியாது சார், நான் எடுக்கவில்லை.”

“பின் அது எங்கே?” “ ஃபைல் ராஜூவிடம்தான் இருக்கிறது.”

“ஆமாம். ஆனால் அது உன்னிடம் வரும் வழக்கம் ஆயிற்றே.... அதனால் ஒரு லாபமுமில்லை. குழப்பம்தான். அது நிற்க... இப்போது அதிலிருந்த நோட்டு எங்கே?”

அசோகனுடைய உருவம் சட்டத்தில் இல்லாமல் இருந்ததே நல்லது என்று சர்மா நினைத்தான். அவனுடைய கோபக் குரலைக் கேட்பது போதாதா? இன்னும் அந்தக் குரோத சொரூபத்தை வேறு காண வேண்டுமா?

“நான் வந்து தேடுகிறேன், சார்” சர்மா போனைக் கீழே வைத்துவிட்டு, மந்திரி அறையை நோக்கி ஓடினான்.

நடையில் நித்திராதேவியுடன் போராடிக்கொண்டிருந்த சப்ராசிகள் ஏதோ பூகம்ப நிகழ்ச்சியோ என்று பயப்பட்டுக்கொண்டு வாரிச் சுருட்டியபடி எழுந்திருந்தார்கள். சத்தியோத்தியாவில் அடிக்கடி பூகம்பங்கள் நிகழுவதுண்டு. அவை பல வகையானவை. சில வெறுமனே ஒரு குலுக்குக் குலுக்கி பயமுறுத்திவிட்டுப் போய்விடும். சில மனிதனை தலைகுப்புறத் தள்ளுவதுமல்லாமல், அவனை மண்ணிலே புதைத்தேவிடும். இது எவ்விதமானது?

சர்மா ஃபைலை திருப்பித் திருப்பிப் போட்டுப் பார்த்துத் தேடினான்... ராஜூ தேடினான்... அசோகன் தேடினான். அந்தக் காகிதம் என்னமோ கிடைக்கவில்லை. சர்மாவிற்கு வேர்த்துவிட்டது. ராஜூ பயந்து போய் விட்டான்.

அசோகன் மாத்திரம் அமைதியை இழக்காமல் சொன்னான்: “உடனே செக்சன் செக்சனாகத் தேடச் சொல்லு; எங்கேயாவது தவறுதலாகப் போயிருக்கலாம். மற்ற மந்திரி ஆலயங்களுக்கும் தகவல் கொடு” என்று உத்தரவிட்டான்.

சர்மாவுக்கு ஸ்வரண்பாபுவின் ஃபைல் நினைவு வந்தது. ஒரு வேளை மந்திரி நோட்டு அதில் அகப்பட்டுக்கொண்டு நிஜமாகவே ஸரஸ்வதிக்குப் போய்விட்டதோ! அவன் உடனே ஸரஸ்வதிக்கு டிரங்கு போன் செய்வது என்று நிச்சயித்தான்.

அவர்கள் போனபிறகு அசோகன் முகத்தில் முதன் முறையாக

பீதி தோன்றிற்று. நோட்டை அமுக்கலாமென்று பார்த்தால் அது தன்னை அம்பலத்தில் இழுத்துவிடுவதற்காக புஸ் என்று வெளிக்கிளம்பி விட்டதே! அது எங்கே? யார் எடுத்திருக்கக்கூடும்? எதற்காக எடுக்க வேண்டும்? அவனுக்குக் கெடுதி செய்ய என்று சில பேர்கள் புறப்பட்டிருக்கிறார்கள் என்பதை இந்தச் சம்பவம் ருசுப்படுத்திவிட்டது. அதை எங்கே தேடுவது? மந்திரி ஆலய ஃபைல் களை பிரம்மனால் கூட கணக்கிட முடியாதே! அது யார் கையில் இருக்கிறது? ஒருவேளை ஜனசபை அங்கத்தினர் யார் கையிலாவது அகப்பட்டுவிட்டால்? அந்த நோட்டு அகப்படாததால் ஜனசபையில் அசோகன், கு.கு.கு.வின் ஆலோசனைப்படி பேச முடியாது. எப்படிப் பேசுவது? அவன் முகம் சுண்டிவிட்டது. கவலையுடன் வீடு போக எழுந்தான்.

★★★

க்ஷிதிஜா ரமணம் சிந்தயே ஸ்ரீராமம் பவதரணம்

ஸ்ரீதேவி தன் வீணையை எடுத்து வைத்துக்கொண்டு சுருதி கூட்டலானாள். அவள் சங்கீதத்தில் பயிற்சி பெற்றவள் அல்ல. அதில் அவளுக்குத் தேர்ச்சி கிடையாது. ஆனால் கலையின்பத்தில் கொண்டுள்ள ஓர் உணர்ச்சி வேகத்தினால், அவள் தான் பாடுவதற்கு பாவம் கொடுத்தாள். பாட ஆரம்பித்தால், அவள் கொஞ்சம் கொஞ்சமாகத் தன்னை மறந்துவிடுவது வழக்கம். அன்றும் அப்படியே ஆயிற்று. பிறகு எப்போதும்போல் பிடித்து வைத்திருந்த அவளுடைய உள்ளுணர்வு தளர ஆரம்பித்தது.

பால்யத்தில் தந்தையால் மனம் உறைந்தாள்; தாயின் வெடுவெடுப்பினால் சித்தம் கல் ஆயிற்று. மதியை அவளுடைய கணவன் வென்றான்; அகத்தையோ அவளே இறுக்கிக்கொண்டாள். ஆனால் எல்லாவற்றையும் ஆளும் அந்த அந்தரங்க சிவத்தை என்ன செய்வது? அதை எப்படி உணர்வற்ற பாறை ஆக்குவது? அதை அவளால் வெல்ல முடியவில்லையே... அது தனியாக நின்றுகொண்டு அவளை மல்லுக்கு இழுக்கிறதே. சிறு வயதிலிருந்து மனோதிடத்துடன் வாழ்க்கையை நடத்தி வந்த அவளுக்கு ஏன் இப்போது இந்த நடுக்கம்? அதை நினைத்துப் பார்த்ததும் அவள் கலங்கினாள்.

வெளிப்படையாக கலங்காத ஒன்றுசேர்ந்த தன்மையைக் காட்டினாலும், அவளும் கல்பனாவைப் போல் அஸ்திவாரத்தில் ஆதாரத்திற்காக ஆசைப்படுகிறாளா? நேர் எதிரிடையான மனோபாவங்கள் கொண்ட இவளுக்கும் கல்பனாவிற்கும் உள்ள நட்பிற்கு இதுதான் காரணமா? கல்பனா சிறிதும் இளக்கம் காட்டாமல் தன் காரியத்தைச் சாதித்துக் கொள்ளுபவள். அவளோ அனுதாபமும், பிறருக்காகப் பரிந்து பேசும் சுபாவமும் கொண்டவள். இல்லாவிட்டால் அவள் அப்படி எண்ணுவது பிசகா?

அசோகன் அன்று அவளுடைய அனுதாபம் நிறைந்த மனப்பான்மையைப் பற்றி ஏளனமாய் பேசினானே! நிஜமாகவே அவள் அழுத்த நெஞ்சு படைத்தவளா? அப்படியானால் எதற்காக இந்த ஆட்டம்? அவள் மனத்தின் அடித்தளத்தில் உண்டாகும் இந்த பலஹீனத்திற்குக் காரணம்? பாவம்! கல்பனாவும் இப்படித்தான் தத்தளிக்கிறாள்... வெறுமனே வெளிப்படையாக ஒரு கடுமைத்தோற்றம் காட்டுகிறாளே தவிர அவளுக்கும் அந்தரங்கத்தில் பலஹீனம்தான் என்று ஸ்ரீதேவி தீர்மானித்தாள்.

“ஸ்ரீதேவி!” - ஈசுவரதாஸின் குரல் கேட்டது. அவள் உள்ளத்தில் திகிலுண்டாயிற்று. அந்தக் கணத்தில் அவளுடைய அந்தரங்க கோட்டையின் மதிற்சுவர், எந்த இடத்தில் பலஹீனம் கொண்டது; எங்கே பிளந்துகொள்ளக் கூடுமென்பதை அவள் உணர்ந்தாள்.

உடனே வீணையைக் கீழே வைத்துவிட்டு அவள் அடுத்த அறைக்குப் போனாள்.

“ஏன் பாடுவதை நிறுத்திவிட்டாய்?” அவன் கண்களில் பொங்கி வழிந்த அன்பை அவள் எப்படித் தடை செய்வது?

கண்ணால் கூடப் பார்க்காதே என்பதா? சொல்லாமலே மற்ற தடை உத்தரவுகள் இட்டிருப்பது போதாதா?

போதாது என்றுதான் அப்போது அவளுக்குத் தோன்றிற்று. இல்லாவிட்டால் அவனைக் கண்டதுமே, அவள் மனத்திலுள்ள கலவரம் அடங்கி, பீதி அகன்று, சாந்தி உண்டாவானேன்?

சின்னப் பெண்ணைப்போல் தாவிக் குதித்துக்கொண்டு போய், அவனை அருகில் உட்கார வைத்துக்கொண்டு தன் குறைகளைச் சொல்லித் தீர்த்துக்கொள்ள வேண்டுமென்று அவள் உள்ளம் துடித்தது. ஆனால் அவள் மிக்க சிரமப்பட்டுக்கொண்டு அந்த ஆவலை அடக்கிக்கொண்டாள். தப்பித்தவறிக்கூட அவள் அப்படிச் செய்யக் கூடாது. செய்துவிட்டால்...? அப்புறம் அவனைக் கட்டிப்பிடிக்க முடியாது. இப்போதே அவன் அவள் மனதை முழுவதும் அறிந்த மாதிரி நடந்து கொள்கிறான்.

"ஸ்ரீதேவி! என்ன யோசனை?" என்று கேட்டான்.

அன்பிற்கு உளவு காணும் சக்தி அதிகம். அதனால் அவள் சிரமத்துடன் தன் முகத்தில் ஒரு அசட்டுப் புன்னகையை வரவழைத்துக் கொண்டாள்.

"ஏன் பாடுவதை நிறுத்திவிட்டாய்... சங்கீதம் அறியாத ஒரு கயவன் வந்திருக்கிறானே என்றா?"

"அப்படி ஒன்றுமில்லை. உங்களுடன் பேசிக்கொண்டிருக்கலாமே என்று நிறுத்தினேன்."

"ஸ்ரீதேவி! நான் ஒரு முரடன். எனக்குப் பண்பு கிடையாது" என்றான் ஈசுவரதாஸ்.

"எதற்காக இப்போது இல்லாத குறைகளை அடுக்கிக்கொண்டு போகிறீர்கள்?"

அவன் எதையோ அடக்கி வைத்துக்கொள்வது போல் சிரமத்துடன் பேசினான்: "குறையில்லாத ஒருத்தி முன் நிற்கும் போது, என் குறைகள் பெரிதாகத் தெரிகின்றன" ஏதோ வேடிக்கையாகப் பேசி விட்டதுபோல் அவன் உரக்கச் சிரித்தான்.

அவளும் நகைத்தாள். "குறையில்லாத ஸ்ரீதேவி, சிற்பி என்ற பெயருடன் தேசியப் பொருட்சாலைக்காக சிற்பங்கள் செய்ய ஒப்புக்கொள்ளப் போகிறாள்."

"நீ பேசுவதைக் கேட்டால், அப்படிச் செய்வது ஒரு பெரிய பாபமென்று கூட நினைக்கத் தோன்றும்."

ஸ்ரீதேவி மறுபடியும் சிரித்தாள். “இப்போது உங்களுடைய அறிவின்மையை நன்றாக விளக்கி விட்டீர்கள்.”

“ஏன்?”

‘‘ஏனா? என்னுடைய கொள்கைகளை நானே புறக்கணித்துவிட்டேன். என் சொந்தக் கலையைத் துறந்து விட்டேன். சுருங்கச் சொன்னால், என் வார்த்தைகளை நானே மீறிவிட்டேன்.”

ஈசுவரதாஸ் ஒன்றும் புரியாமல் திகைத்தான்.

“புரியவில்லையா? கலையில் எனக்குள்ள பிரமாணங்களைவிட்டு, தேசிய வழியான விசாந்த பாணியைப் பின்பற்றுவது உங்களுக்குச் சரியென்று தோன்றுகிறதா?” என்று கேட்டாள்.

“ஏன் கூடாது?”

“இந்த ஊரில் எல்லோரும் பழகும், அந்தப் போலி ஆசாரத்தை நானும் கைப்பிடிப்பதைப் பற்றி உங்களுக்கு வருத்தமில்லையா?”

“இல்லை. எத்தனை முயன்றாலும் நீ அவ்விதம் ஆக முடியாது. காரணம் உன்னால் பாசாங்கு செய்ய முடியாது. உன்னால் கபட தோற்றங்களும் கொடுக்க முடியாது. நீ விசாந்தபாணியைக் கைப்பற்றினால், அது உயிர்பெற்று, உண்மைக் கலை லாவணியத்துடன் தோன்றும்.”

“அதெப்படி?”

“மித்தியாசாரமென்பது மனிதனுடைய குணத்திலிருக்கும் ஓர் அம்சம். அதைத் தனியாகப் பிரிக்க முடியாது. உன் குணத்தில் அது கிடையாது.”

ஸ்ரீதேவிக்கு வியப்புண்டாயிற்று. அசோகனும் இதைத்தான் சொன்னான். இவனும் அதையே சொல்லுகிறான். ஆனால் அவன் சொன்னவுடன் அவளுக்கு அது சரியாகப்படவில்லை. இப்போது ஏனோ ஈசுவரதாஸ் சொல்லுவது அவளுக்குப் பிடித்தமாக இருந்தது. எதனால்...? இங்கிதத்துடனும், இனிமையுடனும் அவளுடைய மனசாட்சியை ஆற்றுவதாலா...

ஈசுவரதாஸ் மேலே பேசிக்கொண்டு போனான்: “அசோகனும்

உன்னைப்போல் இப்படியே பேசுகிறான்."

"ஆமாம். நேற்று இரவு நீங்கள் அவரிடம் வெகு நேரம் பேசிக் கொண்டிருந்தாற்போல் இருக்கிறது?"

"சொன்னானா?"

'ஊம்'

அவள் தலையை ஆட்டின வகையிலிருந்து அசோகன் விஷயத்தை அவளிடம் விளக்கினானா... எத்தனை தூரம் சொன்னான்... என்ன சொன்னான் என்று ஈசுவரதாஸுக்குப் புரியவில்லை.

"அசோகன் ரொம்பப் பிடிவாதமாய் இருக்கிறான்."

"எதைப்பற்றி?"

"அதுதான் சொன்னேனே... ராஜ்ய பாரத்தை நடத்துபவர்கள், சில விஷயங்களில் கண்ணை மூடிக் கொள்ளாவிட்டால் ..."

"நீங்கள் அப்படிச் செய்ய அவரை வற்புறுத்தினீர்களா? என்ன அசட்டுத்தனம்!"

"உனக்கு விஷயம் தெரியாது என்று நினைக்கிறேன். ஸரஸ்வதி அன்னவிமானக் கம்பெனி விஷயமாக ஒரு சிக்கல். பிரமாதமொன்றுமில்லை. ஆனால் அசோகனுடைய விரோதிகள் இதைப் பயன்படுத்திக்கொண்டு அவனைத் துரத்த....."

"பார்க்கட்டுமே...."

"உனக்குப் புரியவில்லை. இவர்களுடைய சூது எத்தனை அளவிற்குப் போகக்கூடுமென்று நீ அறிய மாட்டாய். மந்திரி பேரிலும், அவனைச் சுற்றியுள்ள உத்யோகஸ்தர்கள் பேரிலும் பழி சுமத்த இவர்கள் அஞ்சமாட்டார்கள்."

"ஈசுவரதாஸ், அசோகன்மேல் பழி சுமத்துவது ஒரு சாதாரண காரியமா? அது முடியுமா?"

ஈசுவரதாஸ் தன் தோள்களை உலுக்கிக்கொண்டான். "யார் கண்டார்கள்? சதியாலோசனை தீவிரமாய் நடக்கிறது. இதெல்லாம் இந்த ஊருக்கு இயற்கை என்றாலும், இது

விஷயத்தில் பல காரணங்கள் ஒன்றுசேர்ந்திருப்பதால், ஆபத்து வரலாம். சில நபர்களுக்கு இது ஒரு நல்ல வாய்ப்பாய்த் தோன்றலாம்.”

ஸ்ரீதேவி மிருதுவாகச் சொன்னாள்.... “என்னவோ... ஒருவேளை நல்லதுக்காகத்தான் இவ்விதமான திண்டாட்டம் வருகிறதோ என்னவோ?”

இதைக்கேட்டு ஈசுவரதாஸ், அவளை ஆச்சரியத்துடன் பார்த்தான்.

அந்தப் பார்வைக்குப் பதிலாக, “இந்த ஊரில் இருப்பவர்களுக்கு ஒரு விதமான நோய் காணுவதை நீங்கள் கவனித்தீர்களா?” என்று அவள் மேலும் விஷயத்தை விளக்க ஆரம்பித்தாள்.

ஈசுவரதாஸ் அவள் சொல்லுவதைக் கிரகித்துக் கொள்ளாதது போல் விழித்தான்.

“அதுதான் அதிகாரப் பேய் என்னும் அந்த நோயைத்தான் சொல்லுகிறேன்” என்று அவள் தொடர்ந்து சொன்னாள்.

“ஸ்ரீதேவி, அசோகனைப்பற்றி இப்படி நினைக்க உனக்கு எப்படி மனம் வந்தது?” என்றான் ஈசுவரதாஸ் கண்டிப்பதுபோல.

ஸ்ரீதேவிக்கு வெட்கமாய்ப் போய்விட்டது. அவள் தலை குனிந்தவண்ணம், வருத்தத்துடன் சொன்னாள்: “எனக்கு பயமாக இருக்கிறது. ராஜ்யபாரத்தை வகிக்கும்போது உண்டாகும் அதிகார பலத்திற்கும் செல்வாக்கிற்கும், மோக சக்தி அதிகம்.”

ஸ்ரீதேவி நிமிர்ந்தாள். இருவர் கண்களும் சந்தித்துக்கொண்டன. அவளுடைய கண்களில் தேங்கிநின்ற திக்கற்ற தன்மை அவனை என்னமோ செய்தது. அவளை அணைத்துச் சமாதானம் செய்ய அவனுடைய புஜங்கள் துடித்தன.

“வருத்தப்படாதே... நீ வருத்தப்பட்டால் என்னால் பொறுக்கமுடியாது.” அப்படிச் சொல்லிக்கொண்டே அவன் அவள் அருகில் போனான்.

ஸ்ரீதேவி தன்னையும் அறியாமல் ஒதுங்கி நின்றாள். “என்னைவிட உங்களுக்குத்தான் அசோகன் விஷயம் நன்றாகத் தெரியும்.

வீதி விளக்கு வெளிச்சத்தில் சேர்ந்து படித்தவர்கள் ஆயிற்றே! அவர் சுபாவம் உங்களுக்குத் தெரியாமல் இருக்குமா?”

“அது ஜனங்கள் கொஞ்சம் மிகையாகச் சொல்லும் கதை! ஆனால் நீ அப்படிச் சொல்லுவதற்கு நியாயமில்லை. உனக்கு எல்லாம் தெரிந்திருக்குமே!”

‘தெரியாது’ என்பதற்கு அடையாளமாக அவள் தலையை ஆட்டினாள்.

“என்ன, அசோகன், அவனுடைய வாழ்க்கை வரலாற்றைப்பற்றி உன்னிடம் பேசினதே கிடையாதா?”

“இல்லை.”

ஈசுவரதாஸுக்கு இது ஒரு மர்மமாய் இருந்தது. தன்னுடைய சகல ரகசியங்களையும் அவள் முன் திறந்து கொட்ட வேண்டுமென்று அவன் துடிக்கிறானே! சொந்த மனைவியிடமிருந்து தன் வாழ்வின் விவரங்களை அசோகனால் எப்படி மறைக்க முடிகிறது? எதற்காக மறைக்க எண்ணுகிறான்? இதென்ன விசித்திர மனப்பான்மை! எளிய வாழ்க்கை ஒரு பாபமா- அல்லது லஜ்ஜைப்படவேண்டிய விஷயமா? அவன் உரக்கக் கேட்டான். “ஸ்ரீதேவி! உனக்கு உண்மை தெரிய வேண்டுமா?”

அவள் பதில் பேசாமல் மறுபடியும் தலையை ஆட்டினாள்.

“நானும் அசோகனும் பால்யத்திலிருந்து தோழர்கள்தான். ஒரே பள்ளியில் சேர்ந்து படித்தோம். ஆனால் வீதி விளக்கு வெளிச்சத்தில் படிக்கும் அளவுக்கு அசோகனுடைய ஸ்திதி அவ்வளவு கேவலமாக ஒரு பொழுதும் இல்லை. அவன் தகப்பனார் ஒரு பள்ளி வாத்தியார். எளிய வாழ்க்கையானாலும், அதில் கண்ணியம் இருந்தது. சொற்ப வருவாயைக் கொண்டு அவன் தகப்பனார் கௌரவத்துடன் ஜீவனம் நடத்தினார். அதனால் அசோகன் தெருவில் நிற்க வேண்டிவரவில்லை. நான்தான் நின்றேன்... அதாவது நின்றிருக்கக்கூடும்... என்னை அந்த மகான் சாந்திலால் அந்த அவமானத்திலிருந்து காப்பாற்றினார். ஸ்ரீதேவி நான் ஓர் அநாதை...”

இதைச் சொல்லும்போது அவன் குரல் தழுதழுத்தது. அவள் உள்ளம் நடுங்க ஆரம்பித்தது.

“எனக்கு விவரம் தெரிந்த நாள் முதற்கொண்டு நான் சாந்திலாலிடம் பணி செய்துவந்தேன். அவர்தான் என்னை எடுத்து வளர்த்தார்; அன்புடன் ஆதரித்தார்; சோறு போட்டார். பள்ளிக்கூடம் அனுப்பிவைத்தார். பிறகு பள்ளிப் படிப்பை முடித்ததும், தன் ஆபீஸிலேயே வேலைக்கு அமர்த்திக் கொண்டார். அப்புறம் வர வர என்னை அவருக்குச் சமமாகவே பாவிக்க ஆரம்பித்தார்...”

பேசிக்கொண்டு வரும்போதே ஸ்ரீதேவி இளகுவதைக் கண்டு விட்டான் அவன்.

“ஸ்ரீதேவி...” என்று இந்தச் சந்தர்ப்பத்தைப் பயன்படுத்த எண்ணி, அவளிடம் மறுபடியும் சென்றான். “ஸ்ரீதேவி....”

அவள் தன் முகத்தைத் திருப்பிக்கொண்டாள்.

அவன் வார்த்தைகள் மறுபடியும் கெஞ்சியபடி வெளிவந்தன.

“ஸ்ரீதேவி என்னிடம் உனக்குக் கொஞ்சமாவது அன்பு உண்டா? எங்கே என்னைத் திரும்பிப்பார். உன் அழகான முகத்தில் எனக்காகச் சிறிதளவு பரிவு தோன்றுகிறதா பார்ப்போம். எங்கே திரும்பு....”

அவள் தன் முகத்தை உர் என்று வைத்துக் கொண்டதும் அல்லாமல், முதுகையும் காட்டினாள்.

ஈசுவரதாஸ் வருத்தத்துடன் போய்விட்டான். ஸ்ரீதேவியின் முகம் உதிரம் உறிஞ்சிவிட்ட மாதிரி ஆகிவிட்டது. அவனுடைய காதல் தீ அவளைச் சுட்டுவிட்டது. இன்றைக்குத்தான் அவனிடம் அவள் ஒரு புதிய இனிமையைக் கண்டாள். அவளைப் பாதுகாக்க வேண்டும்; அணைத்து ஆதரிக்க வேண்டுமென்று சில வினாடிகளுக்கு முன் அவன் சொன்ன வார்த்தைகள் அவள் நெஞ்சை அமுக்கின. அவள் தன் மனத்தை அளந்து பார்த்தாள். அசோகனைத் தூணாக, துணையாக ஆக்கிக்கொள்ள நினைத்து அவள் அவன் மேல் சாய விரும்பும்போதெல்லாம் அந்த இடத்தைவிட்டு, அவன் நகர்ந்து கொள்ளுகிறான். ஈசுவரதாஸோ அவள் உறுதியில்லாமல் தள்ளாடும் போதெல்லாம், “பயமா எதற்கு? நான் இருக்கும்போது?” என்று கேட்கிறான். அப்பா...

அவன் அப்படிச் சொல்லும்போது அந்த ஜில்லென்ற உணர்ச்சியை, அந்தக் கவலையற்ற, நிச்சயமான நம்பிக்கை உணர்வை, அவள் எப்படி விவரிப்பது? இந்த அபூர்வ சக்தி அவனுக்கு எப்படி உண்டாகிறது? அவளுக்கு எது தேவை என்று அவள் சொல்லாமலே அவன் எப்படி கண்டு கொள்கிறான்? காதல் விஷயத்தில் ஈசுவரதாஸ் குழந்தையானால், ஸ்ரீதேவி, ஜனனம் செய்யாத கரு... அவள் ஒன்றையும் அறியாள்.

"ஸ்ரீதேவி!"

கல்பனா உள்ளே நுழைந்தாள். சற்றும் எதிர்பாராமல் உண்டான இந்தத் தடங்கலினால் ஸ்ரீதேவியின் உள்ளம் தடுமாறிற்று.

★★★

கல்பனாவிற்கும் தாரா ராணிக்கும் அன்று ஒரு சிறிய தர்க்கம்.

"சுமந்திரன் வீட்டிற்கு நான் வரமாட்டேன்" என்றாள் கல்பனா அழுத்தமாய்.

தாரா ராணி நிதானத்துடன் பேச முயன்றாள். ஆனால், எப்போதும்போல் கல்பனாவிடம் பேசும்போது அவள் குரல் கம்மிவிடும்.

"நான் லட்சுமணபுரி தேர்தல் சம்பந்தமாக அடுத்த வாரம் பயணப்பட்டுவிடுவேன். அதற்கு முன் ஒருநாள் என்னுடன் சுமந்திரனைப் பார்க்க வாயேன். அவன் என் நண்பன். உன்னைச் சந்திக்க ஆசைப்படுகிறான். இயற்கைதானே! நீ என் பெண் அல்லவா?"

"எதற்காக இப்போது திடீரென்று சுமந்திரன் இத்தனை ஆவல் காட்டுகிறான்? இவ்வளவு நாட்களாக அவனுக்கு நம்முடைய நினைவே உண்டாகவில்லையே!"

"கல்பனா - உயர்ந்த பதவியில் இருப்பவர்கள் இப்படித்தான்! சபல புத்தி காட்டுவது அவர்களுக்கு ஒரு பாவம். நம்மைப் போலுள்ளவர்கள் அவற்றைப் பொறுத்துக் கொள்ள வேண்டியதுதான்."

"சபலமான மனப்பான்மை கொண்டவர்களின் சிநேகம் எனக்கு வேண்டாம்." கல்பனா சிணுங்கினாள்.

“கொஞ்சம் விட்டுத்தான் பிடிக்க வேண்டும். சுமந்திரன் நினைத்தால் நன்மையும் செய்யலாம்... தீமையும்...”

“என்னைத் தொந்தரவு செய்யாதே!” என்று முடிவாகக் கூறிவிட்டு கல்பனா வெளியேறினாள்.

“ஸ்ரீதேவி!” அவள் தன் அந்தரங்க உலகத்தின் மர்ம விசாரணையை நடத்தும் தறுவாயில் கல்பனா உள்ளே வந்துவிட்டாள்.

அவளுடைய முகம் வாடி இருப்பதைக் கண்டு ஸ்ரீதேவி தன்னுடைய கவலையை மறந்தாள். “என்ன விஷயம்? ஏன் முகம் இப்படி இருக்கிறது?” என்று கேட்டாள்.

“கமலன் கவலையில் இருக்கிறார்!”

“அசோகனும் அப்படித்தான் இருக்கிறார்.”

“அப்போது நீ அவரிடம் விஷயத்தைப் பிரஸ்தாபிக்கவில்லையா?”

“சொன்னேன். ஆனால் அவருடைய சங்கடங்களுக்கிடையே இது காதிலே ஏறிற்றோ இல்லையோ?”

“அப்போது என் கதி?”

“ஏன் இப்படிக் கலங்குகிறாய்?”

“உனக்குத் தெரியாது. கமலன் விரும்புவது கைகூடவேண்டும்.”

“விஞ்ஞானத்தின் மேல் அவனுக்கு அத்தனை மோகமா?”

“மோகமில்லை - ஆர்வம்.”

“அப்போது உனக்குண்டாகும் உணர்ச்சிக்குப் பெயர்?”

கல்பனா மிகச் சிரமப்பட்டுப் பதில் சொன்னாள். “இன்பத்திற்காக ஆசைப்படுவதை என்னவென்று சொல்லுவது?”

“இதோ பார், கல்பனா. வீணாக....”

“வீணாகவா.... அன்பையோ, ஆதரவையோ நாடுவது வீணா, ஸ்ரீதேவி?”

ஸ்ரீதேவி திடுக்கிட்டாள். தானோ.... தன்னுடைய இருதயம் மாத்திரம் எவ்விதம்? கல்பனாவும் அவளும் ஒத்த வயதுள்ளவர்கள். அசோகனுக்கு நாற்பத்தைந்து, கமலனுக்கு நாற்பது.

“எனக்குப் பதவி உயரட்டும் அதற்கப்புறம் காதல் புரிவோம் என்று எந்தக் காதலனாவது தன் காதலியிடம் சொல்லுவானா?” என்று ஸ்ரீதேவி கேட்டாள்.

“கொஞ்சம் பொறு. என் பதவியைக் காப்பாற்றிக் கொண்ட பிறகு உன்னைக் கவனிக்கிறேன் என்று சொல்லும் கணவன்....?”

ஸ்ரீதேவியின் உள்ளம் புழு போல் நெளிந்தது. “சீ, அழகாய் பேசு.”

“விஷயம் இப்படி - என்ன செய்வது? நீ சொல்லு. என் மனதிற்கு உகந்தவர் என்னைப் பார்க்கக் கூச்சப்படுகிறார். எனக்குப் பிடிக்காதவர் என்னை அடைய ஆசைப்படுகிறார். நான் என்ன செய்ய?”

“இது உலகத்தில் நடக்கக்கூடியது. உனக்குப் பிடித்தது உனக்குச் சொந்தமாகாது.” பிறகு யோசித்துக்கொண்டே மிருதுவாக, “அப்படி உன் இஷ்டம் நிறைவேறினால் கூட அது எப்போதும் உனக்கு அடிமையாக நில்லாது. அடிக்கடி கையை விட்டு நழுவும்” என்றாள் ஸ்ரீதேவி.

“நீ வேதாந்தம் பேசுகிறாய். எனக்கு அது தேவையில்லை. எனக்கு உன் உதவி வேண்டும். நீ மறுபடியும் அசோகனிடம் பேசிப் பார். என் மனோநிலைமையை அவருக்கு விளக்கிக் கூறு.”

“அவருக்கு ஒன்றும் புரியாது.”

“ஏன்?”

“விஞ்ஞானி, ராஜதந்திரி, கலைஞன் இவர்களுடைய காதல் அறிவைக் கணிப்பது கஷ்டம். அவர்களுடைய முக்கிய கவனம் பெண்ணை வெல்லுவதில் இல்லை.”

“அப்படியானால் நாம் கயவர்களிடமிருந்தா தூய அன்பை எதிர்பார்க்கவேண்டும்?”

“வேண்டாம். நாம் இரண்டாவது பணிப்பெண்ணாய் இருக்கவேண்டும். உன் விஷயத்தில் நீ மூன்றாவதாகக்கூட இருக்கும்படியாய் இருக்கும்.”

“ஏன் அப்படிச் சொல்லுகிறாய்?”

"கமலன் கலை உள்ளம் படைத்தவன். அவன் உணர்ச்சிக்கு வசப்பட முடியும்....... வசப்பட விரும்பவும் விரும்புவான். ஆனால் அதை ஒரு பெண்ணின் மூலம் அடைந்தால் அது அவனுக்கு ஒரு தொந்தரவாக வந்து சேரலாமென்று அவன் தயங்கலாம். அவள் அவனைப் பற்றிக்கொண்டால், அவனுடைய சுதந்திரத்திற்கு அது இடைஞ்சலாக இருக்கும். அவளை ஒட்டி அவனுக்குப் பல பொறுப்புகள் உண்டாகலாம். ஒரு ஜீவனை நாடி மற்றொன்று வாழ விரும்பும்போது அங்கே தகர்க்க முடியாத சில பந்தங்கள் ஏற்பட்டுவிடுகின்றன" என்றாள் ஸ்ரீதேவி.

"நீ சொல்லுவது விசித்திரமாய் இருக்கிறது. பற்றினால்தான் பந்தமுண்டாகிறது. பந்தத்தினால் அன்பு என்னும் உணர்ச்சியை நாம் அடைகிறோம்."

"இருக்கலாம். ஆனால் அன்பு என்னும் உணர்ச்சி புனிதமானது அல்லவா? அதனால்தானே தெய்வ பக்தி என்னும் அன்பை, எல்லாவற்றையும் விட உயர்வானதாக நாம் கருதுகிறோம். தெய்வ பக்தியைக் கொடுப்பவனுக்கு இன்பமுண்டு; பொறுப்பு கிடையாது. அந்த உணர்ச்சியை நாம் பயமில்லாமல் தடையில்லாமல் கொடுத்துச் சுகமடையலாம்."

"பொறுப்பு ஏற்பட்டுவிடுமென்பதால்தான் சில பேர்கள் அன்பைத் தாராளமாகக் கொடுக்கப் பயப்படுகிறார்களா?"

"ஆமாம் என்று நினைக்கிறேன். அதுவும் பெண்ணின் அன்பு உணர்ச்சிக்கு வசப்படுவதில் ஆணுக்கு மிகவும் பயம்."

"அதற்காக அந்த உணர்ச்சியை தெய்வ பக்தியாக மாற்ற முடியுமா? கமலன் அப்படிச் செய்கிறான் அல்லது செய்வான் என்று நம்பமுடியவில்லையே! விஞ்ஞானிகள், தம் சாத்திர முறைப்படி தெய்வமென்று ஒன்று உள்ளது என்று ருசுவாகும் வரையில், அதை ஒரு கற்பனை பாவமாகக் கருதுபவர்கள் ஆயிற்றே! விவேகத்தினாலும், தர்க்கத்தினாலும் ருசுவானால் தான் தெய்வமென்பது நிஜமென்று நம்பலாமென்று சொல்லும் விஞ்ஞானி, இப்படி தெய்வ பக்தி செலுத்துவான் என்றால்...."

"செலுத்துவான் என்கிறாயா...? நான் செலுத்துகிறான்

என்று சொல்லுவேன். இல்லாவிட்டால், அவன் சுவாமி நித்தியானந்தாவினுடைய பஜனை கோஷ்டியில் சேரக் காரணம்?"

கல்பனா அவளை வியப்புடன் பார்த்தாள். "உனக்கு அது விஷயம் எப்படித் தெரியும்?"

"கேள்விப்பட்டேன்; இல்லை நானே பார்த்தேன் என்று வைத்துக்கொள்ளேன்."

"நீ சொல்லுவது சரியானால் நான் ஒருபோதும் மூன்றாவது பணிப்பெண்ணாக இருக்க ஒப்பமாட்டேன்" என்று சொல்லி கல்பனா போக எழுந்தாள். ஸ்ரீதேவி அவளை வழி அனுப்ப வாசலுக்கு வந்தாள்.

"விஞ்ஞானம், தெய்வபக்தி, அப்புறம்... அப்புறம்.." என்று முணுமுணுத்துக்கொண்டே கல்பனா படி இறங்கினாள்.

அந்தச் சமயத்தில் ஆபீஸைவிட்டுத் திரும்பிக் கொண்டிருந்த அசோகனும் காரில் வந்து வீட்டு வாசல் படியை ஏறினான்.

கவலை தேங்கிய அவன் முகம், இவ்விரு பெண்மணிகளையும் பார்த்ததும் சிறிது மலர்ந்தது. கல்பனா போனபிறகு, "என்ன விசேஷம்? கல்பனாவிற்கு புத்தி சொன்னாயா? உன் முகம் ஒரே ஆழ்ந்த கருத்தில் தோய்ந்திருக்கிறதே" என்று கேட்டான். அவள் பதில் சொல்லுமுன் அவன் தன் அறைக்குள் போய்விட்டான்.

ஸ்ரீதேவிக்கு தன் மனக்குழப்பமே பெரிதாகத் தோன்றிற்று. அதனால் அவள் அசோகன் முகத்தைக் கவனிக்கவில்லை. அவன் மேலெழுந்தவாரியாகச் செய்த புன்னகையை நிஜமான சிரிப்பென்று எண்ணிவிட்டாள். ஆபீஸில் கு.கு.கு.விடம் விளையாட்டாகப் பேசிக்கொண்டிருக்கும்போது அவனிடம் உண்டாகும் மந்தஹாசத்திற்கும், இதற்கும் வெகு தூரம் என்று நுண்ணுணர்வு படைத்த ஸ்ரீதேவிக்கு அன்று ஏனோ தெரியவில்லை. காரணம், அவள் மனம்தான்.

சற்று நேரம் கழித்து அவள் தைரியமாக அவனைத் தேடி அவனுடைய ஆபீஸ் அறைக்குள் சென்றாள்.

அவள் உள்ளே வந்தபோது அசோகன் மேஜை மேல் குனிந்தபடி

ஏதோ காரியத்தில் ஈடுபட்டிருந்தான். 'என்ன விசேஷம்?' என்ற மாதிரியில் அவளை நிமிர்ந்து பார்த்தான்.

"கல்பனாவிற்கு கவலை, பாவம்!" என்றாள் ஸ்ரீதேவி.

"அவளுடைய தாயாருக்கு இருக்கிற அளவு, அவளுக்கு இருக்காது. தாரா ராணிக்குத்தான், தான் என்று மந்திரி ஆகப்போகிறோம் என்று ஒரே கவலை."

"தாரா ராணிக்கா? ஒருவேளை இந்தச் சூழ்ச்சியில் அவளும் சேர்ந்துகொண்டிருக்கிறாளோ?"

"இருக்கலாம். லட்சுமணபுரி தேர்தலுக்கு நிற்கவேண்டுமென்று அவளுக்கு ஆசை."

"சீட்டு?"

"யார் வேண்டுமானாலும் அவளுக்கு உதவலாம். சனத்குமார், தன்னுடன் அவளைச் சேர்த்துக்கொண்டு சீட்டைக் கொடுப்பதாக ஆசை காட்டியிருக்கலாம். சுமந்திரனே கொடுக்கலாம்... கொடுத்திருக்கலாம். ராய் உயிருடன் இருக்கும் நாளில் அவன் தாராவை ரொம்பக் கொண்டாடிக்கொண்டிருந்தான். பழைய சினேகம் மறுபடியும் கூடலாம். இல்லை அமலனோ... ஈசுவரதாஸோ..."

"அமலனும் ஈசுவரதாஸும் ஒரு கட்சியையும் சேராதவர்கள் என்று நினைத்தேன்."

அசோகன் முகத்தில் ஒரு சிறு சாயை படர்ந்தது. "இவ்வித சந்தர்ப்பத்தில் யாரையும் முழுதும் நம்பமுடியாது. ஆமாம்... ஈசுவரதாஸ் வந்திருந்தானா?" என்று கேட்டான்.

அவள் தலையை அசைத்தாள். விஷயத்தை அவனிடம் சொன்னால் என்ன? அவளுக்கு உண்டாகியிருக்கும் அந்தரங்க கிடுகிடுப்பை அவன் ஏன் தெரிந்து கொள்ளக்கூடாது? அவளுக்கு அவன்தானே சாய்மானம்? ஏன் அவன் அவளைத் தாங்கக்கூடாது?

"அசோகன்!" அவள் தொனியில் கனிந்த இறைஞ்சுதலைக் கேட்டு அவன் அவளை உற்றுப் பார்த்தான்.

"குப்தாஜீ என்ன சொன்னான்?"

"எதைப்பற்றி?"

"அதுதான், நான் படும் பாட்டைப்பற்றித்தான்."

"அதுவா? புதிதாக ஒன்றுமில்லை. மர்மம் விளங்கவில்லை" என்றார்.

"பின் உன்னுடைய பாவனையைப் பார்த்து, நான் இங்கே ஏதோ புதிதாக நடந்துவிட்டது என்று அல்லவா எண்ணினேன்!"

"அதுவா...? அது ஒன்றுமில்லை..." அவள் தயங்கினாள்.

பிறகு அவனைப் பார்க்காமல் முகத்தை அப்புறப்படுத்திய வண்ணம், "அசோகன், எனக்கு வாழ்க்கையில் ஒரு பிடிமானம் வேண்டும். நான் ஆதாரமில்லாமல் தள்ளாடிக் கொண்டிருக்கிறேன்" என்றாள்.

"அப்படியா? நீ உன் கலையை விட்டது பிசகு. அதை மறுபடியும் தொடங்கு."

"அப்படித்தான் செய்யப்போகிறேன். தேசியப் பொருட்சாலைக்கு சிற்பங்கள் செய்யும் கட்டளையை ஒப்புக்கொண்டு விட்டேன்."

"ரொம்ப சரி."

"ஆனால் அதை நான் விருப்பத்துடன் செய்யவில்லை."

"ஏன்?"

"என் உள்ளத்திற்கு அமைதி கொடுக்க வேறு வழி தெரியாமல் இதாவது எனக்கு ஒரு திருப்தியைத் தருமோ என்று ஒப்புக்கொண்டேன்."

"எனக்கு நீ சொல்லுவது புரியவில்லை."

"எனக்குக் கலை வேண்டாம். உங்கள் ஆதரவு இருந்தால் நிம்மதி பெறுவேன்."

"அது உனக்கு எப்போதும் உண்டு என்பதை நீ தெரிந்து கொள்ளவில்லையா?"

"என்னமோ... எனக்கு கண்தான் தெரியவில்லை என்று நினைக்கிறேன். நான் எத்தனை தேடினாலும்

எனக்கு அது புலப்படவில்லை.”

“ஸ்ரீதேவி! இம்மாதிரியான பேச்சு எனக்கு ரசிக்கவில்லை. நீயும் என்ன உன் தாயாரைப்போல் தர்க்கம் செய்ய ஆரம்பித்துவிட்டாயா?”

இவ்வார்த்தைகள் அவளைச் சுள்ளென்று குத்தின. ஸ்ரீதேவியை அடக்க வேண்டுமானால், அவளைத் தாயுடனோ, தந்தையுடனோ ஒப்பிட்டுவிட்டால் போதும்.

“சரி. அப்போது என்னுடைய மனநோய் இசை கேடாகவோ, அதிகமாவோ போய்விட்டால், அப்புறம் என்னைக் குற்றம் சொல்லமுடியாது. இப்போதே சொல்லிவிட்டேன்.”

அசோகன் அவளைக் கண்கொட்டாமல் சில விநாடிகள் பார்த்தான். அவள் சொல்லுவது அவனுக்கு விளங்காமலில்லை. ஈசுவரதாஸின் நிழல் அவர்களிடையே ஆடிற்று. அசோகன் பேச்சை முடிக்க எண்ணி மேஜை பக்கம் திரும்பினான்.

“அசோகன்!” என்று ஸ்ரீதேவி மறுபடியும் கெஞ்சும் குரலில் அழைத்தாள்.

“அசோகன், என்னிடம் உறுதியில்லை. நான் தவிக்கிறேன். இந்தச் சஞ்சலமான சூழ்நிலையில் என் மனம் திடப்பட மறுத்துவிடுகிறது.”

“உன் மனதிலா திடமில்லை? உனக்கு உறுதி இல்லை என்றால் யார் நம்புவது? என்னுடைய இந்த வாழ்க்கைப் போக்கு உனக்குப் பிடிக்கவில்லை என்று சொல்லுவதற்குப் பதில், இந்தச் சூழ்நிலையில் உன் மனம் ஊஞ்சலாடுகிறது என்பானேன்? உனக்கு எப்போதுமே என் லட்சியங்களைப்பற்றி அக்கறை கிடையாது. அதனால் அரசியல் உலகிலும், ராஜ்யபாரத்திலும் நான் செய்துள்ள காரியங்களைப்பற்றி நீ உற்சாகம் காட்டுவதில்லை. இந்த உலகம் உனக்கு அலுப்பு ஊட்டாம என்ன செய்யும்? அதைச் சொல்லாமல் வீணாக உனக்கு உறுதியில்லை. வாழ்க்கையில் இன்பமில்லை என்றெல்லாம் பிதற்றுவானேன்!”

“உங்களுக்குக் கலை அனுபவம் குறைவு. அல்லது என்னுடைய

நுண்ணிய உணச்சிகளைக் கண்டுகொள்ள பிடிவாதமாய் மறுத்துவிடுகிறீர்கள்."

"கலை உணர்வா? நுண்ணிய அனுபவமா?" அசோகன் ஏளனமாகக் கேட்டான்.

"அப்படியானால் தேவலையே! உனக்கு எப்போதும் நாட்டிய அரங்கில் நிற்பது போல் ஒரு பாவம். நான் ஓயாமல் உன்னுடைய கலையையும், உன் உணர்வையும், உன் சிற்ப வேலையின் திறத்தையும் போற்றிக்கொண்டே இருக்க வேண் டும். இல்லையா? என்னைப்பார்; என்னைப்பார் என்று நீ கேட்க, நான் ஆரவாரித்துக் கைதட்டி, உன்னைப் புகழ்ந்து கொண்டே இருக்க வேண்டும். அப்படித்தானே! உன்னுடைய அபிப்பிராயத்தில் அப்படிச் செய்தால்தான், அது அன்பு ததும்பும் தாம்பத்ய வாழ்க்கையாகும்."

அதற்குப் பிறகு ஸ்ரீதேவி அங்கே தங்கவில்லை. ஆனால் வெகு நேரத்திற்கு, அவளுடைய கணவனின் ஏளனப் பேச்சு அவள் காதுகளில் ஒலித்துக்கொண்டிருந்தது.

ஐயோ! அவள் எத்தனை அசட்டுத்தனமாக தனக்குள் பொய் வேதாந்தம் பேசிக்கொண்டாள்! சற்று முன்னால் அவள் ஈசுவரதாஸிடம் அன்பு வைத்திருப்பதாகக்கூட நினைத்துவிட்டாளே! அது அன்பா, அவன் அவளுக்குத் தேவை.

எதற்காக? தன்னுடைய அந்தரங்க நாடக மேடைக்குத் தனிக் கண்காட்சிக்காரனாக இருக்க... இல்லையா? ஆமாம். விவேகியான அசோகனுடைய வார்த்தைகள் அவளுக்கு அந்த உண்மையை விளக்கிவிட்டன. நாட்டிய அரங்கில் ஆடுவதுபோல், வாழ்க்கை மேடையில் அவள் அபிநயிக்கும் போது ஈசுவரதாஸ் அதைப் பார்த்து ரசிக்கிறான், கைதட்டிக் குதூகலம் காட்டுகிறான். இது அவளுக்கு வேண்டியிருக்கிறது. இதற்காகத்தான் அவள் ஏங்குகிறாள். அவள் அவனிடம் காட்டும் அன்பிற்கும் இதுதான் காரணம்.

அவனிடம் பண்பில்லை... நுண்ணிய உணர்வுமில்லை. பார்ப்பதற்கும் கரடுமுரடாக இருக்கிறான். தன் பிரியத்தைக்கூட பகிரங்கமாக, பச்சையாக, இச்சையென்று காட்டுகிறான்.

அவளுடைய அழகு அவனுக்குக் கண் தெரியவில்லை. அவளுடைய கலை உள்ளத்தை அவன் அறிய விரும்பவில்லை; அறியவும் முடியாது. அவள் மனம் எப்படி, குறிக்கோள் என்ன என்று அவன் தேட முயலவில்லை. அவன் சுலபமாகச் சிரிக்கிறான்; குழந்தை போல் பேசுகிறான்; சுருங்கச் சொன்னால், ஓர் இனிய காதலன் சொல்லவேண்டியதையோ, செய்யவேண்டியதையோ அவன் உணரவில்லை. இருந்தும் அவள் அவனுடைய அசட்டுத்தனங்களை எல்லாம் பொறுக்கிறாள். எதனால்? எதற்காக? இதற்காகத்தான். அவனுடைய பாராட்டுதல். அவனுடைய ஆரவாரம், கைதட்டுதல் அவளுக்கு அவசியமாய் இருக்கிறது. இதுவரையில் அவள் வாழ்க்கை மேடையில் ஏறி நின்ற போதெல்லாம், ஒருவரும் அவளிடம் ஈசுவரதாஸைப்போல், இத்தனை ஆழ்ந்த கருத்தைக் காட்டியதில்லை.

ஒருவரும் இத்தனை சிரித்ததில்லை, இத்தனை புகழ்ந்ததில்லை, இத்தனை பாராட்டியதில்லை. அசோகன் சொல்வது சரி. அவளுக்குப் புகழ் வேண்டுமானால் சிற்பக் கலையை விசாந்தாபாணியில் பழகுவது மேல். அவள் தேர்ந்தெடுக்கும் பாதையில் குழி இருக்கிறது அது அவள் கண்களுக்குத் தென்பட்டுவிட்டது.

★★★

ராகம், தானம், பல்லவி.

அசோகனுக்குக் கவலை அதிகரித்துவிட்டது. அன்று வெள்ளிக் கிழமை. புதன்கிழமை அன்று ஜனசபையில் கேள்விகள் எழலாம். கடைசி முறையாக அவன் என்ன பதில் சொல்லலாம்...?

கு.கு.கு. நல்ல பயிற்சி பெற்ற மந்திரி ஆலய உத்தியோகஸ்தன். பதற்றமில்லாமல், முன்யோசனையுடன் பேசுவான்; ஒருவித பற்றில்லாமை கூட காட்டுவான். இருந்தாலும் சுயமென்று ஒன்று இல்லாமல் இருக்குமா? அவனிடம் விஷயத்தை விடவில்லை. அவனிடம் யோசனை கேட்கவில்லை. மந்திரிக்கு நம்மிடம் நம்பிக்கையில்லை என்ற எண்ணங்கள் அவனுக்கு இப்போது உண்டாயிருக்கும். அதனால் இனிமேல் அவனை யோசனை கேட்டால் எது எப்படிப் போனால் நமக்கென்ன? அன்றாடம் ஜோலி தீர்ந்து வீடுபோக வேண்டுமென்ற எண்ணத்துடன் இருந்து விடுவான். அவனைக் கூப்பிடுவதில் பிரயோசனமேயில்லை.

அன்று சர்மாவை அவன், வீட்டிற்கு வரச்சொல்லியிருந்தான். கடைசி முறையாக ஏதாவது சங்கதி தெரிந்ததா என்று கேட்கத்தான். ஆனால் அவனுக்குத் தெரியும், ஒரு தகவலும் கிடைத்திருக்காது என்று.

சர்மா அல்பன். சின்ன புத்தி காட்டுபவன். ராஜுவோ ரொம்ப பயந்தவன். தேனீ கூட்டில் அடைபடுவதுபோல்

ஆலயங்களை நிரப்பும் இவர்களை விரட்டினால் யாரும் கவனிக்கப்போவதில்லை. ஆனால் அதனால் லாபம்? லாபம் கிடையாதே! அவமானமே மிஞ்சும். தன் திட்டங்களைப் பற்றியும், தான் செய்யும் உதாரண தேசத் தொண்டைப் பற்றியும் ரொம்ப உயர்வாக நினைக்கும் ஈசுவரதாஸ் கூட கேவலம் இந்த அற்ப பூச்சிகளை நசுக்குவதைப் பற்றி அங்கலாய்த்துக் கொள்ளுகிறான். கோபத்தினால் அவர்களை நீக்க வேண்டுமென்று அவனுக்குத் தோன்றினாலும், அதில் ஒரு நன்மையுமில்லை. மந்திரி அசோகன் தன் சிப்பந்திகளைக் கடுமையாகத் தண்டிக்கக்கூடியவன் என்று ஆலயங்களில் பெயர் வரும். அவன் காரியம் என்னமோ அதனால் கைகூடாது.

அன்னவிமானக் கம்பெனியில் சர்க்காருக்கு உதவும் வேன் என்னும் ஸ்மித்தினுடைய கூட்டாளியை வரவழைத்துப் பேசியாகிவிட்டது. அப்பா! இந்த மதர்லாந்துக்காரர்கள் ரொம்பக் கெட்டி ஆசாமிகள். அழகான பேச்சு, பவ்வியமான பாவம். ஆனால் உறுதியிலும், அழுத்தத்திலும் கல்நெஞ்சர்கள். மந்திரியிடம் முடியாது என்பதை வேன் எத்தனை மரியாதையாகத் தெரிவித்துக்கொண்டான்!

நான்கு பேர்கள் விமானத்தை நேராக இறக்க அவர்கள் ஆறுமாத காலமாய் முயன்று பார்த்தாய்விட்டதாம். ஸ்மித் தான் மந்திரியிடம் பேசிக்கொண்ட தீர்மானங்களைப்பற்றி வேனிடம் ஒன்றுமே சொல்லவில்லையாம். விமானத்தைச் செங்குத்தாய் இறக்கவேண்டிச் செய்த ஆராய்ச்சிகளையும் மந்திரியிடம் தெரிவிக்க வேண்டும் என்னும் விஷயம் வேனுக்குத் தெரியாதாம். ஸ்மித் இறந்துவிட்டான். வேனோ தனக்கு, அவன் பேசிக்கொண்டது ஒன்றுமே தெரியாது; அதனால் ஒப்பந்தத்தில் கண்டிருப்பது போல் விமானங்களைத் தயார் செய்வதாகச் சாதிக்கிறான். வேறு வழி?

முந்திய வருடம் அசோகன் அயல்நாடு போயிருந்தபோது, ஸாரிகாவில் இவ்விதமான நான்கு பேர்கள் விமானங்கள் செங்குத்தாய் இறங்குவதைப் பார்த்திருந்தான். இதை அந்தச் சமயத்தில் வேனிடம் சொல்லி, ஸாரிகாக்காரரிடம் இருந்து, இந்த ரகசியத்தைக் கேட்டு வாங்கினால் என்ன, என்று விசாரித்தான்.

அப்படிச் செய்தால், விமானம் ஒப்பந்த விலையில் நிற்காது; ஸாரிகாவிற்கு பணம் வாங்குவதில் ஆசை. அவர்கள் இந்த ரகசியத்திற்கு ஏகப்பட்ட விலை கேட்பார்கள் என்று வேன் தீர்மானமாகக் கூறிவிட்டான்.

இது விஷயத்தில் வேன் சொல்லுவது சரியல்ல. ஸாரிகாவிலிருந்து ஆதித்திய நாடு எத்தனையோ கடன் வாங்கியாகிவிட்டது. தான் கொடுக்கும் கடன்களை ஆதித்தியன் ஏற்க வேண்டுமே என்றுதான் ஸாரிகா எப்போதும் கவலைப்படுவது வழக்கம். இது அசோகனுக்கு நன்றாகத் தெரியும்.

அது நிற்க... வேன் இப்படி பதில் சொன்ன பிறகு அசோகனால் என்ன செய்ய முடியும்...? அந்த இடத்திலும் ஐயமில்லை என்று ஆகிவிட்டது. பிறகு.... என்ன செய்வது? வேன் வந்து அவனைப் பார்த்துவிட்டுப் போனபின்பு அசோகனின் கவலை அதிகரித்தது.

சுமந்திரனிடம் போய் விஷயத்தைச் சொல்லி யோசனை கேட்பதா? தூ... அவனிடம் போய், தான் தெரியாத்தனமாய், அகஸ்மாத்தாக ஒரு சிக்கலில் அகப்பட்டுக்கொண்டுவிட்டதாகச் சொல்லி உதவி கேட்பதா? சீ... சீ... கூடவே கூடாது. அதைவிட எத்தனை அருசிகரமாக இருந்தாலும் ஜனசபையை நேரில் தாக்கி... காரணங்களைச் சொல்லி.... ஆனால் காரணங்கள்... அவற்றை அவன் கூறும்போது அந்த பேப்பரை எவனாவது சுருட்டி அவன் முகத்தில் எரிந்தால்? சை.... இதென்ன பதவி வேண்டிக்கிடக்கிறது! பேசாமல் எல்லாவற்றையும் விட்டுத் தொலைத்துவிட்டு, அமைதியாக...

எங்கே போவது? என்ன செய்வது? அவன் தூங்கும் சமயங்களில் கூட அவன் கண்ட கனவுகள் தேசத்தை ஒட்டியதாகவே இருந்துவிட்டனவே. இனிமேல் வேறுவித கனவுகள் உதயமாகுமா? ஆடல், பாடல், அரம்பையர்கள் என்று சுமந்திரனைப்போல் அவன் மனம் வேறு இன்பங்களை நாட மறுத்துவிடுகிறதே!

இன்பங்கள்... மற்றவர்களுக்கு இன்பங்கள் அவனுக்கு மாத்திரம் ஒரே இன்பம்தான். அது தேச சேவை. மந்திரியின் நாற்காலியிலிருந்து கொண்டு நாட்டிற்குத் தொண்டு புரிவதே அவனுடைய ஒரே அன்புப் பணி!

★★★

மறுநாள் சனிக்கிழமை; அன்று அசோகனைத் தேடி ஸ்ரீதேவி மறுபடியும் மந்திரியின் ஆபீஸ் அறையில் நுழைந்தாள்.

அசோகன் அவளை ஆச்சரியத்துடன் பார்த்தான். ரம்பாவுக்கும் ஆச்சரியமாய் இருந்தது. அவள் எழுந்து வந்து 'என்ன ஆயிற்று' என்று கேட்பதுபோல் தலையை ஒருபுறமாகச் சாய்த்துக்கொண்டே அவளைப் பார்த்தாள். ஸ்ரீதேவி நிதானத்துடன் ஒரு நாற்காலியில் அமர்ந்தாள். நாய் அவள் அருகில் உட்கார்ந்தது. அவள் அதன் காதை நிமிண்டினாள்.

"உங்களிடம் ஒரு விண்ணப்பம் செய்துகொண்டு வந்து இருக்கிறேன்."

"என்ன!" அசோகனுக்கு எல்லாம் புதிராக இருந்தது.

"உங்களுடைய அரசியல் வாழ்க்கையைப் பற்றியோ உங்கள் நோக்கங்கள் வெற்றியடைவதைப் பற்றியோ எனக்குக் கருத்து கிடையாது, உவப்பு இல்லை என்று நேற்று நீங்கள் சொன்னீர்களே! நான் சொல்லப்போவதைக் கேட்ட பிறகு அந்த எண்ணம் வலுக்கும். இருந்தும் நான் என் மனத்தைவிட்டு உங்களை ஒன்று யாசிக்கப்போகிறேன். இந்த மந்திரிப்பதவியை விட்டுவிடுங்கள்...."

"என்னது! உனக்குப் பைத்தியமா?"

"இல்லை. எனக்குப் பயமாய் இருக்கிறது. உங்கள் நேர்மைக்கும் இங்கே நடப்பதற்கும் ரொம்பவும் விரோதம். அதனால்... அதனால்...?"

"நான் தவறிப்போய் விடுவேன் என்றா?" அவன் பதிலில் சலிப்பு தொனித்தது.

"இல்லை.... கவலையினால்... சஞ்சலத்தினால்... இந்த வாழ்வில் என்ன சுகம் இருக்கமுடியும்?"

"முதலில் பயமென்றாய்; இப்போது சுகமில்லை என்கிறாய்.... எதை நிச்சயமாய் சொல்லப் புறப்பட்டாய்?"

"இரண்டையும்தான்; இன்பமில்லை. பயமுண்டு. உங்களைக் குழியில் புதைக்க எத்தனை பேர் சதி செய்கிறார்களோ?"

"இருக்கலாம். இருந்தாலும் ஸ்ரீதேவி! இதுதான் வாழ்க்கை. சதியோ, கவலையோ, ஏமாற்றமோ, வாட்டமோ அரசியல் உலகில் இருந்துகொண்டு தன் நாட்டிற்காக உழைக்கும்போதுதான், நான் இவர்களுடன் இருக்கிறாற்போல் எனக்குத் தோன்றுகிறது. மற்ற சமயத்தில் என்ன செய்வதென்றே புரியவில்லை. இதை விட்டால் எப்படி வாழ்வது?"

"வேறு வாழ்க்கை விதங்கள் எத்தனையோ?"

"பையைத் தூக்கிக்கொண்டு மார்க்கெட்டுக்குப் போகவா?" - அவன் கசப்புடன் கேட்டான். அவன்முன் கு.கு.கு. நின்றான்.

"உல்லாசப் பிரயாணம் போகலாம். உலகம் சுற்றி வரலாம். வினாலி போனால் என்ன?"

"அது ஆதித்தியர் போகும் இடம். அந்த மலைப் பிரதேசங்களில் ஆதித்திய மகுடங்களால் உண்டாகும் மதியும் வெளிச்சமும் அதிகம்."

"சரி... வால்மீகி ஆசிரமம்...?"

"அங்கே புத்தி சுவாதீனமில்லாதவர்கள்தாம் போவார்கள்."

"பஞ்சவடி.... கோதாவரி உற்பத்தி இடத்தில் ஆறு எத்தனை ரம்மியமாய் இருக்கிறது? அந்த மீன் குவியல்கள்! ஜலத்தில் இறங்கும்போது நம் இடுப்பைக் கொழுகொழுவென்று வளைத்துக் கொள்ளும் அந்த இன்பகரமான உணர்ச்சி... மீனபங்க்தி மேகலா...."

"ஸ்ரீதேவி... நீ ஒரு கலைஞை.... அவ்வித வாழ்க்கை உனக்கு ரசிக்கலாம். என்னிடம் சொல்லி என்ன லாபம்? இவ்வித இனிதான நினைவுகள் என்னை இழுக்கவில்லையே! சும்மா சுற்றுப்பிரயாணம் செய்தால் என் மனம் மாறிவிடுமா? அங்கேயும் இதையே எண்ணிக்கொண்டிருப்பேன். உனக்கு கஷ்டமாய் இருக்கும். வேண்டாம். நான் இங்கேயே இருக்கிறேன்."

நேற்றுத்தான் அவன் தீர்மானமாய் சொன்னானே! என்ன அசட்டுத்தனமாக மறுபடியும் அவன் மனதைத் திருப்பலாமென்று இன்று அவள் இங்கே வந்தாள்? அலைந்து திரிந்து வேட்டையாடிக் கொன்றுபோட்டு ருசி பார்க்கும்

தருணத்தில், தன் இரையை விடு என்றால் புலி விடுமா? அசோகன் சிறு வயதிலிருந்து இந்தக் கனவுகளை அவன் மனதில் கோடித்துக் கொண்டு வந்திருக்கிறான். இப்போது மந்திரியும் ஆகிவிட்டான். கனவுகள் கைகூடும் சமயம். அலுத்து அலைந்த நாட்கள் சென்றுவிட்டன. சிறையிலும், வெளியிலும் பட்ட பாடுகள் கடந்துவிட்டன. வேட்டை ஓய்ந்தது. இனிமேல்... ருசி பார்க்கும் சமயத்தில்? அவன் சிணுங்குவதில் என்ன பிசகு? இவள்தான் மதியீனத்தினால் புத்தி சொல்ல வந்தாள்.

அதனாலா? அது மாத்திரமல்ல. ஓர் ஆவல், ஒரு சிறிதளவு நம்பிக்கை. ஒருவேளை அவன் அவளுடைய போதனையைக் கேட்டுவிட்டால்...? அவளை அழைத்துக் கொண்டு சுற்றுப் பிரயாணம் போகக் கிளம்பிவிட்டால்? பைத்தியமா உனக்கு என்று அவன் கேட்டதில் என்ன தவறு? பைத்தியம்தான் அவளுக்கு. இல்லாவிட்டால் ஏன் இவ்வித அசட்டு ஆசைகள் தோன்ற வேண்டும்? அத்தனை வேற்றுமை... "இத்தனை வேற்றுமை பாவம் படைத்த நாம் ஒருநாளில் எப்படி ஒன்று கூடினோம்?" அவள் தன் மனத்தில் கடைசியில் தோன்றிய பிரச்சனையை உரக்கக் கேட்டுவிட்டாள்.

இதைக் கேட்டவுடன் அவன் தடுமாறிப் போய் விட்டான். அதனால் அவனுடைய எரிச்சல் அதிகமாயிற்று. தான் அவளைச் சரியாக நடத்தவில்லை என்ற எண்ணம், அவள் மேலுள்ள கோபத்தைப் பெருக்கத்தான் செய்தது. தன் மனசாட்சியை ஆசுவாசம் செய்ய அவன் மேலும் சள்ளென்று விழுந்தான்.

"ரொம்ப சரி. இனிமேல் நல்லதோ, கெடுதலோ, என் வழியில் நான் போகிறேன். உன் வழியில் நீ செல். உன்னைத் தடுக்கவில்லை" என்றான்.

இவ்வார்த்தைகள் ஸ்ரீதேவிக்குப் பொறுக்கமுடியாத வருத்தத்தைக் கொடுத்தன. எப்போதும்போல் வீணாக அவனிடம் எதையோ சொல்லிவிட்டு அனாவசியமாய் மனநோவை வாங்கிக்கொண்டு போனாள்.

அவள் அறையை விட்டுப் போகும்போது நாய் தயங்கி நின்றது. அவளுடன் போவதா அசோகனுடன் தங்குவதா என்று

யோசிப்பது போல் அது வாசற்படியில் நின்றது.

★★★

ஈசுவரதாஸ் தன் ஆபீஸ் அறையில் இருந்தபோது திடீரென்று சங்கரதாஸ் அங்கே தோன்றினான். குப்தாஜிக்கு ஒரே வியப்பாய் இருந்தது. அவன் தன் புகைக்குழலைக் கடித்துவிட்டுக் கொண்டான். பிறகு கேட்டான்: “நீ இங்கே எங்கே வந்தாய்? சங்கதிகள் தெளிவாகும் வரையில் ஸரஸ்வதியில் இருந்துகொண்டே ரிப்போர்ட்டுகள் அனுப்பிவை என்று சொல்லியிருந்தேனே!”

சங்கரதாஸ் தயங்கினான். “இல்லை... சார், அங்கே ஒரு சங்கதியும் கிடைக்கவில்லை. விஷயங்கள் ரொம்ப சரியாக நடக்கின்றன. விமானங்கள் தயாராகிக்கொண்டு வருகின்றன. அவை சரிவாக இறங்குவது மந்திரிக்குப் பிடிக்கவில்லை என்று மாத்திரம்தான் அங்கே பேச்சு நடக்கிறது. அதுதான் உங்களுக்குத் தெரிந்த விஷயம் ஆயிற்றே... பார்த்தேன். இந்தச் சிக்கலைக் கிளப்பிவிட்டது சனத்குமார். அதனால் சித்திரக்கூடத்திற்குப் போனால் விஷயம் விளங்கலாம் என்று எண்ணி அங்கே போனேன்.”

ஈசுவரதாஸின் வியப்பு அதிகரித்தது. அவனுக்கு இந்தக் கதை சுவாரஸ்யமாகக்கூட இருந்தது. உடனே பஸ்ஸரில் ஓர் ஆளைக் கூப்பிட்டான். “சில நிமிஷங்களுக்கு ஒருவரும் என்னைத் தொந்தரவு செய்யாமல் பார்த்துக்கொள்” என்று நியமித்தான். பிறகு சங்கரதாஸ் பக்கம் திரும்பி, “அப்புறம்... மேலே சொல்லு” என்றான்.

“போன தேர்தலில் சித்திரக்கூடப் பிரதேச ஜனப்பகுதிதான் சனத்குமாருக்கு வோட் செய்தார்கள் என்று உங்களுக்குத் தெரியுமே, அதனால் அங்கே போய், அவனுடைய தோழர்களுடன் பேசினேன்.”

“ஓகோ!” ஈசுவரதாஸ் உரக்கச் சிரித்தான்.

“அப்போது போன தேர்தலில் நடந்த வைபவங்கள் பூராவும் உனக்கு மனப்பாடமென்று சொல்லு.”

சங்கரதாஸ் புன்னகை பூத்தான்.

"சார், அங்கே யாரோ மிதிலை போனால் ஏதாவது புது விஷயங்கள் அறியலாமென்று சொல்லி வைத்தார்கள். உடனே மிதிலைக்குக் கிளம்பினேன்."

"சரியாகப் போயிற்று. உன்னை ஏதோ ஒரு முக்கிய காரியமாய் அனுப்பினால், நீ சுற்றுப்பிரயாணம் செய்தாயாக்கும்" என்றான் ஈசுவரதாஸ். ஆனால் அவன் முகத்தில் மேலே அறியவேண்டுமென்ற ஆவல் தெரிந்தது. உடனே, "மிதிலைப் பிரதேசம் சுமந்திரனுடைய ஊர் ஆயிற்றே. அங்கே எதற்குப் போனாய்?" என்று மிக்க கருத்துடன் தன் காரியதரிசியைக் கேட்டான்.

"என்னமோ ஒன்றன் பின் ஒன்றாக இப்படியே போனால் ஏதாவது தகவல் கிடைக்கலாமென்று போனேன். ஆனால் அந்த ஆள் சொன்ன விஷயம் வேறுவிதம். சர்க்கார் ஏதோ புதிய ரயில்வே கட்டுவதற்காக, அந்தப் பக்கத்து நிலங்களை வாங்கலாமென்று அங்கே வதந்தி பலமாக இருக்கிறதாம். அதை உத்தேசித்து முன்யோசனையாக யார் யாரோ ஏகமாக அந்த வட்டாரத்திலுள்ள நிலத்தையெல்லாம் இப்போதே வாங்குகிறார்களாம்..."

"யார் அது?"

"தெரியவில்லை. யாரோ சத்தியோத்தியாவிலிருந்து ஆள் அனுப்பி வாங்குவதாகப் பேச்சு."

"தேவலை. உனக்கு இது விஷயங்களைச் சொல்ல ஆள் அகப்பட்டார்களே..."

"அங்கே எனக்குத் தெரிந்த ஒருவன் - பொதுநல சங்கத்தில் காரியதரிசியாக இருக்கிறான். அவன் சொன்னான். பிறகு அந்த நிலங்களைக் காட்ட பொதுநல சங்கத்தின் ஜீப்பைக்கூட எனக்காக வெளியே எடுத்தான். நான் எதற்கு வீண் சிரமமென்றேன். அப்போது ஜீப்பிற்கு கொஞ்சம் வேலை கொடுக்காவிட்டால் அது துருப்பிடித்துவிடுமென்று சொல்லி, என்னை நெடுக சவாரி அழைத்துப் போனான்."

இதைக் கேட்டு ஈசுவரதாஸ் சிரித்தது, சங்கரதாஸுக்குப் புரியவில்லை. "ஆமாம்... ஜீப்பை உபயோகப்படுத்தத்தான் வேண்டும். எதற்காக... ஆனால் என்ன? நம்முடைய இயக்கங்கள் யாவுமே பொது நலத்திற்காகத்தானே!" என்றான். "சரி, மேலே சனத்குமாரைப்பற்றி என்ன உளவு....?"

"யோசித்துப் பார்த்தேன் சார்..."

"ஓகோ.... நீயே யோசித்துவிட்டாயோ?"

"ஆமாம். எனக்கு ஒன்று தோன்றிற்று. விஷயம் இன்னது என்று வெளியே தெரியாமல் இருப்பதற்கு. ஒரு காரணம்தான் இருக்க முடியும். அதாவது மந்திரிக்கும் சனத்குமாருக்கும் இடையே ஏதோ நடந்திருக்கிறது. அது அவர்களைத் தவிர வேறு ஒருவருக்கும் தெரியாது."

"அப்போது நீ அதை எப்படிக் கண்டுபிடிப்பதாக எண்ணம்?"

"இந்தக் காரியதரிசிகள் இருக்கிறார்களே..."

"ஓகோ... அப்படியா? ராஜுவைப் பிடிக்கப் போகிறாயா? பிடி பிடி... ஆனால் ஒன்று, என்னுடைய விஷயங்களை வெளியே இழுத்தாயோ..." ஈசுவரதாஸ் சிரித்தான்.

சங்கரதாஸ் மௌனமாய் இருந்தான். அவன் எவ்வித சமயத்திலும் ஒரு காரியதரிசி எப்படி இருக்க வேண்டுமென்பதை மறக்கமாட்டான்.

"சரி... உன்னால் முடிந்தவரை முயன்று பார்."

சங்கரதாஸ் போகப் புறப்பட்டான்.

"ஓகோ... கொஞ்சம் பொறு. இதோ பஞ்சவடியிலிருந்து ஒரு தந்தி. உன் மகளுக்கு நல்ல குணமாம்... ஜுரம் நின்றுவிட்டதாம்."

இதைக் கேட்ட சங்கரதாஸ் கண்களில் நீர் மல்கிற்று. அவனுக்குத் தன் நன்றியைச் சொல்லக்கூட நா எழவில்லை.

ஈசுவரதாஸ் பேசவில்லை.

★★★

மறுநாள் ஞாயிற்றுக்கிழமை; அன்று காலை ஸ்ரீதேவியின்

முகம் வாடினமாதிரி இருந்தது. காரணம் இரவில் அவளுக்கு நல்ல தூக்கமில்லை. பதவியை விட்டுவிடு என்று தான் அசோகனை வற்புறுத்தியது சரிதானாவென்ற சந்தேகம் அவள் மனத்தை வெகுவாகக் கிண்டிக்கொண்டிருந்தது. அவளுக்கு நித்திரை கொள்ளவில்லை. அவள் உள்ளத்தில் இத்தனை ஆசைகள் இருக்கும்போது அசோகனைப் பார்த்துப் பதவி மோகம் என்று ஏச அவளுக்கு என்ன உரிமை? உண்மையைச் சொல்லப்போனால் தன்னுடைய சிற்பங்களைத் தன் வீட்டிலேயே கலைக் காட்சிகளாகக் காட்டவேண்டும் அவற்றைக் கண்டு ஊரார் புகழவேண்டுமென்று அவளுக்கு எத்தனை ஆவல்? மந்திரி அசோகன் மனைவி விசாந்தபாணி சிற்பங்களைக் காட்டுகிறாள் என்றுதானே அவர்கள் வருவார்கள். இல்லாவிட்டால் அவளை லட்சியம் செய்வார்களா? அவளுக்கு இந்த ஆசை... அசோகனுக்கோ மந்திரியாக இருந்துகொண்டு பொதுஜனத்திற்குப் பணி செய்ய ஆசை. அப்படி இருக்கும்போது... இவள் அசட்டுத்தனமாக அசோகனை இப்படி போதித்தால் என்ன அர்த்தம்...?

அச்சமயம் ஈசுவரதாஸ் தன் ஆபீஸ் வேலைகளை முடித்துக் கொண்டு அவ்விடம் வந்து சேர்ந்தான்.

வரும்போதே... "ஸ்ரீதேவி! அப்புறம் கடைசியாக என்ன தீர்மானித்தாய்?" என்று கேட்டுக்கொண்டே வந்தான்.

"எதைப்பற்றி?"

"நம் எல்லோருடைய எதிர்கால வாழ்க்கையைப் பற்றிதான். அதாவது உன்னுடையது.... அசோகனுடையது..." பிறகு ஒரு புன்முறுவலுடன், "என்னுடையது என்று கூடச் சொல்லுவேன்" என்றான்.

"நீங்கள் பேசுவது ஒன்றும் எனக்கு விளங்கவில்லை."

"சரி. புரியும்படியாய்ச் சொல்லட்டுமா? ஒவ்வொன்றாய் எடுத்துப் பேசுவோம். முதலில் உன் கலையைப்பற்றி என்ன யோசிக்கிறாய்?"

''அதுவா? அது நிச்சயமாகிவிட்டது. இனிமேல் சத்தியோத்தியாவிற்குப் பிடித்த விசாந்த பாணியில்தான் என்

சிற்பங்கள் உருவாகும்."

"அப்படியானால் நீ எல்லா கேள்விகளுக்கும் ஒரேயடியாய் விடை அளித்துவிட்டாய்!"

"எப்படி?"

"நீ ஒரு மந்திரியின் மனைவியில்லை என்று வைத்துக்கொள். அப்போது விசாந்தபாணியானால் கூட ஜனங்கள் உன்னைப் புகழ்வார்களா?" அவன் தொனியில் பரிகாசம். ஆனால், அவள் தன் கண்களை உயர்த்தி அவனைப் பார்த்ததும், அவன் முகத்தில் அன்பும், பெருமிதமுமே இருந்தன.

"நீங்கள் சொல்லுவது உண்மை" அவள் தயங்கித் தயங்கி பதில் சொன்னாள்.

"அப்போது அசோகன் போகக்கூடாது என்பதும் தீர்மானமான மாதிரிதான். அல்லவா?"

"அவர் போவதை நான் தடுக்க முடியுமா?"

"அவன் போக விரும்பவில்லையே!"

"என்னமோ..! நேற்று ராத்திரி அந்த அபிப்பிராயத்தில் இருந்தார்... இன்று மாறிவிட்டால்?"

"மாறினால் நீ சொல்வதற்காகத்தான் அப்படிச் செய்வான். அதனால் உன்னால் அவனைப் போகச் சொல்லவோ இருக்கச் சொல்லவோ முடியும். இதோ பார் ஸ்ரீதேவி.... நான் சொல்வதைக் கேள். அசோகனுக்குப் பகுத்தறிவும் புத்திக் கூர்மையும் அதிகம். அவனைப்போல் குணமும் உயர்தர குறிக்கோளும் உள்ளவர்களை நாம் அரசியல் உலகில் காண்பது அரிது. அத்தகைய கொடைகளைக் கொண்டு அவன் தேசத்திற்கு அருமையான தொண்டுகளைப் புரிவான். அவனுடைய அரவணைப்பில் நாடு உயரும். அதன் கீர்த்தி ஓங்கி வளரும், அதைத் தடுக்க உனக்கோ எனக்கோ உரிமை கிடையாது."

"சரி... அப்படியே வைத்துக் கொள்வோம். அசோகன் பூமி ஆளுவார். நான் கலைரசிகர்களின் கொண்டாட்டத்தில் மிதந்துகொண்டிருப்பேன். நீங்கள்... நீங்கள் என்ன

செய்யப்போகிறீர்கள்? நீங்களும் இதில் சம்பந்தப்பட்டிருப்பதாக முதலில் சொன்னீர்களே!"

இதைக் கேட்டதும் ஈசுவரதாஸ் ஹெ...... ஹெ என்று சிரித்து சங்கதியை மழுப்ப முயன்றான்.

"எனக்கா... எனக்கென்ன?" என்று சொல்லியபடி கிடைத்த இடைவெளியில் தப்பித்துக்கொள்ளப் பார்த்தான்.

அவள் விட்டால்தானே! "உங்கள் மனதில் என்னவோ இருக்கிறது. அதை என்னிடம் சொல்லக் கூடாதா?"

அவள் குரல், அவள் முகத்தில் தோன்றிய குறி - இவற்றைக் காண அவனுக்கு சகிக்க முடியவில்லை. அவன் வேண்டுமென்றே திரும்பிக்கொண்டு எதிரேயுள்ள சுவரைப் பார்த்தான். ஸ்ரீதேவி அவனுடைய அகன்ற முதுகையும், சரிந்த தோள்களையும் உற்று நோக்கினாள். ஏதோ ஒரு பெரிய சுமையை ஏற்றிக்கொள்வதுபோல் அவனுடைய முதுகு உப்பி விட்டு அடங்கியது. அவன் நன்றாக நிமிர்ந்து கொண்டான்; பிறகு சுவர் பக்கம் திரும்பினவாறே, "நான் வெளிநாட்டில் சுற்றுப்பயணம் போகிறேன். திரும்பி வர ஒரு வருஷம் ஆகலாம்..." என்றான்.

"ஏன்... பணம் கையில் அதிகமாய்விட்டதா?" அவளுடைய கிண்டலை ஏற்க அவன் மனம் ஒப்பவில்லை.

"போகுமுன் திரும்பியும் உன்னை ஒரு முறை பார்க்கலாம். பார்க்காமலே போனாலும் போகலாம்" இப்போது அவன் திரும்பி அவளுடைய இனிய மேனியைப் பார்த்தபடி நின்றான். பொறுக்க முடியாத ஆவலை அடக்கினதால் உண்டான வேதனை அவன் கண்களில் தேங்கி நின்றது. வேறு பேச்சில்லாமல் அவன் வெளியே போனான்.

ரம்பா அவன் போவதை ஆச்சரியத்துடன் கவனித்தது. இதென்ன இவன் இப்படிப் போகிறான்? இதுவரையில் தன்னைத் தடவிக் கொடுக்காமலோ தன்னுடன் கொஞ்சாமலோ அவன் போனதே கிடையாதே... மானிடர்களே விசித்திரப் பிறவிகள் என்னும் அதன் எண்ணம் வலுத்தது.

அவன் சென்றபின் அவன் சொல்லாமல் போனதையெல்லாம்

ஸ்ரீதேவி எண்ணிப் பார்த்தாள். அவன் போகிறான். அவளுக்கு இடைஞ்சலாக இருக்கக்கூடாது என்று போகிறான். அவனால்தானே அவனுடைய அன்பின் கதகதப்பான ஆதரவு உண்டு என்பதால்தானே அவள் இத்தனை தூரம் தன் பிடியைத் தளரவிடாமல் இருந்தாள். அவன் போய்விட்டால், அவள் சாதாரண சத்தியோத்தியா வாழ்வை சந்தோஷத்துடன் ஏற்பாள். மந்திரி அசோகன் மனைவி விசாந்த கலையை...

பார்க்கப்போனால் அவள் அகத்தின் அடித்தளத்தில் அவளுக்கு அதுதான் பிடித்தமானதோ! ஆமாம். அவள் வீட்டில் கலைக் காட்சிகள் நடக்கும். வெளிநாட்டுப் பிரதிநிதிகள் வந்து தம் நாடுகளின் கலை அம்சங்களுடன் அவளுடைய கலையை ஒப்பிட்டுப் பேசுவார்கள். மந்திரி அசோகன் வீட்டு வாசலில் வரிசை வரிசையாக வண்டிகள் அழகான வெள்ளை உடுப்புகள் தரித்த வில்லை டிரைவர்கள்...

அவள் இனிமேல் ஈசுவரதாஸை அடியோடு மறக்க வேண்டும். மந்திரி அசோகன் மனைவியாக இருக்கப் பயிலவேண்டும்.

அந்தச் சமயத்தில் அசோகன் வந்தான். அவன் முகமும் வெளிறிக்கிடந்தது. அவனும் இரவு முழுதும் தூங்கவில்லை. ஸ்ரீதேவி சொல்வது சரி. அவன் போக வேண்டும். எத்தனை கஷ்டமாக இருந்தாலும், எங்கேயாவது போய், தனிமையில் உட்கார்ந்துகொண்டு தன்னுடைய பழைய இயல்புகளை மறுபடியும் கைப்பற்றவேண்டும். எது எப்படியானாலும் அவனுடைய உயர்ந்த சித்தாந்தங்களை விட முடியாது. இப்படியே அவன் இரவு முழுதும் யோசித்துவிட்டு, பொழுது புலர்ந்ததும் ஒரு முடிவிற்கு வந்தான்.

இப்போது உள்ளே வந்து, "ஸ்ரீதேவி, உன் இஷ்டப்படி நான் பதவியை விடுவதென்று தீர்மானித்து விட்டேன்" என்று அறிவித்தான்.

ஸ்ரீதேவி அவனை ஆச்சரியத்துடன் பார்த்தாள். அவன் முகம் களங்கமில்லாமல்தான் இருந்தது. "இதென்ன இப்படி? திடீரென்று... நேற்று இரவு அப்படித் தீர்மானமாய்ச் சொல்லி என்னை அறையை விட்டுத் துரத்தினீர்களே!"

"ஆமாம். ஆனால் எப்போதும்போல் நீ சொல்வதுதான் சரியென்று இரவில் எனக்குத் தெளிவாய்விட்டது..."

உண்மையில் அவன் முகம் ஒரு நிச்சயத்திற்கு வந்தாற் போல, தெளிவுறத் தென்பட்டது.

"நீங்கள் எதற்காகப் போகவேண்டும்?" என்றாள் ஸ்ரீதேவி.

இப்போது அவன் மலைத்துப்போய்விட்டான். "இதென்ன வேடிக்கையா...? நேற்று என்னிடம் அத்தனை தூரம் மன்றாடியவள் இப்போது... என்ன ஸ்ரீதேவி நீ விளையாடுகிறாயா?"

"இல்லை. இரவில் என் மனமும் தேறிவிட்டது. உங்களுடைய வாழ்க்கைக் குறிக்கோளிலிருந்து உங்களைப் பிரிப்பது பைத்தியக்காரத்தனமென்று தெரிந்து கொண்டேன்..."

அசோகனுக்கு ஒன்றுமே விளங்கவில்லை.

அவள் சொன்னாள்: "அசட்டுத்தனமாக இத்தனை நாட்களாக உங்களுக்குப் பதவிமோகம் என்று பிதற்றிவிட்டேன்... இப்போதுதான் நீங்கள் அதை விட்டால் என்னுடைய சொந்த ஆசைகூட நிறைவேறாது என்று அறிந்துகொண்டேன்."

"ஸ்ரீதேவி! இதென்ன உளறல்..." - அவன் கடுமையாகக் கேட்டான்.

"இல்லை, நான் வாஸ்தவமாகச் சொல்லுகிறேன். என்னை நம்புங்கள்..."

"நான் அதிகாரத்திற்காக ஆசைப்படுவதைப் பற்றி அத்தனை கடூரமாகப் பேசிவிட்டு, இப்போது... எதற்காக..."

"அதுதான் நான் உங்களைப் புரிந்துகொள்ளவில்லை..." பின்பு சற்றுத் தயங்கியபடி ஏதோ நினைவுறுத்திக் கொள்ளுபவள்போல், "உங்களைப்போல் குணமும் உயர்தர குறிக்கோளும் உள்ளவர்களை அரசியல் உலகில் காண்பது அரிது. அத்தகைய ஆற்றல்களைக் கொண்டு நீங்கள் தேசத்திற்கு அருமையான தொண்டுகள் புரியவேண்டும். உங்கள் அரவணைப்பில் நாடும் உயரும். அதன் கீர்த்தி ஓங்கி வளரும். இதைத் தடுக்க எனக்கு உரிமை கிடையாது" என்று ஏதோ பாடம் ஒப்பிப்பவள் போல் சொல்லி நிறுத்தினாள்.

அசோகனுக்கு ஒரே குழப்பம். "ஸ்ரீதேவி! நிஜமாகவா இப்படிச் சொல்லுகிறாய்?"

"ஆமாம் நிச்சயமாய்ச் சொல்லுகிறேன். இனிமேல் மாறமாட்டேன். நிச்சயமாய்.... அசோகன்! என்னை நம்பமாட்டீர்களா... உறுதியாய்ச் சொல்லுகிறேன்..." அவள் உருக்கமாகப் பேசினாள். அசோகனுக்கு ஒன்றுமே புரியவில்லை. அவன் ரம்பாவைப் பார்த்தான்.

'என்னைக் கேட்காதே! எனக்கு இங்கே நடப்பதைப் பற்றி ஒன்றுமே தெரியாது! இதுவரையில் இந்த வீட்டு விஷயங்களை உணரலாமென்று நினைத்திருந்தேன். இனிமேல் எனக்குத் தெரியாது. என்னைக் கேட்காதே' என்பது போல் ரம்பா அலுப்புடன் தன் தலையைத் திருப்பிக்கொண்டது.

"ஸ்ரீதேவி... நீ சொல்லுவதெல்லாம் ஒரே புதிராக இருக்கிறது. உன்னை எப்படி நம்புவது? நேற்றெல்லாம் அப்படிக் கதறினாய்! இன்று...? எது எப்படி இருந்தாலும் நான் போவது என்று நிச்சயம் செய்துவிட்டேன்."

"வேண்டாம். யோசித்துச் செய்யுங்கள். சட்டென்று தீர்மானம் பண்ண வேண்டாம். எப்படியும் ஜனசபையில் போகிறேன் என்று ஒருவித வாக்கும் கொடுக்காதீர்கள்" அவள் கெஞ்சினாள்.

"நீ எதற்காக இப்படி மாறிவிட்டாய் என்று தெரிந்தால் தேவலை...."

"அதில் ஒருவித மர்மமும் இல்லை. திடீரென்று எனக்கு உண்மை விளங்கிவிட்டது" என்றாள் ஸ்ரீதேவி.

"உண்மை... உண்மை... எது" என்று அசோகன் முணுமுணுத்தான்.

ஸ்ரீதேவி அவனைப் பீதியுடன் நோக்கினாள். அசோகனையாவது பிடித்து வைத்துக்கொள்ள வேண்டும். ஈசுவரதாஸ்தான் போய்விட்டான்... இவனும், இவனும்... கூடவே கூடாது; மந்திரியாக, தொலைவில் வேலையாகத் தன்னைக் கவனியாமல் இருந்தால் கூட தேவலை. எப்படியானாலும் எந்த விதத்திலாவது, அசோகனைக் கெட்டியாகப் பிடித்துக் கொள்ள வேண்டுமென்று அவள் ஆசைப்பட்டாள்.

★★★

பூமாவும் ராஜகோபாலனும் அலுக்காமல் சர்மா வீட்டுப் படிகளை ஏறினார்கள்.

தட்டுச் சுற்றும், மேல் துண்டுமாக எதிரே சர்மா வந்தான். "எங்கே புறப்பட்டாய்?" என்றான் ராஜகோபாலன்.

"கோவா வாங்க பைய்யா கடைக்குப் போகிறேன்."

"என்ன விசேஷம்? கவலை தீர்ந்துவிட்டதா?"

"அப்படியானால் தேவலையே! அதொன்றுமில்லை. இன்று சுவாமிகளைப் போய்ப் பார்க்கும் நாள்; சுகுணா கோவா கேட்பாள். ஏதாவது செய்து கொண்டு போவது வழக்கம்."

ராஜகோபாலன், "அதுதான் கேட்டேன். உன்னைப் பார்த்தால் கோவா வாங்கும் குஷியுடன் தென்படவில்லையே!" என்றான் அனுதாபத்துடன்.

"உன் பாடு தேவலை. உன்னுடைய மந்திரிக்குப் பைத்தியம் பிடிக்கவில்லை" அவன் தன் அலுவலை மறந்து, அவர்களுடன் திரும்பிப் படியேறி உள்ளே வந்தான். எல்லோருமாகப் பேச ஆரம்பித்தார்கள்.

உள்ளே சுகுணாவிற்கும் அவளுடைய தாயாருக்கும் பேச்சு நடந்தது. சர்மாவின் மாமியார் கொஞ்சம் பசையுள்ளவள். சத்தியோத்தியாவில் வேலையாக இருக்கிறான், ரொம்ப பிரமாதமாக இருப்பான் என்று எண்ணி அவள் தன் பெண்ணை சர்மாவிற்குக் கொடுத்தாள். இப்போது சர்மா தன்னை ஏமாற்றிவிட்டதாக அவளுக்கு ஒரு புகார்.

"என்னமோ அம்மா, இதென்ன வாழ்க்கை! ரொம்ப உயர்வாய் இருக்கப்போகிறாய் என்று எண்ணி உன்னை இங்கே கொடுத்தேன்! வேறு எத்தனையோ நல்ல வரன்களைத் தள்ளினேன். அல்லிகுளத்து மிராசுதார் தான் அப்படி நடையாக நடந்தார்!"

"நீ எதற்கு அம்மா வருத்தப்படுகிறாய்? என் தலைவிதியை நான் அனுபவிக்கிறேன்" என்றாள் சுகுணா சகிப்புத் தன்மையுடன்.

"இருந்தாலும் இந்தக் கூத்தை நீ எப்படிப் பொறுக்கிறாய்? நித்தியம் வீடு வந்தால் ஆபீஸ் பேச்சுத்தானா? அப்படி அது

கொஞ்சம் ஓய்ந்தால் கூட வந்தவர்கள் விடமாட்டார்களா! இப்படிக் கூடிக் கூடிப் பேச என்ன இருக்கிறது?"

"இந்த ஊரில் இதுதான் வழக்கம்."

"அது தெரிகிறதே! இங்கே இருக்கும் ஆடவர்களுக்குப் பெற்றவள், கட்டிக்கொண்டவள், பெற்றெடுத்த குழந்தை என்று ஒன்றுமே கிடையாது. எல்லாவற்றையும் விட ஆத்ம பூஜைதான் பிரதானம்."

"ஏதோ சுவாமிஜீ போதனையால் இந்தக் குழந்தைக்காவது நல்ல புத்தி வரட்டும்" என்று சுகுணா முணுமுணுத்தாள்.

"பேசாமல் சத்தியோத்தியாவை விட்டு வேறு எங்கேயாவது படிக்க அனுப்பிவிடு. இங்கே பெரியவர்கள் நடந்துகொள்வது, வாழ்வது - ஒன்றும் குழந்தைகளுக்கு சரியான வழியாகக் காட்டாது போலிருக்கிறது" என்றாள் தாய்.

அதற்குள் பூமா, "சுகுணா... சுகுணா" என்று வெளி அறையிலிருந்து கூப்பிட்டாள். சுகுணா எழுந்துபோய் வேண்டா வெறுப்பாக மற்றவர்களுடன் கலந்து கொண்டாள்.

"என்ன நடந்தது அப்புறம்? பூராவும் சொல்லு" என்று ராஜகோபாலன் கேட்டுக்கொண்டிருந்தான்.

"என்ன நடக்கும்? மந்திரி பத்து நாட்களாக ஃபைல்களைத் திருப்பித் திருப்பிப் புரட்டிப் பார்த்துக் கொண்டு ஆபீஸையே ஒரு கலக்குக் கலக்கியபடி இருக்கிறார்."

"ஒன்றும் விளங்கவில்லையா?"

"இரண்டு விஷயங்கள் தெளிவாயின."

"என்ன?" என்று ராஜகோபாலன் ஆவலாய் கேட்டான்.

இரண்டு பெண்மணிகளும் உற்றுக் கேட்டார்கள்.

"ஒன்று, எது எப்படிப் போனாலும் தன் பதவியைக் கெட்டியாகப் பிடித்துவைத்துக் கொள்ள வேண்டுமென்று மந்திரிக்கு எண்ணம்; இரண்டு, எனக்கும், கு.கு.கு.விற்கும் வேலை அதிக நாட்கள் நீடிக்காது."

"என்ன!" - மூன்று பேர்களுமாகச் சேர்ந்து கேட்டார்கள்.

"ஆமாம். நாட்களை எண்ணிக்கொள்ளுங்கள்."

பூமாவிற்கு ஆத்திரமாய் வந்தது. "அசோகன் என் தங்கை கணவனாக இருக்கலாம். இருந்தாலும் நான் சொல்லுகிறேன், இவ்வித அநியாயங்களுக்கு இடம் கொடுக்கக்கூடாது."

"நம்மால் என்ன செய்ய முடியும்?"

"பேசமுடியும்" - சுகுணா கசப்புடன் சொன்னாள்.

"சுகுணா சொல்லுவது சரி. நீங்களெல்லோரும் அதிகமாய் பேசுகிறீர்கள். பேசாமல் ஒன்றுகூடி ஆதித்தியனுக்கு மனுப்போடுங்கள்" என்று பூமா தைரியமாய் சொன்னாள்.

சர்மா தலையை அசைத்தான். கு.கு.கு. வை இனிமேல் தன்னுடன் சேர்த்துக் கொள்ள வேண்டும். அவன் மேல் பழியைப் போட்டுவிட்டு, தான் தப்பித்துக்கொள்ளலாமென்ற சபலம் அவனுக்குப் போய்விட்டது. "நானும் கு.கு.கு. வும் சங்கதிகளைச் சரியாய், கிரமமாக, சம்பிரதாய முறைப்படிதான் செய்திருக்கிறோம். ஆனால் இதுதான் நல்லவர்களுக்குக் காலம் இல்லையே."

ராஜகோபாலன், அசோகனைப் பற்றி பகிரங்கமாய் பழி சொல்லக் கூசினான். ஆனால் பூமா தயங்கவில்லை. "இவர்கள் வோட்டு வாங்கி மந்திரிகளாக வந்த விதம் நமக்குத் தெரியாதா? மற்ற பேர்களைச் சொல்ல அவர்களுக்கு என்ன வாய் இருக்கமுடியும்?"

திடீரென்று சுகுணா வாயைத் திறந்தாள். "நம் தலையில் மண்ணை வாரிப்போட நினைப்பவர்களைப் புடைக்க வேண்டும்" என்று ஆத்திரத்துடன் பேசினாள்.

சர்மா உத்தியோகஸ்தனுடைய நிதானத்தை இழக்கவில்லை. "கு. கு.கு. விடம் போவோம்; அவன் நல்ல யோசனை சொல்லுவான்" என்றான்.

ராஜகோபாலன் இதை ஆமோதித்தான். இரண்டு ஆடவர்களும் புறப்பட்டுவிட்டார்கள்.

மனு ஆதித்தியன் வரையில் போனால் நல்லது. இல்லையென்றால் என்ன? என்று சர்மா எண்ணிக்கொண்டான்! ராஜகோபாலனும் பூமாவும் அவனுக்குப் போதித்ததும், அவர்கள் கு.கு.கு விடம் போனதும், உத்யோகஸ்தர்கள் சார்பாய் ஆதித்தியனிடம் மனுப்போடப் போகும் விஷயத்தைப்பற்றி ஆலோசித்ததும், மந்திரி ஆலயங்களில் குப்பென்று பரவும். அசோகன் காதில் சங்கதி விழும்; அத்தனை போதும். சர்மாவின் நோக்கம் அதுவேதான். அதைக் கேட்டவுடன் அசோகன் பயந்தாலும் பயந்து விடலாம்.

சுகுணா, பூமாவின் பக்கம் திரும்பினாள். அவள் தாயார் உள்ளே இருந்து வந்து உட்கார்ந்துகொண்டு இவர்கள் சம்பாஷணையைக் கவனிக்க ஆரம்பித்தாள்.

“உன் தங்கையிடம் விஷயத்தைச் சொன்னாயா?” என்றாள் சுகுணா.

“அவளால் என்ன முடியும்? இந்த ஊர் ஆடவர்களுக்குத்தான் ஒரேமாதிரியான பைத்தியம் தோன்றுகிறதே!”

சுகுணாவின் தாயார் குறுக்கிட்டாள். “பூமா சொல்லுவது ரொம்ப வாஸ்தவம். எனக்கா தெரியாது?”

சுகுணா, ஸ்ரீதேவிக்காகப் பரிந்து பேசினாள். “என்ன இருந்தாலும் அவள் படித்தவள், கலைஞை. மந்திரி அசோகனுக்குப் புத்தி சொல்ல எந்த விதத்திலும் தகுந்தவள்.”

பூமாவிற்கு இது பிடிக்கவில்லை. “நீ அப்படி எண்ணி இருக்கிறாய். ஆனால் என்னைப்போல் கொஞ்சமாய்ப் படித்தவர்கள், இது விஷயத்தில் எவ்வளவோ தேவலை. புருஷர்களுடைய நடவடிக்கைகள் நம்மைப் பொறுத்திருக்கிறது இல்லையா?”

“நானும் சுகுணாவிடம் தினம் வாய்க்கு வாய் அதையேதான் சொல்லுகிறேன். அவள் கேட்டால்தானே! இவள் சும்மா இருக்க இருக்க சர்மாவின் அசட்டை அதிகமாகிறது. சுகுணா இடம் கொடுத்துத்தான் சர்மா இப்படி ஆகிவிட்டான்.” அவள் தாயார் ஒரு பாட்டுப் பாடி ஓய்ந்தாள்.

“அந்த நாளில், அவளுக்குக் கல்யாணமான புதிதில் நானும்

ஸ்ரீதேவிக்கு அப்படித்தான் போதித்தேன். புருஷனை முதலிலேயே அடக்கிவிடவேண்டுமென்று. அவள் கேட்டாளா? கொஞ்சினாள், இடங்கொடுத்தாள். இப்போது...? அசோகன் அவளை லட்சியம் செய்கிறதில்லை" - பூமா வெடித்துவிடுபவள் போல் தென்பட்டாள்.

"கேட்டாயா சுகுணா?" என்றாள் தாய். மகள் வேதனையுடன் தலையை ஆட்டினாள்.

★★★

அன்று மாலை கு.கு.கு. தன்னுடைய கால்சராய் இல்லாமல் தென்பட்டான். இடுப்பில் பஞ்சகச்சம், நெற்றியில் பட்டை பட்டையாக விபூதி. அவனும் அவன் மனைவியும் சுவாமி நித்தியானந்தரைப் பார்க்கக் கிளம்பிக்கொண்டிருந்தார்கள்.

"காலையில் சர்மாவும் ராஜகோபாலனுமாக வந்து ஏதோ இரைந்து பேசிக்கொண்டிருந்தார்களே! ஏதாவது விசேஷமா?" என்று கேட்டாள் அம்மாள்.

"ஒன்றுமில்லை. சாதாரணமாக ஆலயங்களில் நடக்கும் முணுமுணுப்பும், காய்ச்சலும் எவ்விதமென்று உனக்குத் தெரியாது. நான் மற்ற ஆபீஸர்களைப்போல் அவற்றைப்பற்றிப் பேசி உன்னைக் கலங்க அடிப்பது கிடையாது. ஆனால் இந்தத் தடவை சொன்னேனே, சர்மா என் விஷயத்தில் ஒரு சின்ன சந்தேகத்தைக் கிளப்பிவிட்டான் என்று. அதன் விளைவு அவன் தலையிலேயே விடிந்துவிட்டது."

"தாழ்வு பிறருக்கு எண்ண, தான் அழிவான் என்பது சரியாய் போயிற்று. ஆனால் ராஜகோபாலன் எதற்காகச் சேர்ந்துகொண்டிருக்கிறான்? அவன் மந்திரிக்கு ஷட்டகன் ஆயிற்றே!"

"அதற்காகத்தான் மந்திரி சர்மாவை ஒழித்துவிடுவாரோ என்று பயந்து, இவர்கள் மந்திரிமேல் குற்றம் சாட்டி ஆதித்தியனுக்கு மனுப்போடப் பிரயத்தனப்பட்டுக் கொண்டிருக்கிறார்கள். அசடுகள்; ஆபத்தில் இனம் இனத்தோடு சேருமென்று தெரியவில்லை. ராஜகோபாலனுக்கோ கொஞ்சம் வேடிக்கை

பார்க்க ஆசை. ஆலய உத்தியோகஸ்தர்கள் அத்தனை பேர்களையும் கூட்டிவிடுவதாக சவால் காட்டுகிறான். சர்மா அதை நம்புகிறான். இந்த ஊரில் உத்தியோகஸ்தர்கள் ஒன்றுகூடுவார்களா? சங்கதி இசை கேடானால், ராஜகோபாலன் மெதுவாக நழுவிக்கொள்வான். மந்திரி பக்கம் ஜயமென்றால், அங்கே போய் ஒன்றும் அறியாதவன் போல் ஒட்டிக்கொண்டு, நம்மைப்பற்றிக் கோள் சொல்லுவான். சர்மா அகப்பட்டுக்கொள்ளுவான். நான் புத்தி சொல்லி அனுப்பித்தேன். இதெல்லாம் நமக்கு வேண்டாம், பேசாமல் வீட்டிற்குப் போ என்று உபதேசித்தேன்."

இதைக் கேட்டு அம்மாள் ஆச்சரியத்துடன் அவனைப் பார்த்தாள். கு.கு.கு. கட்டைத் தொண்டையுடன் கடகடவென்று சிரித்தான். பிறகு சகதர்மிணியுடன் வண்டியில் ஏறிக்கொண்டான்.

அதே சமயத்தில் சுகுணா, பாலச்சந்திரனையும், அவள் தாயாரையும் அழைத்துக்கொண்டு சுவாமிகளைப் பார்க்க காரில் போய்க்கொண்டிருந்தாள்.

அவள் தாயார் வாய்மூடாமல் புலம்பிக்கொண்டே வந்தாள். "சுகுணா, நீ எப்படி இவ்வளவு சாந்தமாய் இருக்கிறாய்? உன் கணவன் உன்னை நடத்துவதைப் பார்க்க எனக்கு சகிக்கவில்லையே!"

"என்னம்மா செய்வது? அவர் சுபாவம் அப்படி. தர்க்கம் செய்தால் வீண் சண்டை வருமென்று அவர் போக்கில் விட்டிருக்கிறேன்" என்றாள் சுகுணா. அவள் குரலில் ஒலித்த அடக்கமும் விரக்தியும் அந்த அம்மாளின் கோபத்தை அதிகரித்தது.

"என்னுடன் ஊர்ப்பக்கம் வந்துவிடுவென்று எத்தனை முறை சொன்னாலும் கேட்கமாட்டேன் என்கிறாயே! அப்படி செய்தால்தான் இந்த மாதிரி புருஷர்களுக்கு புத்தி வரும்."

'இந்தப் புருஷர்கள்' என்று குறிப்பிடும்போது அவள் ஏதோ ஒருவித தனிப் பிரகிருதிகளைச் சுட்டிக் காட்டுவதுபோல் சொன்னாள்.

"அம்மா, உனக்குத் தெரியாது. அவருக்கு அழும்பு அதிகம். போனால் போகட்டுமே என்ற தோரணையில் இருப்பாரே தவிர, தழைய மாட்டார்." சுகுணா நம்பிக்கையை இழந்தவள் போல் பதிலுரைத்தாள். காரோ பிரசித்திபெற்ற குன்றுத் தோட்டத்தைக் குறித்து விரைந்துகொண்டிருந்தது.

★★★

சத்தியோத்தியா சம பூமியில் அமைந்திருந்தது. ஆனால் நகரத்திற்கு ஒரு புறத்தில் சில குன்றுகள் இருந்தன. மேடு பள்ளங்களும், முட்புதர்களுமாக அந்த இடம் ஒரு வனாந்தரம் போல் தோற்றமளித்தது. அதிக மரஞ்செடிகள் இருக்கமுடியாத ஒரு வறட்சி பூமி. ஆங்காங்கே தோன்றும் பலாச மரங்களின் ரத்தநிறப் பூக்கள் கோடை காலத்தில் மாத்திரம் பூத்து நெருப்புப்போல் பிரகாசிக்கும். இந்தக் கட்டாந்தரைக்கு, மனிதன் தன்னுடைய சூழ்ச்சியால் செழுமை நிலச் சாயல் கொடுத்திருந்தான். அவனுடைய இயந்திர சக்தியின் யுக்தியால் ஸரயூ நதியின் தீர்த்தத்தை அங்கே பாய்ச்சி, பசுமையான தரைகளை உண்டாக்கியிருந்தான். இக்குன்றுகளுக்கு இடையே கிளப்புகள், இளைப்பாறும் பர்ணசாலைகள், மாணவர் விடுதிகள், பற்பல தோட்டங்கள் யாவும் அமைந்திருந்தன. இவ்விதப் பூந்தோட்டம் ஒன்றில் சுவாமி நித்தியானந்தர் வாழ்ந்தார். குன்றுத் தோட்டமென்றால் அவருடைய தோட்டம்தான். குன்றுகளில் இருந்த மற்ற தோட்டங்கள் அந்த வகையறாவைச் சேர்ந்தவை இல்லை போலும்.

அந்த இடத்தில், கற்களுக்கும், பாறைகளுக்கும் இடையிடையே பூக்களும், புற்களும் இயற்கையாக முளைத்ததுபோல் தோன்றும்படி அமைத்திருந்தார்கள். இந்த இயற்கைத் தோட்டத்தில் சீமைப் பூவும், காட்டுச் சப்பாத்தியும் அடுத்தடுத்து வளர்ந்து வந்தன. சிறிய ஊற்று, அதன் மேலே ஓர் அழகிய பாலம், பக்கத்தில் எளிய குடிசை, அருகில் ஓர் அருவி... என்று விசித்திரமான அமைப்புகளுடன் இருந்தது இந்தத் தோட்டம். பார்ப்போர் தம் கண்களை நம்பமுடியாத சில மாய வித்தைகளை அங்கே காணலாம். அதாவது இயற்கை, தன்னையும் மீறி இன்ப துன்பங்களை, ஒருங்கே நிறத்தாலும்,

பசுமையாலும், கட்டாந்தரையின் முட்புதர்களாலும், காட்டும் விநோதம்.

அன்று ஞாயிற்றுக்கிழமை; கமலன் நிச்சயமாய் சுவாமிகளைப் பார்க்க வந்திருப்பான். என்னதான் நடக்கிறது என்று கவனிக்க வேண்டுமென்று எண்ணி கல்பனா சீக்கிரமாக குன்றுத் தோட்டத்திற்கு வந்து விட்டாள். அவள் அங்கே போய்ச் சேரும்போது சுகுணா கு.கு.கு., மித்திரர்கள், அமலன், ஈசுவரதாஸ் - யாரையும் அங்கே காணவில்லை.

தோட்டத்து ஒரு கோடியில் ஒரு காட்டு அத்தி மரம் அந்த வறண்ட பூமியில், அது மாத்திரம் செழுமையான தோற்றமளித்தது. மரம், பரந்து தாழ்ந்து வளர்ந்திருந்தது. நின்றால் அது நம் தலையைத் தொடும் அளவிற்குத் தாழ்ந்திருந்தது. அதற்கடியில் நின்றுகொண்டு அண்ணாந்து பார்த்தால், வெளிச்சமோ, ஆகாயமோ தெரியாது. அத்தனை அடர்த்தியாக இலைகள் அதில் துளிர்த்திருந்தன. சப்தரிஷி ஆசிரமத் தலைவர் சுவாமி நித்தியானந்தர், அதற்கடியில் வீற்றிருந்தார். அவரைச் சுற்றி பத்துப் பன்னிரண்டு பேர்கள் அமர்ந்திருந்தார்கள். பொதுக்கூட்டத்தில் பேசும் முன் அவர் சில அத்தியந்த நபர்களுக்கு இப்படி பேட்டி அளிப்பது வழக்கம். அவ்விதம் வந்தவர்களின் நடுவில் கல்பனா, கமலனைக் கண்டாள். தூர இருந்தபடி அவனைக் கவனித்தாள். கமலனோ, சுவாமியோ, மற்றவர்களோ அவளைப் பார்க்கவில்லை. வந்தவர்கள் சுவாமியின் பேச்சில் அமிழ்ந்திருந்தார்கள். அந்த மரத்தின் தாழ்ந்த அமைப்பினாலோ, என்னவோ தெரியவில்லை. கல்பனா தன் சிந்தனை மதியிழந்து போவதாக நினைத்தாள். யாரோ அதை நொறுக்கி அழுத்துவதுபோல் அவளுக்கு ஒரு பிரமை உண்டாயிற்று.

சுவாமிகள் பேசிக்கொண்டே போனார். ராஜதந்திரிகளைப்போல் அவரும் பழமை என்றால் நல்லது என்று போதித்தார். விஞ்ஞான அறிவாளியான கமலன், முன்னேற்றத்திற்காக புதிய புதிய தாதுக்களையும் கிரணங்களையும் கணிக்கும் கமலன், பட்டை பட்டையாக விபூதி அணிந்துகொண்டபடி சுவாமிகள் சொல்லுவதைக் கேட்டுக்கொண்டிருந்தான். கல்பனாவிற்கு

ஒன்றும் விளங்கவில்லை. தன்னை ஏமாற்றிக்கொள்ள, ஸ்ரீதேவி சொல்லுவது போல், அவன் இந்த வசதியை ஏற்படுத்திக் கொண்டிருக்கிறானா....? அல்லது உலகை ஏமாற்ற இந்தப் பாசாங்கு செய்கிறானா? எதுவானாலும் அவனுக்கு அவள் அவ்வளவு அவசியமில்லை. விஞ்ஞானம் இருக்கிறது. தவறினால், சுவாமிகளும் பக்தியும் இருக்கின்றன.

சுவாமிகள் என்ன செய்வார்? மனத்தத்துவ சாஸ்திரம், உளநூல் சாத்திரம் இவற்றைப் படித்துவிட்டு வைத்தியம் செய்யும் வைத்தியனைப்போல்தான் அவர் செய்தார். அவர் மருந்து, பக்தி; ஆனால் வைத்தியனை நம்பினால்தான் குணம் உண்டாகுமென்பதுபோல் தெய்வத்தைப் பூரணமாக நம்பினால்தான் பக்தியுண்டாகும்.

கமலன்...? விஞ்ஞானியான அவன், புலனாகாத நம்பிக்கைகள் பேரில் இத்தனை பிரேமை காட்ட முடியுமா? அளவிட முடியாத ஒரு பெரும் சக்தி பிரபஞ்சத்தில் இருக்கிறது என்று அறிவாளி ஒப்புக்கொள்வான். ஆனால் அதற்குப் பெயர் கொடுத்து, பொருள் கொடுத்து... கல்பனாவால் எண்ணியே பார்க்க முடியவில்லை. கமலனும் ஒரு கள்ளத் தோற்றம் காட்டுகிறானா...?

"பார்த்தாயா...?" என்றது அமலனின் குரல். ஓர் அழகிய பூப்புதருக்குப் பின்னாலிருந்து கொண்டு அமலன் யாரிடமோ சொன்னான்.

கல்பனா திடுக்கிட்டாள். அவளால் நகரமுடியவில்லை. அசையாமல் கேட்டுக்கொண்டு நின்றாள்.

"மனிதனுக்குத் தன்னைப் பிறர் கொண்டாட வேண்டுமென்ற அவா எத்தனை பார்த்தாயா? விஞ்ஞானி என்ற ஹோதாவில் புகழும் கீர்த்தியும் பெற்றது கமலனுக்குப் போதவில்லை. சுமித்திரா நிவாஸில் கலைஞனாக நடித்தான். இங்கே...? எல்லாம் கரைத்துக் குடித்துத் தெளிந்த ஞானி மாதிரி தென்படுகிறான் பார். ஜனங்களுடைய கண்ணில் எப்போதும் பட்டுக்கொண்டிருக்க அவன் என்ன வேண்டுமானாலும் செய்வான் போலும்; கலை, ரசமென்று கதைப்பான்; சத்தியமென்று ஓதுவான்; பக்தியென்று

பாடுவான். அவர்கள் கண்ணில் மண்ணை வாரித் தூவ மூட நம்பிக்கைகளைக் கூட கைப்பிடிப்பான். தன்னைப் பிரசித்த புருஷனாக ஆக்கிக்கொள்ள அவன் எது வேண்டுமானாலும் செய்யச் சித்தமாய் இருக்கிறான்."

இதைக் கேட்டதும் கல்பனாவிற்கு நடுக்கமுற்றது. அந்த மரத்தின் பாரம் அவளை பூமியோடு அழுத்திவிடும் போலிருந்தது. அந்த இடத்தில் நிற்க இஷ்டமில்லாமல் படபடவென்று நடந்து வெளியே போக எத்தனித்தாள். அப்போது சப்தரிஷி ஆசிரமத்திற்கு முன் ஒரு பெரிய கார் வந்து நின்றது. சுமந்திரன் கீழே இறங்குவதற்கும், கல்பனா அந்த இடத்தை அடைவதற்கும் சரியாக இருந்தது. அவர்கள் எதிரும் புதிருமாகச் சந்தித்துவிட்டார்கள். சுமந்திரன் தன் வெறிக் கண்களுடன் அவளை ஏறிட்டுப் பார்த்தான். அந்தப் பார்வை அவள் இருதயத்தில் தாங்கவொண்ணாத உணர்ச்சிகளைக் கிளப்புவதை அவள் தெரிந்து கொண்டாள். அவற்றை உதறித்தள்ள, அப்பாறப்படுத்த, அவள் ஓடிப்போய் மறைந்துகொண்டாள்.

சப்தரிஷி ஆசிரமத் தலைவர் சுவாமி நித்தியானந்த தீர்த்தர் மரத்தடியிலிருந்து கிளம்பிக்கொண்டிருந்தார். அந்தச் சமயத்தில் ஒரு சிஷ்யன் அருகில் வந்து வணக்கத்துடன் சொன்னான்: "சுவாமிஜீ, ஜனங்கள் உங்கள் வரவை ஆவலுடன் எதிர்பார்த்து பர்ணசாலையில் காத்துக்கொண்டிருக்கிறார்கள். மந்திரி சுமந்திரனும் வரும் சமயம் ஆகிவிட்டது. அதற்குள் ஸ்ரீமதி சர்மா உங்களை அவசரமாகப் பார்க்கவேண்டுமென்கிறார்" என்றான்.

"வரச்சொல்லு" என்றார் சுவாமிகள்.

பால் வடியும் முகத்துடன் இருந்த ஓர் அழகிய பாலகனை அழைத்துக்கொண்டு, இரு பெண்மணிகளும் அடக்கமாய் வந்து சுவாமியின் பாதங்களில் வணங்கினார்கள்.

சுகுணா, "சுவாமிஜீ , தாங்கள் தினம் சந்தியா காலப் பிரசங்கத்தில் செய்யும் உபதேசப்படி இந்தப் பையனுக்கு வேதமோதவும், சுலோகங்கள் பாடவும், ஆதித்திய நாமம் ஜபிக்கவும் சொல்லிக்கொடுத்திருக்கிறேன். இவன் பாடுவதைத் தாங்கள்

செவிகூர்ந்து கேட்டால் நாங்கள் புனிதமடைந்தவர்களாவோம்" என்று பணிவுடன் கேட்டுக்கொண்டாள்.

சுவாமிகள் புன்னகை பூத்தார். "சற்று நேரத்திற்கெல்லாம் மந்திரி சுமந்திரன் பேசப்போகிறார். அதற்கு முன் இவன் சபையில் பாடட்டும்" என்று அனுமதி கொடுத்தார்.

இதற்குள் மந்திரியும் வந்தார். சந்தியாகால பஜனைக்காக தோட்டத்தில் வனைந்திருந்த பர்ணசாலையில் ஒரே கூட்டம். சுவாமிகளும், சுமந்திரனும் சபைக்குள் பிரவேசித்தவுடன், எங்கும் ஜே ஜே என்ற கரகோஷம். இருவருக்கும் மாலைகள் வழங்கப்பட்டன.

எல்லோரும் அமர்ந்ததும் அன்றைய சங்கீர்த்தனத்தை பாலசந்திரன் கணீரென்ற குரலில் ஆரம்பித்தான்.

"பஜகோவிந்தம், பஜகோவிந்தம், பஜகோவிந்தம் மூடமதே" - என்று பாடினான்.

அந்தக் குரலில் தொனித்த இனிமையும் கபடமின்மையும் சபையோர்களை ஆகர்ஷித்துவிட்டன. இரண்டாவது தடவையாக அவன் அடியைப் பிடித்ததும், அவர்களும் பஜனையில் கலந்துகொண்டார்கள். சபையில் இரைச்சல் அமுங்கிவிட்டது. எல்லோரும் பக்தி சாகரத்தில் முழுகிவிட்டார்கள்.

வெளியே தோட்டத்தில் இருந்துகொண்டே இதையெல்லாம் கவனித்த அமலன் தன் பக்கத்திலிருந்த ஈசுவரதாஸிடம் சொன்னான்: "அடடா, இந்த பக்தியென்னும் உணர்ச்சி நம்மை எப்படி மெய்சிலிர்க்கச் செய்கிறது. அதுவும் நம்மை மறக்க நாம் கையாளும் பல கருவிகளில் ஒன்றா?"

அதற்குள் பாலசந்திரன் "நாரி ஸ்தனபர..." என்று இரண்டாவது அடியைத் தொடங்கினான். சுமந்திரனுக்கு என்னமோபோல் இருந்தது. சீ இதென்ன எண்ணம்! பசுக்களான நம்மை அறிந்து ஆளும் கோபாலனைத் துதிக்கும்போது இந்த நினைவு அவனுக்கு ஏன் போகவேண்டும்?

அம்மையின் முலைப்பால் ருசியை இன்னும் மறவாத அந்த பாலன் அழகாகப் பாடிக்கொண்டே போனான்.

பாட்டு முடிந்ததும் சுமந்திரன் பேச ஆரம்பித்தான். "நேயர்களே! மனிதனுடைய சத்ரு ஆசை. அது உள்ளே நுழையாமல் நம் இருதயத்தை நாம் காக்க வேண்டும். அப்படிச் செய்யாமல் ஆசையையும் லோபத்தையும் வளரவிட்டோமானால் நம் அந்தரங்கம் இருளடையும். எல்லா மோகங்களை விட நம்மை ஏமாற்றுவது கலவிச் சபலம்தான்..."

"சுமந்திரன் எத்தனை அழகாக தன்னைப் பார்த்தே சிரிக்கிறான்! இருந்தாலும் அவனுக்கு நகைச்சுவை அதிகம்" என்றான் அமலன்.

இந்தத் தடவை ஈசுவரதாஸுக்கு அவன் சொல்லுவது புரிந்துவிட்டது! அவன் சிரித்தான்.

"இதற்கென்ன சிரிப்பு" அமலன் ஆச்சரியத்துடன் தன் நண்பனைப் பார்த்தான்.

"சுமந்திரன் பேசுவதற்கும், செய்வதற்கும் ஏதாவது ஒற்றுமை இருந்துதான் ஆகவேண்டுமா?"

அமலனால் எப்படி சிரிக்காமல் இப்படிப் பேச முடிகிறது என்று ஈசுவரதாஸ் வியந்தான்.

சுமந்திரன் மேலே பேசிக்கொண்டு போனான். "பார்க்கப்போனால் இந்த ஆகர்ஷிக்கும் சக்தி பிரபஞ்சத்தின் உயிர்த் தோற்றங்களில் ஒன்று. இரு உயிர்கள் ஒன்றுசேர்ந்து வேற்றுமை இல்லாமல் ஒரே பிரம்ம மயம் ஆக முயலும் அந்தச் சக்தியே இது...."

"என்ன! தன்னுடைய நப்பாசைக்கு வேதாந்தப் பொருள் கொடுக்கப் பார்க்கிறானா?" என்று அமலன் வினவினான்.

ஈசுவரதாஸுக்கு பதில் சொல்ல முடியாமல் ஒரு பிரமிப்பு உண்டாயிற்று.

"ஆனால் இவ்வித ஆசைகள் நம்மைத் தீண்டாமல் நாம் கவனமாக இருக்கவேண்டும்". சுமந்திரன் எச்சரித்தான். "சுவாமி நித்தியானந்தரின் உபதேசத்தினால் நாம் எத்தனையோ தெளிவு அடைந்திருக்கிறோம். இன்னமும் பிரயத்தனம் செய்ய வேண்டும். நண்பர்களே! நம் தேகம் தெய்வமிருக்கும் ஓர் ஆலயம். அதைச் சுத்தமாக வைத்துக்கொள்வது நம் கடமை.

தூய எண்ணங்களையே எண்ணுங்கள். நித்திரையில் கூட அடாததை நினைக்க இடம் கொடுக்காதீர்கள்."

சுமந்திரன் பேசி முடித்தவுடன் சுவாமிகள், நிதானமாக குரலில் பக்தி சிரத்தையுடன் நற்போதனைகள் செய்யத் தொடங்கினார். அடிக்கடி உபநிஷத், வேதம், கீதை என்று ஆங்காங்கே அமிழ்ந்து ஞானஸ்நானங்கள் செய்துகொண்டார்.

"இன்றைய திரிசங்குவிற்கு நிறைய சமாசாரங்கள் இருக்கின்றன" என்றான் ஈசுவரதாஸ்.

அமலன் யோசித்தான். "அத்தனையையும் சொல்ல எனக்குக்கூட தைரியமில்லை" என்றான்.

"புதிதாக ஏதாவது உண்டா?"

"அசோகனை எதிர்க்க உத்தியோகஸ்தர்கள் ஒன்று கூடுகிறார்களாம்."

"சத்தியோத்தியாவில் இது நடக்கக்கூடிய காரியமா?"

"என்னமோ சர்மா, ராஜகோபாலன் இவர்களால் தூண்டப்பட்டு, ஜூனியர் கிரேடு ஆபீஸர்கள் எல்லோருமாய் ரானடே வீட்டில் பேசிக்கொண்டார்களாம். ஆதித்தியனுக்கே மனுப் போடப் போகிறார்களாம்."

ஈசுவரதாஸ் கனைத்தான். "எனக்கு நம்பிக்கையில்லை. நாளைக்கு அசோகன் அவர்களில் ஒன்று இரண்டு பேருக்குச் சொல்லி அனுப்பித்து இதோ பார். உன்னை மேலே தூக்கிப்போட ஏற்பாடு செய்கிறேன். நீ இவர்கள் கோஷ்டியில் சேராமல் விலகிக்கொள் என்றால், உடனே விஷயம் ஆரம்பித்த விதம் தெரியாமல் அமுங்கிவிடும். இவர்களைப்போல் சுயகாரியவாதிகளைப் பார்க்கவே முடியாது" என்றான்.

அமலன் இதை ஆமோதிப்பதுபோல், "நீ சொல்லுவதில் எத்தனையோ நிஜமிருக்கிறது என்றாலும், முணுமுணுப்பும் ஆங்காரமும் அதிகப்பட்டுக்கொண்டு வருகின்றன" என்று பதிலுரைத்தான்.

"கு.கு.கு. எப்படியிருந்தாலும் இதில் சேரமாட்டான். அவனுக்குப் பகுத்தறிவு உண்டு" என்று ஈசுவரதாஸ் முடிவாகச் சொன்னான்.

“என்னப்பா... உத்யோகஸ்தர் தங்கள் சார்பாக உன்னைப் பேசச் சொன்ன மாதிரி பாடம் ஒப்பிக்கிறாய்..?”

ஈசுவரதாஸ் கொஞ்சம் மென்று விழுங்கினான், தொண்டையைக் கனைத்துவிட்டுக் கொண்டான். அப்புறம் தயங்கியபடியே தன் மனதில் ரொம்ப நாட்களாகக் கேட்க வேண்டுமென்றிருந்ததைக் கேட்டுவிட்டான்.

“அமலா, உனக்கு ஆதித்தியர்களிடம் ரொம்ப சினேகம் உண்டு என்று தெரியும். அது லலிதாதித்தியனிடமா, ஊர்மிளா தேவனிடமா?”

“எல்லோரிடமும்தான். ஆனால் ஊர்மிளா தேவனும் நானும் சிறையில் சேர்ந்திருந்தோம்.”

“அப்படியானால்....” ஈசுவரதாஸ் தட்டித் தடவிக்கொண்டு பேசினான். “இந்த விஷயங்களைப் பற்றி அவனிடம் சொல்லி ஏதாவது செய்ய முடியுமாவென்று பாரேன்...!”

“உனக்குத்தான் ஆதித்தியனே தோழனாயிற்றே!”

“வாஸ்தவம்தான். ஆனால் நான் அசோகனுக்கு நெருங்கிய நண்பன். ஏதாவது சொன்னால் ஒருவேளை நானும் இதில் சம்பந்தப்பட்டிருக்கிறேனோ என்று ஆதித்தியனுக்கு சந்தேகம் உண்டாகலாம். அல்லது வேண்டுமென்றே நான் அசோகனுடைய பிழைகளைப் போர்த்தி மூடி, அவனை நிரபராதியாகக் காட்ட முயலுகிறேனோ என்று சந்தேகப்படலாம். நீ சொன்னால் அவ்வித சந்தேகங்கள் வராது. நீ மொத்தமாக எதையும் பட்சபாதமில்லாமல் சரியானபடி நிறுத்துப் பார்ப்பாய் என்று எல்லோருக்கும் தெரியும்.”

“இதோ பார், ஈசுவரதாஸ். அமலனுக்கு எப்படியோ பெரிய இடத்து சிநேகங்கள் வாய்த்துவிடுமென்று என்னைப்பற்றி எல்லோரும் பொறாமையுடன் சொல்லுகிறார்கள். ஆனால் அந்த சிநேகத்தை நீடித்து வைத்துக்கொள்ளுவது எத்தனை சிரமமென்று எனக்கல்லவா தெரியும்? பெரிய இடங்களுக்குப் போனால், அவர்களுக்குப் பிடித்ததையே நாம் பேசிக்கொண்டிருக்க வேண்டும். அதுவும் என்னைப்போல் ஒருவன் அகப்பட்டால் ‘சும்மா பேசு. அமலா’ என்று உத்தரவிட்டு விடுவார்கள். நான்

பேசவேண்டும்; அதாவது அவர்களைப் புகழவேண்டும். அல்லது அவர்கள் சொல்லுவதற்கு ஒத்துப் பாடவேண்டும். அவர்கள் கவலை மிகுந்து நம்மிடம் யோசனை கேட்டால், அவர்கள் மனதில் என்ன இருக்குமென்று ஊகித்து, அதன்படி ஆலோசனை சொல்லவேண்டும். அப்போது அவர்கள் அமலனுடைய ஆலோசனை பிரமாதமென்று சொல்லி, அந்த யோசனைப்படிதான் மேலே நடக்கப்போவதாக ஆர்ப்பாட்டம் பண்ணுவார்கள். அவர்கள் சங்கீதம், நாட்டியமென்று பேசினால், அவர்களுடைய ரசிகத்தன்மையைப் பாராட்டவேண்டும். இப்படியே... எப்போதும்...” - அமலன் மிக்க பரிதாபமான முகத்தோற்றத்துடன் பேசினான்.

ஈசுவரதாஸ் அன்றுதான் அமலன் ஏன் யாவருக்கும் பிரியப்பட்டவனாகத் தோன்றுகிறான் என்ற ரகசியத்தைக் கண்டுகொண்டான். அவன், தான் பிரயோகிக்கும் நகைச்சுவை ரசத்தின் வரம்பை உணர்ந்திருந்தான். அதை மிதமாகக் கையாண்டு வந்தான். அவன் எல்லா இடங்களிலும் புகுவான், எல்லோருக்கும் தகுந்தபடி பேசுவான். அவனுடைய ஹாஸ்ய ரசத்தைப் புகழாத பேர்களே கிடையாது. ஆதித்தியனிலிருந்து, ராஜதந்திரி, நியாயாதிபதி, அரசியல்வாதி. சங்கீத வித்துவான், நாட்டிய ராணி, சினிமா நடிகை, பொம்மலாட்டக்காரன் என்பவர் வரையில் எல்லோரும் அவனுக்கு சிநேகம். எல்லோரும் அவன் பேச்சைக் கேட்டுச் சிரிப்பார்கள்; எதனால்? அம்பு போன்ற அவ்வார்த்தைகள் அங்கங்கே தங்கிவிடும். அவற்றை மேலே தொகுத்துக்கொண்டு போய், மேலே சொன்னவர்களுக்கு இடையூறோ, குழப்பமோ, அவமானமோ விளையும்படி செய்யமாட்டான். அது தெரிந்து, ஆதித்தியன்கூட சும்மா பேசட்டும் என்று விட்டிருந்தான்.

அமலன், ஈசுவரதாஸின் மனதில் தோன்றிய இவ்வெண்ணங்களைக் கண்டு கொண்டவன் போல் மேலே சொன்னான்.

“இப்படியேதான் நான் எப்போதும் பேசிக்கொண்டிருக்கிறேன். அதைவிட்டு ஒருதரம்... ஒரே ஒருதரம் போதும். ஒருதரம் நான் என்னுடைய வேடிக்கையை விட்டு, கருத்துடன் ஒரு விண்ணப்பம் செய்து கொள்ளட்டும்...? அவ்வளவுதான்,

எல்லோரும் என்னை விட்டு ஓடிவிடுவார்கள். அப்புறம், ஆதித்தியன் உள்பட, யாவரும் என்னைப் பார்த்துச் சிரிக்கப் பயப்படுவார்கள். வித்தையாட்டியாக ஆடுவதற்கு நான் கூலி கேட்க ஆரம்பித்துவிட்டால்?”

ஈசுவரதாஸ் புரிந்தது என்ற மாதிரியில், தலையைப் பலமாக ஆட்டினான். அவனுக்கா புரியாது? ஆதித்தியனிடம் கூட ஏதாவது யாசிக்க வேண்டுமானால், அவன் பதிலுக்கு ஒன்றைக் கொடுக்கச் சித்தமாய் இருந்தால்தானே முடிகிறது?

பக்திரசம் பொங்கும் சுவாமிகளின் பேச்சு முடிவடைந்ததும் கமலன் வெளியே வந்தான்.

அவன் முகத்தில் பிரகாசித்த ஒளியைக் கண்டு அமலன் பரிகாசமாய் கேட்டான்: “என்ன! சுமந்திரனுடைய பேச்சைக் கேட்டுப் பரவசமாகி விட்டாயா?”

கமலன் முகத்தைச் சுளித்தான். “சுமந்திரன்” என்று முணுமுணுத்தான்.

“இதைவிட சுவாரஸ்யமாய் இருந்தது போனவாரம் சனத்குமார் கிஷ்கிந்தாவில் பேசியது” என்றான் அமலன்.

“ஓகோ! ஆமாம். அங்கே கிரிசந்திரனுக்காகக் கட்டிய கோவில் திறப்பு விழா நடந்ததாகக் கேள்விப்பட்டேன்” என்றான் கமலன்.

“கிரிசந்திரன் யார்?” என்றான் ஈசுவரதாஸ். அவன் புராணங்களைப் படியாதவன். அலுவல்களுக்கு நடுவில் இதற்கெங்கே அவனுக்கு நேரம்?

“கேளு. கேட்டாயானால் புரிந்துவிடும். அந்த அழகான சூழ்நிலையில் சனத்குமார் திறப்புவிழா நடத்திப் பேசினான். அமலன் பொய்க்குரலில் சொன்னான்: ஜனங்களே, நம் நாட்டில் சத்தியத்தை நிலைநிறுத்த நாம் பாடுபடுகிறோம்; உழைக்கிறோம், சிரமப்படுகிறோம். ஜனநாயக ஆட்சி புடமாக இருக்க வேண்டுமானால், புறத்திலோ, அகத்திலோ அழுக்கு இருக்கக்கூடாது. சத்தியமே பரமனை அடையும் வழி நம் உபநிஷத்தில் சத்தியமேவ ஜயதே! நா (அ)ந்ருதம்! என்று சொல்லி இருக்கிறது. இந்தக் கோவிலுக்கு பூர்வத்தில் ஆதித்திய

வம்ச திலகனான கிரிசந்திரன் கோவில் என்று பெயரிட்டது எத்தனை பொருத்தம் பாருங்கள்!"

சனத்குமாருடைய மித்தியாசாரத்தைக் கேட்டு ஈசுவரதாஸ் மனத்திற்குள் ஆச்சரியப்பட்டான். "அவனைப்பற்றித் தனக்குத் தெரியும் விஷயங்கள் அமலனுக்குத் தெரிந்திருக்க நியாயமில்லை. தெரியுமானால்? இப்போதே பரிகாசம் செய்கிறானே! அவனுக்கு முழு விவரம் தெரிந்தால் என்ன சொல்லுவான்?" என்று ஈசுவரதாஸ் எண்ணினான்.

கமலன் கேட்டான்: "அங்கே சமீபத்தில் கட்டியுள்ள ஆதித்திய ஆயிரங்கால் மண்டபத்தின் வேலைப்பாடுகள் பிரமாதமாமே!"

"இதென்ன புதிதாக இருக்கிறதே! சபரி நகரில் ஆதித்தியனுக்காகக் கோவில் கட்ட ஆரம்பித்தவுடன் அவன் திகைத்துப்போய்விட்டானாம். வருத்தப்பட்டுக்கொண்டு, இந்த மாதிரி அபசாரம் இனிமேல் செய்யவே கூடாது என்று கண்டிப்பாய்ச் சொன்னானாம்!"

"அது தெரியும். இப்போது மறுபடியும் ஆதித்தியன் பெயரில் கோவில் கட்டத் தொடங்கிவிட்டார்களா?" என்று ஈசுவர தாஸ் கேட்டான்.

"இல்லை. இது கோவில் அல்ல. வெறும் மண்டபம்தான். அந்த ஊர் ஜனங்கள் ஆதித்தியனை மிகவும் வேண்டவே, அவன் என் பெயர் வைத்து மண்டபம் வேண்டுமானால் கட்டிக்கொள்ளுங்கள் என்று அனுமதி கொடுத்தானாம். அப்படியே செய்திருக்கிறார்கள்" என்று அமலன் பதிலுரைத்தான்.

"மண்டபத்தில் விசித்திரமாக அமைந்துள்ளது ஓர் உருண்டை ஸ்தூபியாமே..." என்று கமலன் சொன்னான்.

"ஆமாம். விசாலமான அந்த மண்டபத்திற்கு நடுவில் ஒரு சிங்கார ஸ்தூபி. அதன்மேல் எண்ணாயிரத்தெட்டு ஆதித்திய நாமங்கள் செம்பொறி வீசும் மாணிக்கக் கற்களால் இழைக்கப்பட்டிருக்கின்றன."

"என்ன!" -ஈசுவரதாஸ் அதிசயம் ததும்பும் குரலில் கேட்டான்.

"ஆமாம். ரொம்ப அழகான ஸ்தூபி. அதற்குள் கண்களுக்குத்

தெரியாமல் ஓர் ஒலிபெருக்கி ஒளிந்து கொண்டிருக்கிறது. தினம் சந்தியாகாலத்தில் அந்த ஒலிபெருக்கி வழியாக ஆதித்திய கானம் ஊர்மிளாதேவன் கீதை, லலிதாதித்தியன் நவரத்ன மாலை என்று பிரம்மானந்தமான சங்கீர்த்தனம் முழங்கிக்கொண்டே இருக்கும். அந்த மலைப்பிரதேசத்தின் ரம்மியமான அழகும் இந்த கானமும், கிரிசந்திரன் கோவில் மணி ஓசையும் சேர்ந்துகொண்டு என்னைப் பரவசமாகச் செய்துவிட்டது." அமலனுடைய முகத்தில் கருத்து தோய்ந்திருந்தது. அவனுடைய கடைசி வார்த்தைகள் ஈசுவரதாஸையும் கமலனையும் திணற வைத்தன. அவர்களுக்கு இதைக் கேட்டு சிரிப்பதா சந்தோஷப்படுவதா என்ன செய்வது என்று விளங்கவில்லை. என்னவிருந்தாலும் ஆதித்திய நாமத்தின் மகிமையை அமலன் பாராட்டாமல் இருப்பானாவென்று நினைத்துக் கொண்டார்கள்.

அதற்குள் நன்றாக இருட்டிவிட்டது. ஜனங்கள் கும்பலாக தோட்டத்தை விட்டு வீடு திரும்ப ஆரம்பித்தார்கள். ஈசுவரதாஸூம் வீடு திரும்பினான்.

★★★

ராஜூவின் வீடு சாந்திபாக்கில் இல்லை. அதனால் சங்கரதாஸ், ஒரு பட்படீரை அமர்த்திக்கொண்டு மேலும் வடக்கே போனான். அங்கே மெத்தை வீடுகள் கிடையாது. தட்டையாக 'ப' என்ற மாதிரியிலும் 'ட' என்ற மாதிரியிலும் அணிவகுத்த வீடுகள் கணக்கில்லாமல் இருந்தன. வளைந்த வாசல் கொண்ட ஒரு வீட்டை அடைந்ததும், சங்கரதாஸ் கதவைத் தட்டினான்.

ராஜூ வெளியே வந்தான். அவன் சராயைக் கழற்றிவிட்டு வேஷ்டி கட்டியிருந்தான். ஆனால் குளிர் காலம்; அந்தி சமயம்; அதனால் தலையைச் சுற்றி ஒரு 'மப்ளரை' முண்டாசு போலக் கட்டியிருந்தான்.

"சங்கரதாஸா.... ஓ... ஓ... ரொம்ப சந்தோஷம். வா" என்று உள்ளே அழைத்துப் போனான். உள்ளே போனதும் 'உட்கார்' என்றான்.

அந்த அறையில் இரண்டு நாற்காலிகளே இருந்தன. ஓரத்தில் ஒரு சின்ன மேஜை. அதன்மேல் தினசரி, சினிமாப் பத்திரிகைகள்,

வாரப்பத்திரிகைகள் இவை தாறுமாறாகக் கிடந்தன.

"என்ன விசேஷம்?" என்றான் ராஜு.

"ஒன்றுமில்லை.... இந்த வழியாகப் போனேன். உன்னைப் பார்த்து ரொம்ப நாட்கள் ஆயிற்றே! இப்படியே இறங்கிவிட்டுப் போவோமென்று வந்தேன்."

"உன் குபேரன் எப்படி இருக்கிறான்?" உள்ளே குழந்தை அழும் சப்தம் கேட்டது. யாரோ முணுமுணுப்பதும் கேட்டது. 'ஆரம்பிச்சாச்சு, ஆபீஸ் பேச்சு...' என்று சொல்வதுபோல் சங்கரதாஸுக்குத் தோன்றிற்று.

"குபேரன்தான். ஆனால் ஒன்று, என்ன சும்மா பணம்! அதைப்பற்றிப் பேசக்கூட அலுப்பாய் இருக்கிறது. உன் பாடு குஷி. மந்திரி என்றால் தினம் புதுப் புது வினோதமான விஷயங்களைக் கேட்கலாம். பார்க்கலாம்."

"அது சரி. அதுவும் எங்கள் மந்திரி அசோகன் நூதன விஷயங்களில் ரொம்ப ஆர்வம் கொண்டவர். சதா ஏதாவது புதுப் புது யோசனைகள் செய்வார்."

"யோசனைகள் செய்வதில் எங்கள் ஈசுவரதாஸ் குறைந்தவர் அல்ல..."

"சார், யோசனைகள் மாத்திரமா... எத்தனை தீவிர ஆவலுடன் அவற்றை ஆராய்ந்து..."

இந்தச் சமயத்தில் ராஜுவின் மனைவி இரண்டு டம்ளர்களில் காப்பி கொண்டுவந்தாள். அவள் சரீரம் இரட்டை நாடி; நிறம் கறுப்பு; அதனால் பரவாயில்லை. உர்ரென்ற அவளுடைய பார்வையைக் கண்டதும் சங்கரதாஸுக்குக் கொஞ்சம் லஜ்ஜையாக இருந்தது.

காப்பி டபராக்களை எங்கே வைக்க என்று கேட்பதுபோல் அவள் அவர்கள் எதிரில், அழுத்தமாக கால்களை ஊன்றியபடி நின்றாள். ராஜு அவசரமாய் எழுந்து போய் அந்த மேஜை மேல் இருந்த காகிதங்களை ஒரே வீச்சில் கீழே தள்ளிவிட்டு, அதை எடுத்து சங்கரதாஸ் பக்கத்தில் போட்டான். அவள் டொக்கென்று பாத்திரங்களை அதன்மேல் வைத்துவிட்டுப்

போனாள். ஒரு வாண்டுப்பயல் கதவிடுக்கால் இவர்களை எட்டிப் பார்த்தான். உள்ளே இருந்த குழந்தை மறுபடியும் அழுதது.

"எங்கள் மந்திரிக்கு ஓர் எண்ணம் உதித்துவிட்டால் போதும். அவ்வளவுதான். அப்புறம் விஷயத்தை துப்புத் துலக்கி, தீர விசாரித்துதான் விடுவார்" என்றான் ராஜு.

"போன வருஷம், குப்தாஜீ, ஒரு பெரிய பிசினஸில் இறங்கினான். அப்போது..."

ராஜு சங்கரதாஸைப் பேசி முடிக்கவிடவில்லை. "எனக்கு அதுதான் ரொம்ப வருத்தமாய் இருக்கிறது. இப்படி அவர் ஆராய்ந்து வேலை செய்து எழுதிய நோட்டைக் காணவில்லை என்றால்..."

சங்கரதாஸ் தன் முதலாளியின் துதியைச் சட்டென்று நிறுத்திக் கொண்டான். "என்ன நோட்?"

"அதுதான் ஸரஸ்வதி அன்னவிமானங்களைப் பற்றியது. என்ன அருமையாக எழுதியிருந்தார் தெரியுமா? நானும் பிழைகளைத் திருத்தி... டைப்பிஸ்டுடன் அந்த நோட்டுக்காக எத்தனை பாடுபட்டேன்?"

"எப்படிக் காணாமல் போயிற்று?"

"தெரியவில்லை. அதுதான் ஒரே ஆச்சரியமாய் இருக்கிறது. ஃபைல் என் அறையிலேயே இருக்கும்போது, அந்த நோட் மாத்திரம் எப்படி மறைந்தது என்று புரியவில்லை..."

"ஒருவேளை யாரிடமாவது காட்டவேண்டுமென்று மந்திரியோ நீயோ ஃபைலில் இருந்து அதை எடுத்திருக்கலாம். அப்புறம் திரும்பி வைக்க மறந்துபோயிருக்கலாம்..."

"அப்படியொன்றும் நடந்ததாகவே எனக்கு நினைவில்லை. இருந்தாலும் அந்த நோட்டுக்காக மந்திரி இத்தனை கோபித்துக்கொள்ள வேண்டாம்!"

"ஏன்... ரொம்பக் கோபமோ!"

"சொன்னால் தெரியாது! நீ பார்க்க வேண்டும்! பத்து நாட்களாக

என் மேஜை, அலமாரி டிராயர் எல்லாம் ஒரே குழப்பத்தில் கிடக்கின்றன. மந்திரி அந்த நோட்டைத் தேடுகிறார், தேடுகிறார், அப்படித் தேடுகிறார்...”

“ரொம்ப கஷ்டப்பட்டு எழுதினாரோ என்னவோ?”

“சீ.... சீ... அவரிடம் அதுமாதிரி கஷ்டமென்பதைப் பற்றிப் பேசக்கூடாது. சும்மா உட்கார்ந்தபடி அரை மணியில் எழுதித் தள்ளிவிடுவார்....”

“குப்தாஜீ வாசகமாகத்தான் சொல்லுவார். டைப்பிஸ்டு சுருக்கு எழுத்தில் எழுதிக்கொள்வான்...”

“மந்திரி அந்த விமானங்களின் வர்ணனைகளை ரொம்ப அழகாய் எழுதியிருந்தார். சனத்குமாரிடம் கூட அன்று காட்டினேன். அவர் அதை ரொம்பப் புகழ்ந்தார்.”

“சனத்குமாரா...? யார் பிரம்மசமாஜ சனத்குமாரா?”

“இல்லை. இல்லை. ஜனசபை சனத்குமார்தான். அவர் ரொம்ப நல்ல மாதிரி. சமீபத்தில் மந்திரியைப் பார்க்க இரண்டு மூன்று தடவை வந்தார். அவர் வந்தபோதெல்லாம், ஏதாவது இடைஞ்சல் வந்துவிடும். அவர் மந்திரியைக் காணக் காத்திருக்க நேரிடும். அப்போதெல்லாம் என் அறையில் உட்கார்ந்து சம்பாஷித்துக்கொண்டிருப்பார். ரொம்ப சகஜமாய்ப் பழகுவார்.”

“அவரும் அசோகன் நோட்டைத் துதித்தாரா?”

“ஆமாம். சும்மா பொழுது போகாமல் பேசிக் கொண்டிருந்தபோது, இந்தச் சங்கதி நடுவில் வந்தது. அப்போது அவருக்கு நோட்டைக் காட்டினேன். அவர் ஒரேயடியாய் மகிழ்ந்து போய்விட்டார். ஒரு சமயம் மந்திரி கூப்பிட்டு அனுப்பினார். அப்போது நீ போய்விட்டு வா. அதற்குள் அந்த அற்புதமான பேப்பரை நான் வாசித்துவிட்டு வைக்கிறேன் என்றார். நான் திரும்பி வந்தவுடன் அரைமணி அதைப்பற்றிப் பேசினார்....”

“ஈசுவரதாஸ் கையால் எழுதவே மாட்டான். வாயைத் திறந்தால் ஒரே பிரவாகம்தான். சொல்கட்டுகள். அப்படியே..”

அப்போது உள்ளே குழந்தை மறுபடியும் அழுதது.

"இந்த ஊரில் புருஷர்கள் பேசியே...." என்ற முணுமுணுப்பு சங்கரதாஸுக்கு தெளிவாய்க் கேட்டது.

அவன் எழுந்தான். ராஜு கொஞ்சம் குழப்பத்துடன் சொன்னான். "குழந்தைக்கு ஜுரம். டாக்டரிடம் போகவேண்டுமென்று அவள் சொல்லுகிறாள்..."

"நீ போ. நான் இன்னுமொருநாள் வருகிறேன்" சங்கரதாஸ் விடைபெற்றுக்கொண்டான்.

★★★

பாஸு கமலனைப் பார்க்கப் போனான். எந்தெந்த இடங்களில் என்ன விசேஷமென்று நோண்டுவது அவன் வழக்கம். அன்று அவன் குஷியாகத் தென்பட்டான். காரணம், அவன் கமலனுடைய ஆசையில் மண்ணைப் போடப் புறப்பட்டிருந்ததால்தான்.

கமலன், அவன் வீட்டில் தனியாக அமர்ந்து கொண்டிருந்தான். வெளிநாட்டுப் பயண நாள் அருகே நெருங்க நெருங்க அவனுக்கு ஒன்றுமே ஓடவில்லை.

"ஏன் சார், இப்படிக் கூரையை அண்ணாந்து பார்த்துக் கொண்டிருக்கிறீர்?" என்றான் பாஸு, வரும்பொழுதே.

"ஒன்றுமில்லை..."

"நீங்கள் சொல்லாவிட்டால், உங்கள் முகம் சொல்லுகிறதே! இருக்காதா பின்னே...?"

"அதொன்றுமில்லையே!"

"ஏன் சார் மறைக்க வேண்டும்? இயற்கைதானே! நீங்கள் ஆவலுடன் எதிர்பார்த்துக்கொண்டிருப்பதை மற்றொருவன் தட்டிக்கொண்டு போய்விட்டால்?"

கமலன் விழித்துக்கொண்டான். ஏதோ விசேஷமிருக்கிறது என்று அப்போதுதான் அவனுக்குப் புரிந்தது.

"போனால் போகட்டும். இருந்தாலும் இந்த ஊரில் பெரிய மனிதர்கள் சினேகம் வேண்டுமென்று இத்தனை தெரிந்த

உங்களுக்கு ஏன் விளங்கவில்லை? நீங்கள் அசோகனையோ சுமந்திரனையோ....”

“என்ன?”

“ஏதோ பக்கபலம் பிரமாதமாய் இருக்காவிட்டால் தாஸுக்கு இந்த அதிர்ஷ்டம் வருமா?”

கமலன் தன் இடத்தைவிட்டு எழுந்திருந்தான். “ஆர்டர் வந்து விட்டதா?” அவன் முகம் பேயறைந்தாற்போல் இருந்தது.

பாஸு, கமலன் முகத்தை சந்தோஷத்துடன் பார்த்தான். “நீங்கள் இதை வெளியே விடக்கூடாது. எனக்கு ஒரு ரகசிய அறிக்கையினால் விஷயம் தெரிந்தது. உங்களிடம் சொல்லாமலிருக்க மனம் வரவில்லை...”

“ரொம்ப வந்தனம்” கமலன் சுருக்கமாய் பதில் சொல்லிவிட்டு, பிறகு “ஏன் நிற்கிறாய், போ” என்ற தோரணையில் பாஸுவைப் பார்த்தான்.

“சார், தாஸுக்கு ரொம்ப சந்தோஷம். சத்தியோத்தியாவில் அரசியல்வாதிகள் அதிகாரம் வகிக்க ஆசைப்படுகிறார்கள் என்றால், விஞ்ஞானிகள் அதற்கு மேல் இருக்கிறார்கள். அவர்களுக்கு ஒரு பக்கத்திலிருந்து பாராட்டோ, புகழோ கிடைத்தால் போதவில்லை. கலைஞனாகவோ, விஞ்ஞானியாகவோ, பக்தனாகவோ அவர்களே முதலில் நின்றுகொண்டு கரகோஷத்தை ஏற்க விரும்புகிறார்கள்.”

கமலனுக்கு பாஸு சொன்னது ஒன்றுமே காதில் விழவில்லை, தாஸுக்கா அதிர்ஷ்டம்....? அவன் மனக் கண்முன் அவனுடைய வாழ்க்கைச் சரித்திரம் திரைப்படம் போல் ஓடி மறைந்தது. சிக்கனம், உதவிச் சம்பளம், பரிசுகள், விஞ்ஞானத்தில் ஊக்கம், ஆராய்ச்சியில் வெற்றிக்கு மேல் வெற்றி... பால்யத்தில் தன் தங்கைக்கு வர்ணங்கள் செய்து கொடுத்ததிலிருந்து, அணுக்களின் ஆராய்ச்சி வரையில், அவன் எதை நோக்கித் தாவிக்கொண்டிருந்தானோ, அந்தக் கனவு இப்போது சுக்குநூறாகச் சிதறுண்டு...

“சார், என்னைக் கேட்டால் நீங்கள் இப்போதே ஆதித்தியர்களிடம் முறையிடுங்கள் என்பேன்.”

கமலன் தன் உலகிலிருந்து மறுபடி வெளிவந்தான். இந்தப் புழு, இந்த நரப்பூச்சி... "பாஸு, தயவுசெய்து இங்கிருந்து போய்விடு... ஊம் சீக்கிரம்" என்றான். அவன் முகத்தில் தோன்றிய கோபக்களையைக் கண்டு அஞ்சியபடி பாஸு பதுங்கிவிட்டான்.

ஆனால் அச்சாபீஸில், அவன் தன் வீராப்பை விடவில்லை. அன்றைய அவசர அறிக்கை என்ற தலைப்பில் விஞ்ஞானிகளுக்குள்ள பேராசையைப் பற்றி ஒரு பகுதி எழுதி தன் ஆத்திரத்தைத் தீர்த்துக்கொண்டான்.

எப்போதுமே கல்பனா அங்கே ஓடி ஓடி அவனைப் பார்க்க வருவது கமலனுக்குப் பிடிக்காது. பாஸு மறைந்த மறு நிமிஷமே அவள் அங்கே நிற்பதைப் பார்த்து அவனுக்குச் சந்தேகம் வந்தது.

"நீ எதற்காக இப்போது இங்கே வந்தாய்?"

"ஒரு விஷயம் சொல்ல...."

"என்ன அசோகனால் ஏதாவது செய்ய முடிந்ததா?" அவனுடைய பாவம் மாறிவிட்டது. அவளை ஆவலுடன் பார்த்தான்.

கல்பனாவிற்கு வருத்தமாய் இருந்தது. இனிமேல் அவள் கமலனுக்கு உதவும் நிலையில் இருக்கமுடியாது. அதனால் அவன்....

"என்ன விஷயத்தைச் சொல்லு...."

"அசோகனால் ஒன்றும் முடியாது என நினைக்கிறேன்."

"அப்போது இந்தச் சந்தி வேளையில் இங்கே எதற்காக வந்தாய்? யாராவது பார்த்துவிட்டால்...? ஏற்கெனவே என் பெயரில் மண். நான் உதறித் தள்ளப்பட்டவன். தாஸ் பிரபல விஞ்ஞானி ஆகிவிட்டான். அப்படி இருக்கும்போது..."

கமலன் கல்பனா முகத்தைப் பார்த்துவிட்டு மேலே பேசுவதை நிறுத்திக் கொண்டான்.

அவன் கோபித்துக்கொள்ளும்போது எப்போதும் அவள் முகத்தில் தோன்றும் அந்த மருண்ட பார்வை, இப்போது அங்கேயில்லை.

“என்னவாயிற்று? கல்பனா!” அவனுடைய அச்சம் அதிகரித்தது. கல்பனா! இவளும் தன்னைக் கைவிடப் போகிறாளா?

அந்தச் சமயத்தில் கல்பனாவைப் பார்த்தவர்கள் கர்வி என்று அவளுக்கு ஏன் பெயர் வந்தது என்பதைப் புரிந்துகொண்டிருப்பார்கள். அலட்சியம் சொட்டிய அவளுடைய ராணிப்பார்வை, அவள் ராணியின் மகள் என்பதை விளம்பரப்படுத்தியது.

“கமலன், நான் விடைபெற்றுக்கொள்ளுவதற்காக வந்திருக்கிறேன்.”

கமலன் தடுமாற்றத்துடன், “எதற்காக?” என்று கேட்டான்.

“எதற்காகவா?” - அவள் லேசாகப் புன்னகை செய்தாள். “நான் மூன்றாவதாக இருக்க விரும்பவில்லை. என்னுடைய மனசாட்சி அதற்கு இடம் கொடுக்காது.”

“நீ சொல்லுவது எனக்கு அர்த்தமாகவில்லை” என்றான் கமலன்.

“புரியும்படி சொல்லட்டுமா? விஞ்ஞானம் உங்களுக்கு உயிர்போன்றது. அதை விட்டால் கலையும் தெய்வ பக்தியும் உங்களுக்கு இன்ப அனுபவமும், தீராப் பரவச உணர்ச்சியும் கொடுக்கின்றன. இதையெல்லாம் விட்டு, கடைசியாக ஏதோ ஒரு பணிப்பெண் உதவுவதுபோல் நான் எதற்கு?”

கமலன் மூச்சுவிட முடியாமல் திணறினான். “கல்பனா, உனக்கு சித்தக் கோளாறா? என்ன உளறுகிறாய்? ஒரு பெண்ணைக் காதலித்தால் மனிதன் தன்னுடைய எல்லாவற்றையும் துறந்துவிட்டு, அவளுக்கே தன்னை அர்ப்பணம் செய்துகொள்ள வேண்டுமா? இதென்ன மதியீனம்? இருந்தாலும் உனக்கு இத்தனை பொறாமை கூடாது. தெய்வத்தின் மீது கூட அன்பு செலுத்துவதை...”

கல்பனா குறுக்கிட்டாள். “உங்களைப் போலுள்ளவர்கள் தெய்வ நம்பிக்கை கொண்டால், அது ஆத்மீகமாய் இருக்கவேண்டும்.”

“நீ யார் எனக்கு உத்தரவு போட?”

“ஒரு பெண்ணிற்கு அன்பைக் கொடுத்தால்....”

“அப்புறம் தெய்வத்தைத் தொழக்கூட அவளுடைய அனுமதி கேட்கவேண்டுமா?”

"வேண்டாம். ஆனால் கேட்பதுபோல் ஒரு பாவம் இருக்கவேண்டும். புருஷன் என்ற தன்மையினால் ஆணின் அதிகார குணமோ, வாழ்க்கைக் குறியோ மாறுவதில்லை. ஆனால் பெண்ணிற்கு, அவளுடைய பெண்மைச் சுபாவத்தினால், அடிமையாகும் விதி வந்து விடுகிறது. இந்த அடிமைத்தனத்தின் விலங்கை கொஞ்சம் மென்மைப்படுத்த ஆண் அவளுடைய சுய கௌரவத்தைச் சிறிது ஆசுவாசப்படுத்த வேண்டும்."

கமலன் அவளைப் பார்த்து முறைத்தான். "இந்த மேன்மையான வார்த்தைகளுக்கு அர்த்தம், நான் உனக்கு அடிமையாக இருக்க வேண்டும்; விஞ்ஞானம், கலை, தெய்வம் எல்லாவற்றையும் துறக்க வேண்டும்... இல்லையா?"

"இல்லை, அப்படியல்ல... என்னுடைய ஆசையை நிறைவேற்ற வேண்டும். இல்லாவிட்டால் நான் போகிறேன்..."

கமலன் கவலை கொண்டான். 'கல்பனா..!' - அவளையும் இழக்க அவன் விரும்பவில்லை.

"நான் போகிறேன்" - அவள் முறைப்புடன் சொன்னாள்.

அவனுக்குக் கொஞ்சம் நம்பிக்கை பிறந்தது. "கல்பனா.... நீ என்னை விட்டால் நான் உயிர்வாழ முடியாது."

"ஏன் உங்கள் கலை... உங்கள்..."

அவன் கெஞ்சினான். "என்னுடைய எல்லாவற்றையும்... நான் என்பதையே மறந்துவிடு என்கிறாயா?"

"எனக்கு வேண்டியதைச் சொல்லிவிட்டேன்."

அந்த இடத்தில் மௌனம். வெளியே வீதியில் போய்க்கொண்டிருந்த கார்கள் ஓசை... ஜனங்கள் கூக்குரல். தோட்டத்தில் மாலை வேளைப் பட்சிகள் கூட்டம். பச்சைக்கிளிகளின் கிரீச்சிடும் நாதம், குயில்கள், அதுவும் கொண்டைப் புல்புல்கள் பாடும் குரல்; ஆனால் அந்த அறையில் மௌனம். கமலன் மேஜைமேல் தன் முகத்தைக் கவிழ்த்துக்கொண்டிருந்தான். கல்பனா நெடுநேரம் நின்று பார்த்தாள். அவன் அசையவில்லை. பிறகு பொங்கும் உள்ளத்துடன் வெளியே போனாள்.

அவளுக்கு அப்போதிருந்த உணர்ச்சியில் காதலில்லை; ஏக்கமில்லை; ஆசையுமில்லை. ஒன்றே ஒன்று அவளைச் சுட்டது. தன்னை... தன்னை... இவன் லட்சியம் செய்து ஒரு வார்த்தை சொல்ல இயலவில்லையே? 'அதற்கென்ன கல்பனா... உன்னைவிட ஏதாவது உண்டா? உனக்காக என்னுடைய எல்லாவற்றையும் துறக்கச் சித்தமாய் இருக்கிறேன்' என்று சொல்ல அவனுக்குப் போதுமான தாராள குணமில்லை. அப்படி அவன் சொல்லிவிட்டால், இவள் அதை ஏற்பாளா? அவனுடைய விஞ்ஞானத்தை. அவன் தியாகம் செய்ய இவள் சம்மதிப்பாளா? கலைஞன் என்ற புகழை அவன் இழக்க இவள் பார்த்திருப்பாளா? இத்தனை கூட அவனுக்குத் தெரியவில்லையே! அவள் வேண்டுவதெல்லாம் ஒரே ஓர் இணக்கம், ஒரு பணிவு, ஓர் அறிகுறி, அவன் அன்பு அவளுக்குப் பூர்ணமாக உண்டு என்பதற்கு ஓர் அடையாளம்... இது ஒரு பெரிய காரியமா? இதைச் சொல்ல அவன் நா எழவில்லையே! கல்பனா உதட்டை அழுத்திக்கொண்டே வெளியே போனாள்.

★★★

தாரா ராணிக்குக் கவலை தலைக்கு மேல் ஏறிவிட்டது. லட்சுமணபுரி தேர்தலைப்பற்றி அவள் சதா மனக்கோட்டைகள் கட்டினாள். ஆனால் அவை எப்படிக் கைகூட முடியும்? கல்பனாவோ இவ்வளவு பிடிவாதமாய் இருக்கிறாள். சுமந்திரனோ அதற்குமேல் இருக்கிறான். என்ன செய்யலாம்? சனத்குமாரை யோசனை கேட்கலாமா? அங்கே போனாள்.

சனத்குமார் அவளை சந்தோஷத்துடன் வரவேற்றான். அவனுக்கு விஷயம் ஒன்றும் தெரியாது. ஆனால் சுமந்திரனைத் தெரியும்; லட்சுமணபுரி தேர்தல் சீட்டு தாரா ராணிக்குத்தான் என்று அவன் வாக்குக் கொடுத்திருப்பதும் தெரியும். இப்போது அவள் நம்மைத் தேடி எதற்கு...? ஓகோ... ஏதோ இடைஞ்சல்... இதை நாம் பயன்படுத்திக்கொண்டால்?

"என்ன சமாசாரம்? உன்னைப் பார்த்தால் ஜனசபை அங்கத்தினர் என்று தெரிகிறது. உன் முகத்தில் ஜனநாயகத்தின் பொறுப்பை ஏற்றுக்கொண்ட பொலிவு இருக்கிறது" என்று வரவேற்றான் சனத்குமார்.

"ஜனசபையாவது! தேர்தல் சீட்டு கிடைப்பதே திண்டாட்டத்திலிருக்கிறது."

"என்ன, அப்படிச் சொல்லுகிறாய்? சுமந்திரன் வாக்குத் தவறமாட்டானே...?"

தாரா ராணி மென்று விழுங்கினாள். உண்மையைச் சொல்ல அவளுக்கு இஷ்டமில்லை. எப்படியும் தான் பெற்ற பெண் அல்லவா?

சனத்குமார் சொன்னான். "நான் அப்போதே சொல்லிக் கொடுத்தேனே. அசோகன் விஷயத்தை அவனிடம் சொல்லியிருந்தால், சுமந்திரனுக்கு குஷி பிறந்திருக்கும். அப்போது உன் சொல்படி அவன்..."

"உனக்குச் சுமந்திரனை என்னைப்போல் அவ்வளவு தெரியாது. அவன் தன்னுடைய சகாக்களை விட்டுக் கொடுக்க இணங்கமாட்டான்."

"ரொம்ப சரி. அது ராஜதந்திரத்தில் ஒரு முக்கியமான முறை; இருந்தாலும், அப்படிச் செய்தால் அனுகூலமுண்டென்று தெரிந்தால்.... சுமந்திரன் கெட்டிக்காரன். இவ்விதமான தகுந்த காரணங்களை லகுவாக உதறிவிட மாட்டான். நீ சொல்லிப்பாரேன்...."

"அப்படியா நினைக்கிறாய்?"

"ஆமாம். ஏற்கெனவே ராஜ்ய விவகாரங்களில் அசோகன் போகும் போக்கு அவனுக்குக் கவலையை உண்டாக்கி இருக்கிறது; இன்னும் அவ்விதமாகப் போவதில் பிழைகள் வேறு ஏற்பட்டுவிட்டனவென்று அறிந்தால், சுமந்திரன் நிச்சயமாய் யோசிக்க ஆரம்பிப்பான். சமயத்தில் நீ போய் அவனை எச்சரித்தால் அவன் கட்டாயம் உன்னிடம் நன்றி காட்டுவான். நீ செய்த உபகாரத்திற்காக உன்னைப் பாராட்டுவான்... ஏன்! லட்சுமணபுரி தேர்தலுக்காக உனக்கு உதவி புரிய அவனே முன்வரலாம்!"

தாராவிற்கு அவன் சொல்லுவதில் நம்பிக்கை விழவில்லை. ஆனால் வேறு வழி? அவளுக்கு ஒருவித உபாயமும்

தோன்றவில்லை. அதனால் இஷ்டமில்லாமலே சனத்குமாரின் ஆலோசனைப்படி சுமந்திரனைப் பார்க்கப் புறப்பட்டாள். அவளை வழியனுப்ப சனத்குமார் வாசலுக்கு வந்தான்.

★★★

குன்றுத் தோட்டத்திலிருந்து வீடு திரும்பினான் ஈசுவரதாஸ். வாசற்புறம் அவனுக்காகக் காத்துக் கொண்டிருந்த சங்கரதாஸின் முகத்தைப் பார்த்தவுடன், ஏதோ விசேஷம் இருக்கிறது என்று அவன் கண்டுகொண்டான். அவசர அவசரமாக சங்கரதாஸ் பின்தொடர, தன் அறைக்குப் போனான். பிறகு "உள்ளே வா, கதவை மூடு" என்று உத்தரவிட்டான்.

சற்று நேரம் கழித்து, ஈசுவரதாஸ் வெளியே கிளம்ப ஆயத்தமாக வாசலுக்கு வந்தான். இதைப் பார்த்து அங்கே நின்றிருந்த அவனுடைய மற்றுமொரு காரியதரிசி திகைத்துவிட்டான்.

ஈசுவரதாஸுக்கு சாப்பாட்டு வேளை என்று ஒன்று கிடையாது. அவன் அடிக்கடி சாப்பிடுவான். நிறையவும் சாப்பிடுவான். ஒவ்வொரு சமயம் சாப்பிடாமலே இருந்துவிடுவான். ஒரு நாள், இரண்டு நாள் என்று கூட அவன் பட்டினி கிடந்துவிடுவான். ஆனால் அடிக்கடி சுத்தம் செய்து கொண்டு, எடுப்பான ஆடம்பர உடைகள் அணியாமல் அவன் இருக்கவே மாட்டான். புதிது புதிதாக உடைகள் போட்டுக்கொள்ளுவதில் அவனுக்கு அலாதி திருப்தி.

இப்போது - இத்தனை நேரமாக வெளியில் சென்று வந்த அவன் சுத்தம் செய்துகொண்டு ஆடைகளை மாற்றாமல், திரும்பியும் புறப்படுவதைப் பார்த்து காரியதரிசி ஆச்சரியம் கொண்டான். சத்தியோத்தியாவில் பூகம்பமோ என்று கூட பயப்பட்டான். இல்லாவிட்டால் குப்தாஜீ சட்டைகளைக்கூடக் கழற்றாமல் எங்கே இத்தனை அவசரமாகப் போகிறான்? கோடீசுவரனுடைய பணம் அழியப்போகிறதா?

வெளியே வந்த ஈசுவரதாஸ் காரையோ, டிரைவரையோ அங்கே பார்க்கவில்லை. உடனே தோட்டத்துக் கோடியில் நின்ற அன்னவிமானத்திற்கு விரைந்தான். ஒரு குதியுடன் தொப்பென்று அதன் முன் ஸீட்டில் விழுந்தான். அடுத்த

வினாடி, ஒருவித சப்தமின்றி அன்னவிமானம் செங்குத்தாய் ஏறி சத்தியோத்தியா நகரத்திற்கு மேலே பறக்க ஆரம்பித்தது.

இரவு நேரத்தில் நகரத்தின் லட்சக்கணக்கான விளக்குகள் மினுமினுவென்று பிரகாசித்தன. அழகான கூடங்கள், மாடங்கள் - கோபுரங்கள், இனிமையான தடாகங்கள், தோட்டங்கள் என்று சத்தியோத்தியா நகரம் ஈசுவரதாஸ் கண் முன் ஓடி மறைந்தது. அவனுக்கு அதையெல்லாம் கவனிக்கப் பொழுதில்லை; மனமுமில்லை.

சீக்கிரத்தில் விமானம் அகலியா பாக்கை அடைந்தது. அங்குதான் ஜனசபை அங்கத்தினர்கள் தங்கும் விடுதிகள் இருந்தன. வரிசையான பல மாடிகளைத் தாண்டி, ஒரு மெத்தையிலிருந்த மேடைமேல் விமானம் இறங்கிற்று. ஈசுவரதாஸ் அவசரமாய் வெளியே குதித்துப் படிகளைக் கடந்து சென்று கீழே தாரா ராணியை வழியனுப்பிவிட்டு நின்றுகொண்டிருந்த சனத்குமாரிடம் வந்தான்.

எதிர்பாராத விதத்தில் இப்படி ஈசுவரதாஸைச் சந்தித்தவுடன் சனத்குமார் திடுக்கிட்டான். இவன் ஏன் இங்கு வந்திருக்கிறான்? அசோகன் அனுப்பியிருக்கக் கூடுமா? அப்போது அவனுக்கு ஜயந்தான் போலும்! இல்லாவிட்டால் கோடீசுவரனை அசோகன் அனுப்புவானேன்?

"வா உள்ளே, என்ன அபூர்வமாய் இருக்கிறதே" என்று சனத்குமார் உபசரித்தான்.

ஈசுவரதாஸ் புன்சிரிப்புடன் உள்ளே வந்தான். அவனுடைய அவசரம் மறைந்துவிட்டது. இரு கைகளையும் பையில் போட்டபடி, வாயில் புகைக் குழாயுடன், ஏதோ சாவதானமாக நடந்து போய்க்கொண்டிருப்பதுபோல் தென்பட்டான். அவனுக்கு எவ்விதமான கவலையோ, நெருக்கடியோ இருப்பதாகத் தெரியவில்லை.

"இல்லை... இந்த வழியாகப் போனேன். சும்மாப் பார்த்துவிட்டுப் போகலாமென்று இறங்கினேன்."

பிறகு சனத்குமாருடைய முகத்தில் தோன்றிய போலி விநயத்தைப் பார்த்து மனதிற்குள் நகைத்துக் கொண்டான்!

சனத்குமாரோ ஒன்றும் அறியாதவன் போல், தன் வாளி போன்ற தாடியைத் தடவிவிட்டுக்கொண்டே தேன் ஒழுகும் குரலில், "அப்படியா? ரொம்ப சந்தோஷம். வா உட்கார்" என்று சொன்னான். பிறகு, "என்ன விசேஷமோ?" என்று சாதாரணமாய் கேட்டான்.

"ஒன்றுமில்லை... என்னுடைய ஆள் ஒருவன் சித்திரக்கூடம் போய்விட்டு வந்தான். அங்கிருந்து என்னமோ பெரிய வம்புகளும், வதந்திகளும் கொண்டு வந்திருக்கிறான். நான் அதையெல்லாம் நம்பவில்லை. இருந்தாலும் உன் காதில் சங்கதிகளைப் போட்டு வைப்போமென்று வந்தேன்."

"எதைப்பற்றி?" சனத்குமார் விறைப்புடன் கேட்டான்.

"அதுவா? என்னமோ... நம்பக்கூடியதாக இல்லை. போன தேர்தலில் முறை தவறுதலாக நடந்த சில விஷயங்களை ஒட்டி உன் பேரில் யாரோ வழக்குத் தொடுக்கப்போகிறார்களாம்...."

"ஆமாம். வழக்குப் போடப்போகிறதென்னமோ நிஜம்தான். இதெல்லாம் என் துரோகிகள் செய்யும் வேலை... போன தேர்தலில் எனக்குப் போட்டியாக நின்று தோற்றானே.... அவன்தான் இவர்களுக்குத் தலைமை. அவன் சும்மா ஏதாவது கதை கட்டிக் கொண்டே இருக்கிறான்."

"நான் கூட இதெல்லாம் கட்டுக்கதைதான் என்று நினைத்தேன். உன் பெயரென்ன... காரியமென்ன....! நீ இப்படியெல்லாம் செய்யமாட்டாயென்று எனக்குத் தெரியாதா? இருந்தாலும், நீ ஜாக்கிரதையாக இருக்க வேண்டுமென்று எச்சரிக்கிறேன். சித்திரக்கூடத்தில்... இந்த ஆசாமி இருக்கிறானே, அவன், உன்னைப் பிடிக்க சரியான ருசுக்கள் வைத்திருப்பதாக ஜம்பம் அடித்துக் கொண்டானாம். என் ஆள் வந்து ஏதோ உளறினான்..."

"ருசுக்களா?" - சனத்குமாருடைய குரலில் இப்போது அத்தனை திமிர் இல்லை.

"ஆமாம். ஏதோ வோட்டர்களுக்கு கைச் செலவு வழிச் செலவு என்று கொடுத்ததாக... அதெல்லாம் சும்மா கொழுப்பினால் யார் யாரோ கிளப்பிவிடுகிறார்கள் என்று எண்ணுகிறேன்.

உன்னை இவர்கள் என்ன செய்ய முடியும்? சொல்லி வைத்தேன், எதற்கும் கவனமாய் இரு என்று அப்போ நான் வருகிறேன்...” - ஈசுவரதாஸ் புறப்பட்டான்.

“ஆமாம். இந்த விவரமெல்லாம் உனக்கு எப்படிக் கிடைத்தது?” - சனத்குமார் அவனைப் போகவிடாமல் தடுத்துக்கொண்டான்.

“அதுதான் சொன்னேனே.... இந்த ஆசாமி... அவன்தான் போன தேர்தலில் உனக்கு எதிரியாக இருந்திருக்க வேண்டுமென்று நினைக்கிறேன். அவன் சொன்னதாக... ஊரில் பேச்சாம்... என் ஆளிடங்கூட இந்த ஆசாமி நேரில் பேசினான் போலிருக்கிறது. பேச்சுக்கென்ன...? நீ அதை லட்சியம் செய்யாதே...”

சனத்குமார் தயங்கினான். “இல்லை... ஒருவேளை எனக்குத் தெரியாமல் என்னைச் சேர்ந்தவர்கள் வோட்டர்களுக்கு ஏதாவது சிற்றுண்டி சாப்பாடு என்று கொடுத்திருக்கலாம். இல்லையா? முதலில்... அப்படி இருந்திருக்கக் கூடுமென்ற யோசனை எனக்குத் தோன்றவில்லை. அப்புறம் நீ பேசப் பேச ஒருவேளை...”

“நான் கூட அப்படித்தான் நினைத்தேன். இல்லாவிட்டால் உன்னுடைய உதாரக் கொள்கைகள் உலகமறிந்த விஷயமாக இருக்க, எவன் உன் பேரில் வழக்கு கொண்டுவரத் துணிவான்?”

“பார், ஈசுவரதாஸ், அரசியல் உலகிலுள்ளவர்களுக்கு எங்கிருந்தோ விரோதிகள் வாய்த்துவிடுகிறார்கள்!”

“மந்திரி அசோகன் அபிப்பிராயமும் அப்படித்தான். ஆமாம், இந்த ஆசாமி சித்திரக்கூடத்து ஆசாமி, மந்திரி அசோகனுக்கு வேண்டியவன் போலிருக்கிறது. அந்த ருசுக்களை அசோகனிடம் கொடுக்கப் போவதாக என் ஆளிடம் சொன்னானாம்.”

“எதற்காக?”

“தெரியவில்லை. வேண்டுமானால் என் காரியதரிசியை நாளைக்கு அங்கே அனுப்பி எல்லாவற்றையும் விசாரிக்கச் சொல்லட்டுமா?”

“வேண்டாம், வேண்டாம்.”

"ரொம்ப சரி. உன்னைப் பழிக்க என்ன ருசு இருக்க முடியும்? ஏதோ அசோகன் எழுதிய நோட் ஒன்றை அந்த ஆசாமி தேடுவதாக என் ஆள் என்னவோ சொன்னான். இதென்ன விசித்திரம்? மந்திரி எழுதின நோட்டை ஃபைலிலிருந்து யார் எடுப்பார்கள். எதற்காக எடுக்க வேண்டும்? உன்னுடைய இந்தத் தேர்தல் வழக்கிற்கும் அதற்கும் என்ன சம்பந்தம் இருக்கக் கூடும்? எனக்கு ஒன்றுமே விளங்கவில்லை. எல்லாம் ஒரே புதிராக இருக்கிறது. நீ சொல்லுவது போல், உன் விரோதிகள் தான் இவற்றைக் கிளப்பி விட்டிருக்கிறார்கள். நீ ஒன்றுக்கும் அஞ்சாதே. மடியில் கனமிருந்தால்தானே வழியில் பயம்?"

"இல்லை.... குற்றம் செய்யாதவர்கள் கூட இந்த நாளில் பயப்பட வேண்டியிருக்கிறதே!"

"மந்திரி அசோகனும் நேற்று இதையேதான் சொன்னான். ஊம், இந்த உலகம் அப்படி. அப்போ நான் வருகிறேன்."

"இரு... ஏதோ ருசுக்கள் என்றாயே, அவை என்னவோ, தெரியுமா?"

"சரியாகத் தெரியவில்லை. இந்த ஆள் சொன்னது என்னவென்றால் தேர்தலை ஒட்டிச் செய்த சில செலவுகளின் துகள் அந்த ஆசாமியிடம் இருக்கின்றனவாம். இச்செலவுகள் எப்போது செய்தவை, எப்படிச் செய்தவை.... என்றெல்லாம் காட்ட ருசுக்கள் இருக்கின்றனவாம்... இந்தப் பேச்சை நம்பமுடியுமா?"

"எனக்குத் தெரிந்தவரையில்...." என்று சனத்குமார் இழுத்தான்.

"ஆமாம். மறந்துவிட்டேனே. மந்திரி அசோகனுடைய நோட் அகப்பட்டால் ஒருவேளை வழக்கைத் தள்ளிவிடலாமென்று கூட அவன் சொன்னானாம். நான் இதைச் சுத்தச் உளறல் என்று ஒதுக்கிவிட்டேன். ஏதோ சித்திரக்கூடம் போனேன்... செய்திகள் கொண்டு வந்தேன் என்று காட்டுவதற்காக இவன், தான் கேட்ட வம்பையெல்லாம் சேர்த்துக் குழப்பிவிட்டிருக்கிறான் என்று நினைக்கிறேன். ஆனால் இந்த நோட் விஷயம் அங்கே எப்படிப் போயிற்று? இதைப்பற்றி என்னிடம் யாரும் ஒன்றும் சொல்லவில்லையே! நீ ஏதாவது கேள்விப்பட்டாயா?"

இந்தக் கேள்விக்குப் பதிலாக 'இல்லை' யென்று சனத்குமார் தலையை அசைத்தான்.

"நானும் அப்படித்தான் எண்ணினேன். உனக்கு அது விஷயம் எப்படித் தெரிந்திருக்கப்போகிறது? இருந்தாலும் சங்கதி கேட்க விநோதமாய் இருக்கிறது. மந்திரியின் நோட் ஃபைலில் இருந்து காணாமல் போக முடியுமா? இந்த ஊரில் நடக்கும் அதிசயங்களை என்னவென்று சொல்லுவது?"

"ஒருவேளை அந்த நோட்...." சனத்குமாருக்கு மேலே பேச நா எழவில்லை. ஈசுவரதாஸின் தாக்குதலால் அவன் மரத்துப் போயிருந்தான்.

"அந்த நோட்டைப் பற்றித்தானே உனக்குக் கவலையாக இருக்கிறது. நானும் அதைத்தான் சொல்ல வந்தேன். அந்த நோட்டைப்பற்றி ஏதாவது கேள்விப்பட்டால், உடனே நீ என் காரியதரிசிக்கு எழுது. நீயோ ஜனசபை அங்கத்தினன்; செல்வாக்கு உடையவன். ஒருவேளை இந்த நோட் விஷயம் உன் வரையில் எட்டலாம் அல்லவா?"

"அப்படியானால்.... நீயும் ஒன்று செய்"- சனத்குமார் தைரியத்தை வரவழைத்துக்கொண்டு பேசினான். காரியத்தை மிஞ்சவிடக்கூடாது. அவனைக் கேட்டுவிட வேண்டுமென்று நினைத்தான் போலும். "நீயும் இதைச் செய். உன் ஆளை விட்டு சித்திரக்கூடம் போய் அந்த ரசீதுகளைப்பற்றித் தீர விசாரிக்கச் சொல்லு."

"ஓ... அப்படியே ஒருவேளை அதற்குள் அசோகனுடைய நோட் கிடைத்துவிட்டால், அந்த ஆசாமி ருசுக்களைக் கையில் கொடுத்தாலும் கொடுத்துவிடலாம். பார்ப்போம்....... அவனுக்கு அந்த நோட் முக்கியம். நமக்கு இப்பத்திரங்கள் தேவை .... அப்படித்தானே!" ஈசுவரதாஸ் சனத்குமாரைப் பார்த்து இளித்தான்.

அவனும், அகத்தில் எத்தனை பொருமல் இருந்தாலும், வெளிப்படையாக ஒரு சிறு புன்னகை புரிய நேரிட்டது.

"அப்போ நான் வருகிறேன்." இந்தத் தடவை குப்தாஜீ நிஜமாகவே புறப்பட்டுப் போய்விட்டான். போகும்போது

அவன் முகத்தில் லேசான ஓர் ஏளனச் சிரிப்பு தோன்றிற்று.

வேறு எங்கெல்லாமோ சுற்றிவிட்டு, அன்று இரவு நெடுநேரம் கழித்துத்தான் ஈசுவரதாஸ் வீடு சேர்ந்தான். அவனுடைய காரியத்தில் எந்நேரமும் கண்ணும் கருத்துமாய் இருக்கும் சங்கரதாஸ் மாத்திரம் அவனுக்காகக் காத்திருந்தான்.

அவனைப் பார்த்ததும், “நீ எதற்காக இன்னமும் இங்கே இருக்கிறாய்?” என்று கேட்டுக்கொண்டே ஈசுவரதாஸ் உள்ளே வந்தான். அதற்குப் பதில் ஒன்றும் கூறாமல், சங்கரதாஸ் மௌனத்துடன் அசோகன் நோட்டை அவன் கையில் வைத்தான்.

ஈசுவரதாஸ் முகத்தில் அதைக் கண்டவுடன் வெற்றிக்களிப்பு தாண்டவமாடிற்று. ‘ஓகோ, அப்போது நான் செய்த யுக்தி பலித்துவிட்டதுபோல் இருக்கிறது’ என்று தனக்குத்தானே சொல்லிக் கொண்டான். தன் முதலாளியிடம் எப்போது பேச வேண்டும், எப்போது குறிப்பு சொல்ல வேண்டுமென்கிற விஷயங்களை ஒரு கலையாகப் பழகிவந்திருந்த சங்கரதாஸ், ஒன்றும் அறியாதவன் போல் மரியாதையுடன் நின்றிருந்தான்.

அவன் எதிர்பார்த்தபடி, சிறிது நேரத்திற்கெல்லாம், “இது எப்போது வந்தது? யார் கொடுத்தார்கள்?” என்று ஈசுவரதாஸ் கேட்டான்.

“ஒன்றும் புரியவில்லை சார். வராந்தா தபால் பெட்டியில் ஓர் உறையைக் கண்டேன். எடுத்துப் பார்த்தவுடன், என் பெயர்கொண்ட விலாசமாக இருந்தது. உடைத்துப் பார்த்தேன். ஒரு குறிப்போ விவரமோ இல்லாமல் இந்தப் பேப்பர் மாத்திரம் கிடைத்தது. எப்படியானாலும் வீடுபோக நேரமாகி விட்டது. நீங்கள் வந்த பிறகு இதை உங்கள் கையில் ஒப்படைத்துவிட்டே போகலாம் என்று எண்ணிக் காத்திருந்தேன்!”

“ரொம்ப சரி” என்றான் குப்தாஜீ. சங்கரதாஸ் முகத்தில் பொருள் அடங்கிய ஒரு ஹாஸ்யம் வெளிப்பட்டது.

ஈசுவரதாஸ் தன் அறைக்குள் போய் உட்கார்ந்து கொண்டு சாவதானமாக நோட்டை வாசித்தான். அப்போதுதான் அவனுக்கு விஷயம் விளங்கிற்று; அசோகனுடைய தடுமாற்றம்

புலனாயிற்று; சனத்குமார் ஜன சபையில் இத்தனை தைரியமாக அவனைத் தாக்க முன்வந்ததன் காரணமும் புரிந்தது. ஓகோ! இந்த நோட் சனத்குமார் கையில் அகப்பட்டதினால்தான், அவன் மந்திரியை இவ்வளவு தூரம் பயமுறுத்தியிருக்கிறான்! இப்போது கூட அசோகன் மீண்டபாடில்லையே... இந்த நோட்டின் காப்பிகள் மற்ற ஜனசபையோர்களிடம் சிக்கியிருந்தால்? இது விஷயத்தை முடிவாகத் தீர்க்க ஒரு வழிதான் - மதர்லாந்துக் கம்பெனிக்காரர்களைப் பிடிக்க வேண்டும்.

"சங்கரதாஸ்" அவன் உரக்கக் கூப்பிட்டான்.

அந்தக் காரியதரிசிக்கு குப்தாஜீ கூப்பிடுவான் என்று எப்படித்தான் தெரிந்ததோ! அவன் வீடு திரும்பாமல் காத்திருந்தான். ஈசுவரதாஸின் குரலைக் கேட்டவுடன் உள்ளே வந்தான்.

"உடனே ஸரஸ்வதிக்கு டிரங்க் போன் செய்து, நாளைக் காலையிலேயே, அன்னவிமானத்தில் நான் வேனைப் பார்க்க வருவதாகத் தகவல் கொடு. காலை பத்து பத்தரை மணிக்குள் அங்கு இருப்பேன் என்று சொல்லு" என்று சங்கரதாஸுக்கு கோடீஸ்வரன் உத்தரவிட்டான்.

ஓகோ! மந்திரியைக் காப்பாற்ற தன் முதலாளி மதர்லாந்துக் கம்பெனிக்காரர்களிடம் தானே பேசி முடிவுகட்டப் போகிறான் போலிருக்கிறது என்று சங்கரதாஸ் நினைத்துக்கொண்டான்.

ராகமாலிகை

சுமந்திரன் ஆபீஸுக்குப் போகும் வழக்கம் கிடையாது. அவன் வீட்டிலேயே ஆபீஸ் வேலைக்காகச் சில அறைகளை ஒதுக்கி வைத்திருந்தான். அங்கே இருந்துகொண்டே அவன் அநேகமாய்த் தன் வேலைகளை முடித்துக்கொள்வான். தினசரி வேலை நடக்க அவனை வந்து பார்க்கும் உத்தியோகஸ்தர்களைத் தவிர அன்றாடம் பேட்டிகாண வரும் கூட்டம் எப்போதும் வெளிப்பக்கத்து அறையை நிரம்பியவண்ணம் இருக்கும்.

சுமந்திரனுக்கு ராஜ்ய விவகாரத்திலோ, அரசியல் வாதத்திலோ, ஆட்சி முறையிலோ உன்னிப்பான ஊக்கம் கிடையாது. சத்தியோத்தியாவில் சுதந்திரப் புரட்சி உண்டான சமயத்தில் அவன் ஆதித்தியர்களுக்குச் சில மறக்கமுடியாத பணிகள் புரிந்திருந்தான். அவ்வித சேவைகளுக்குக் கைமாறாக அவனுக்கு இப்போது இந்தப் பதவி கிடைத்திருந்தது. ஆதித்தியர்களுக்கு வேண்டியவன் என்ற சமாசாரத்தை அவன் தன் சொந்த நலத்திற்காகப் பயன்படுத்திக் கொண்டான். நாளுக்கு நாள் அவனுடைய புகழும் செல்வாக்கும் ஏறிக்கொண்டே போயிற்று. அவன் தன் நாற்காலி ஆடாமல் பார்த்துக்கொண்டதும் அல்லாமல், அதில் நன்றாக, உறுதியாய் அமர்ந்துகொண்டான். ஆதித்திய வம்சத்தின் பிரகாசமான கண்கள் வேறு

திக்குகளை நாடாவண்ணம் பார்த்துக்கொண்டான். அவர்கள் மனங்கோணாமல் நடப்பதே அவனுடைய திருப்பணி.

சுவாமி நித்தியானந்தரின் ஆசிரமத்தில் பிரசங்கம் செய்துவிட்டு வந்த அன்று மாலை, சுமந்திரன் மனம் சரியாக இல்லை. இதென்ன வாழ்வு...! சதா ஆதித்தியர்களையே போற்றிய வண்ணம்? என்று அவனுக்குக் கூட சலிப்புத் தட்டிவிட்டதா என்ன? அவன் உள்ளத்தில் என்ன காரணத்தினாலோ கொஞ்சம் சலனம் தோன்றியிருந்தது. வேலை ஓடாமல் சும்மா நாற்காலியில் சாய்ந்தபடி பராக்குப் பார்த்துக்கொண்டிருந்தான்.

அந்தச் சமயத்தில் தாரா ராணி உள்ளே நுழைந்தாள். இப்போதெல்லாம் இவ்விதமாக முன்னறிக்கையில்லாமல் சுமந்திரன் சன்னதிக்கு அவள் வரமுடிந்தது என்றால் அவளுடைய சரக்கு எத்தனை உயர்வாக இருக்க வேண்டும்! அவள் முகமலர்ச்சியுடன் தென்பட்டாள். சுமந்திரன் பிரசன்ன வதனத்துடன் இல்லை. ஆனால் தாராவிற்கு எப்போதுமே இவ்வித கவனங்கள் குறைவு. அவள் பிறரைப்பற்றி நினைத்தால்தானே! அதனால் சனத்குமார் சொல்லிக்கொடுத்திருந்ததைப் பூர்வாங்கமில்லாமல் அவனிடம் சொல்ல ஆரம்பித்துவிட்டாள்.

சத்தியோத்தியாவில் நடக்கும் எந்த விஷயம்தான் சுமந்திரனுக்குத் தெரியாமல் இருக்க முடியும்? அதுவும் அசோகனைத் துரத்த அங்கே நடந்து வரும் சூழ்ச்சிகளை அவன் தெரிந்து கொள்ளாமல் இருக்க முடியுமா? தாரா ராணி இதை நினைக்காமல் தன் வாயைத் திறந்து விட்டாள். சுமந்திரனுக்கு வேடிக்கையாக இருந்தது. இவள் என்னதான் சொல்லுகிறாள் பார்க்கலாம் என்று கேட்டுக் கொண்டிருந்தான். தாராவிற்கு கதையைக் கோவையாகக் கூடச் சொல்லத் தெரியவில்லை. அசோகனுடைய அரசியல் சிக்கல்களைப் பற்றி அவளுக்குக் கவனமில்லை. அவன் போனால் தனக்கு நலமுண்டாகலாமென்ற ஓர் எண்ணம்தான் அவளுக்கு. அதனால் ஏதேதோ சொல்லிக்கொண்டு போனாள். இடையில் சனத்குமார் சொன்னான் என்று கூட தப்பித்தவறி உளறிவிட்டாள். 'ஓகோ சனத்குமார்தான் இதற்கெல்லாம் அடிப்படையோ! அப்போது நான் கேள்வியுற்ற சமாசாரங்கள்

யாவும் நிஜமென்று நினைக்கலாம்' என்று சுமந்திரன் எண்ணிக் கொண்டான். ஆனால், வெளிப்படையாக, அவள் பேசி முடித்ததும் இது விஷயத்தில் தனக்கு யாதொரு சம்பந்தமும் இல்லாததுபோல் பதில் சொன்னான்.

"தாரா, இதையெல்லாம் நீ நம்புகிறாயா? நம்புவது அழகா? ஆதித்திய தேசத்தின் பிரபல மந்திரிகளான எங்களைப்பற்றி ஊர்மக்கள் நூறுவிதமாகப் பேசும். அவ்வித வதந்திகளை நீ நம்பக்கூடாது. அது மாத்திரமில்லை. அவற்றை வந்து என்னிடம் சொல்லவும் கூடாது" என்று சமாதானமான குரலில் சொன்னான்.

தாரா இதற்கு அடங்கவில்லை. "ருசுக்கள் இருப்பதாகவும், ஜனசபையில் அவனை அலசிவிடப் போவதாகவும் சனத்குமார் வீரம் பேசினான்!"

'ஓகோ... அவ்வளவு தூரத்திற்கு வந்து விட்டதா? அப்படியானால் இந்த அசடை மேலே பேசவிடக் கூடாது. அப்புறம் என்னிடம் சொன்னதாகவும் வெளியே போய்ச் சொல்லுவாள்.' என்று நினைத்து சுமந்திரன் அவளைக் கண்டிக்கும் வழியில் பதில் சொன்னான். "தாரா, இந்த ஊர் வம்பெல்லாம் உனக்கு எதற்கு? நீ உன் சொந்தக் காரியத்தை கவனியேன். உன் பெண்ணுக்கு புத்தி சொன்னாயா...?"

"அதுவா" தாரா தயங்கினாள்.

"கல்பனா குழந்தை; தனக்கு எது நல்லது நல்லதில்லையென்று தெரிய வயசாகவில்லை..."

சுமந்திரன் ஒரு புன்முறுவல் பூத்தான். "அப்போது நீதான் பொறுமையாக அவளுக்கு அந்த விஷயத்தைப் படித்துப் படித்துச் சொல்லவேண்டும்..."

"சுமந்திரா... நீ கொஞ்சம் அவகாசம் கொடுத்தால்?"

"நான்தான் சொல்லிவிட்டேனே.... நான் எத்தனை நாட்கள் வேண்டுமானாலும் காத்துக்கொண்டிருக்கத் தயார் என்று. ஆனால் லட்சுமணபுரி தேர்தல் இன்னும் பத்து நாட்களில் நடந்தாக வேண்டும்!" இப்படிச் சொல்லிவிட்டு அவளை

அர்த்தபுஷ்டியுடன் பார்த்தான். அப்புறம் கனிவான குரலில், "தாரா, நீ போ... போய் கல்பனாவிற்கு புத்தி புகட்டமுடியுமா பாரு" என்றான்.

அவன் கண்கள் கூறிய செய்தியை அவள் புரிந்து கொண்டாள். ஏதோ மந்திர சக்தியால் கட்டுண்டவள் போல் அங்கிருந்து புறப்பட்டு, கல்பனாவைத் தேடிச் சென்றாள்.

"ஓகோ! அப்படியா சங்கதி... சனத்குமாரிடம் ருசுக்கள் இருக்கின்றனவா? அவை என்னவோ! இருந்தாலும் அசோகன் தலை நன்றாக ஆடுகிறது! அதில் சந்தேகமில்லை. அவன் போனால் அப்புறம் சுமந்திரன் தனிக்காட்டு அரசனாக இருக்கலாம். இந்த ஆதித்தியர்களுக்கு மாத்திரம் தேச முன்னேற்றத்தில் இவ்வளவு பற்று இல்லாவிட்டால் எல்லாம் லகுவாக இருக்கும்."

சுமந்திரனுடைய சிந்தனையைக் கலைத்துக் கொண்டு, ஒரு சேவகன் கதவைத் தட்டிக் கொண்டே உள்ளே வந்தான். பிறகு வணக்கத்துடன், "உத்யோகஸ்தர்கள் சர்மா, ரானடே, ஜான், செல்வராஜ் முதலானோர் உங்களைப் பேட்டி காணக் காத்துக் கொண்டிருக்கிறார்கள்" என்றான்.

"வரச்சொல்லு" என்று மந்திரி சுருக்கமாய்ச் சொன்னான்.

அடுத்த நிமிஷம் அவர்கள் கும்பலாக உள்ளே வரவே அவன் திகைத்துப்போய்விட்டான். இதென்ன! வெவ்வேறு மந்திரி ஆலயங்களைச் சேர்ந்த இவர்களுக்குச் சேர்ந்தாற்போல் பேச என்ன விஷயங்கள் இருக்கப்போகின்றன? இன்று மீட்டிங் கூட ஒன்றுமில்லையே! அவர்கள் ஒவ்வொருவராக வருவார்கள் என்றல்லவா இவன் எதிர்பார்த்தான்!

அவர்களும் ஏதோ செய்யக்கூடாததைச் செய்து விட்டாற்போல் தம் தலைகளைத் தொங்கப் போட்டுக் கொண்டார்கள்.

"மன்னிக்க வேண்டும். சொல்ல வேண்டிய சங்கதி என்னுடைய சொந்த நிலைமையைப் பற்றித்தான். தைரியத்திற்காகவே இவர்களையும் அழைத்து வந்தேன்" என்று தட்டுத் தடுமாறிக்கொண்டு, சர்மா முன்னால் வந்தான்.

"என்ன விஷயமோ..." என்று சுமந்திரன் சாதுவான குரலில் கேட்டான்.

"நாங்கள் சின்ன ஆபீஸர்கள். நசுக்க வேண்டுமென்று மேலுள்ளவர்கள் நினைத்தால், நினைத்தபடி நடத்தலாம். அதனால் ஒன்றுகூடிப் பிழைக்கலாமென்று..."

"ஓகோ... உத்தியோகஸ்தர்களுக்குள் கூட்டுறவா...?" என்று இழுத்தான் சுமந்திரன். பின்பு சிறிது நேரங் கழித்து "எதற்காக?" என்றான்.

மந்திரிக்கு சர்மா பேசுவது பிடிக்கவில்லை என்று ஜான் எப்படியோ ஊகித்து விட்டான். அவன் கெட்டிக்காரன்; சூது வாதுகளில் பயின்றவன். "ஒன்றுமில்லை சார், ஸரஸ்வதி அன்னவிமானக் கம்பெனி விஷயத்தில் சில பழுதுகள் வந்துவிட்டன. மந்திரி அசோகனுக்குச் சந்தேகம். எல்லாவற்றையும் விசாரிக்கிறார். சர்மாவிற்கோ பயம். பழி தன் மேல் விழுந்துவிடுமோ என்று..." ஜான் நயமாகப் பேசினான்.

"ஏன் இந்த பயம்? நீ ஏதாவது தப்பு செய்தாயா?"

சர்மா - (சண்டை தொடுக்கும் தொனியில்) "இல்லை. ஆனால் ஒரு சின்னப் பிசகு என்னமோ நடந்திருக்கிறது. ஜனசபை சனத்குமார் உயர்ந்த பிரமாணங்கள் உள்ளவர். இந்தச் சங்கதி அவர் காதில் விழுந்தால், கேள்விகள் கேட்டு, எல்லோரையும் இழுத்து மாட்டி விட்டுவிடுவார். அதற்கு பயந்து மந்திரி அசோகன்..."

"பின், யாருடைய கவனக்குறைவால் இந்தப் பிழை ஏற்பட்டது?" என்றான் சுமந்திரன். அவன் அமைதியுடனும் சாதாரணக் குரலிலும்தான் கேட்டுக் கொண்டு வந்தான்.

"தெரியாது சார். உத்தியோகஸ்தர்களான நாங்கள் என்னமோ அவ்வப்போது விஷயங்களைக் கருத்துடன்தான் கவனித்துக்கொண்டு வருகிறோம்" என்றான் சர்மா.

"நீ பிசகு செய்திருந்தால், அதன் விளைவை நீ அனுபவிக்க வேண்டியதுதான்" என்றான் சுமந்திரன் நிதானமாக.

"சார், அதைத்தான் சொல்லவந்தேன். நான் ஒரு பாவத்தையும்

அறியேன். வீணாக என் மேல் பழியைப் போட மந்திரி அசோகன்...”

சுமந்திரன் அவனைத் தடுத்துப் பேசினான். “இதோ பார், சர்மா. அசோகன் அப்படிச் செய்யப் போவதாக உன்னைக் கூப்பிட்டு உன்னிடம் சொன்னானா....?”

“இல்லை.”

“பின் எதற்காக இவ்வித சந்தேகங்களைக் கிளப்பி விடுகிறாய்? நீங்கள் உத்தியோகஸ்தர்கள், உங்கள் பொறுப்பை உணர்ந்து. பதவியை வகிக்க வேண்டியவர்கள், சர்க்கார் தீர விசாரியாமல் உங்களை ஒன்றும் செய்யாது. அப்படி இருக்க, நீங்கள் இப்படி ஒன்றுகூடி மந்திரி அசோகன் பேரில் குறை கூறுவது அழகாக இல்லை! நம் தேசத்தின் பொது நலக் கொள்கைகள் என்ன! நீதி நெறிகளுக்கு நம் ஆதித்தியர்கள் கொடுத்திருக்கும் மகத்துவமென்ன! அவர்கள் அரசாளும் நேர்மை என்ன! அப்படியிருக்கும்போது வீணாகக் குற்றம் செய்யாதவன் மீது பழி ஏற்றுவதாக இந்த அரசாங்கத்தைத் தூற்றுகிறீர்களே! பொறுப்பை வகிக்கும் உங்களைப் போன்றுள்ள உத்தியோகஸ்தர்களுக்கு இது அழகாய் இல்லையே!”

சுமந்திரனுடைய நீண்ட பிரசங்கத்தைக் கேட்டு எல்லோரும் திகைத்துப் போய் விட்டார்கள்.

‘சரி’ யென்று அவன் தலையை ஆட்டியவுடன் வந்தவர்கள் கதவண்டை போய் விட்டார்கள்.

சர்மா மாத்திரம் இளித்தபடி, “என்னவானாலும், சமயம் கிடைத்தபோது இந்த எளியோனைப் பற்றி ஆதித்தியனிடம்...”

ஆதித்திய நாமத்தைக் கேட்டவுடன் சுமந்திரன் ஓர் இனிய புன்னகை செய்தான். “ஆதித்தியனிடம் சொல்லவேண்டுமா? “அவனிடம் பேச எனக்குத் தெரியும்” என்றான்.

இவ்வார்த்தைகளை எப்படி வேண்டுமானாலும் அர்த்தம் செய்யலாம். ‘என்ன நினைத்தாய்? ஆதித்தியனிடம் சொல்லி உன் விழியைப் பிதுங்க வைப்பேன்...’ என்றோ அல்லது ‘பயப்படாதே......... நான் சொன்னால், ஆதித்தியன் தடை

சொல்ல மாட்டான். நீ போ, நான் பார்த்துக் கொள்ளுகிறன்' என்றோ அர்த்தம் செய்யலாம். சர்மாவிற்கு மேலே பேச தைரியமில்லை. மற்றவர்களுடன் அவனும் வெளியேறினான்.

அவர்கள் போன பிறகு, சுமந்திரனுக்கு நிஜமாகவே சிரிப்பு தாங்க முடியவில்லை. மடையன்கள்! உத்யோகஸ்தர்களாம்! பிரமாதமாய் அனுபவப்பட்டவர்கள் - இவர்கள் மந்திரிகளுக்குச் சொல்லும் ஆலோசனைகளை மதிப்பிட முடியாது என்றெல்லாம் பொது ஜனம் நினைக்கிறது. இவர்களோ தம் வேலைத் திறமையால் ஆதித்தர்களுடைய திருப்தியைச் சம்பாதித்துக் கொள்ளத் தெரியாமல் அவனிடம் சிபாரிசுக்காக வருகிறார்கள்! இருக்கட்டும். இதுவும் ஒரு காரியத்திற்கு உதவியாக இருந்து விட்டது. அசோகன் மெதுவாக இந்த அசடு மேல் பழியைச் சுமத்திவிட்டு விலகப் பார்க்கிறான் என்று புரிகிறது. அது முடியுமா? சர்மாவைக் கொஞ்சம் கைதூக்கிவிட்டால் அது அசோகனை எத்தனை தூரம் பாதிக்கும்? இதைக் கண்டுபிடிக்க வேண்டும். பல பேர்களாகச் சேர்ந்து அசோகனை வேட்டையாடும் விந்தை சுமந்திரனுக்குக் களிப்பு உண்டாக்காமல் இருக்குமா?

அடுத்தபடியாக தன்னைப் பேட்டி காண மனுவர்க்கன் உள்ளே வந்ததும், அவன் என்ன விஷயமாய் பேச வந்திருக்கிறான் என்று சுமந்திரன் உடனே புரிந்து கொண்டு விட்டான்.

"ஓகோ... வா... உட்கார். ஜனசபை விவகாரங்கள் எந்த மட்டில் உள்ளன?" என்று அவனை உபசாரமாக விசாரித்தான் சுமந்திரன்.

"ஆயிற்று, அடுத்த புதன் அன்று பனிகால சபை கூடப் போகிறதே! அதற்கு முன்... உன்னைப் பார்த்துவிட்டுப் போகலாமென்று வந்தேன்..."

"அப்படியா? ஒவ்வொரு மந்திரியாக பேட்டியா? அசோகனைப் பார்த்தாயா?"

"இல்லை... அவன் ரொம்ப வேலையாக இருக்கிறான். திறப்பு தினத்தன்று ஏதோ அவனுடைய ஆலய வர்த்தமானங்களைப் பற்றிக் கேள்வியாம். அதனால்..."

“அதற்கென்ன... இதெல்லாம் எப்போதும் நடப்பதுதானே...?”

“ஆமாம், ஆமாம். ஆனால் இது ஏதோ கொஞ்சம் கவலைக்கு இடம் கொடுக்கும் விஷயமென்று ஊகிக்கிறேன். இல்லாவிட்டால் அசோகன் ஏன் அதைப்பற்றி இவ்வளவு சிரமப்பட வேண்டும்? மேலும் கேள்வி கேட்கப் போவது சனத்குமாராம்...”

“ஆமாம், அவன் விஷயங்களை எடுத்து அழகாகவும், தெளிவாகவும் பேசுவான். அதனால் அவன் கேள்வி என்றால் பதிலைக் கவனித்துத்தான் தயாரிக்க வேண்டும்....”

“ஆமாம். சனத்குமார் கூட என்னிடம் சொன்னான். அது அன்னவிமானக் கம்பனியைப் பொறுத்த சங்கதியாம். என்னமோ விமானம் செங்குத்தாய் தங்க வேண்டுமென்று மந்திரி நிபந்தனை கொடுத்தும் கூட கம்பனிக்காரர்கள் அதைச் சரியாக அமைக்கவில்லையாம். ஏதேதோ விசாரித்துக்கொண்டிருக்கிறேன். பூராவாக விஷயங்கள் இன்னும் தெளிவடையவில்லை என்று சொன்னான்... அப்புறம் என்ன ஆயிற்றோ தெரியவில்லை.”

“அப்படியா?”

“ஆமாம், எப்படியானாலும் நீ கொஞ்சம் கவனமாக இரு. ஜனசபையில் அசோகனை அங்கத்தினர்கள் பிழிய ஆரம்பித்துவிடப்போகிறார்கள். அவனுக்கு சகாயமாக...”

“கட்டாயம். நீ சொல்ல வேண்டுமா? எங்கள் மந்திரிசபை இந்த ஒன்றிப்பால்தானே சீராக நடக்கிறது! நாங்கள் ஒருவரையொருவர் பார்த்துக் கொள்ளுவதில் கண்ணும் கருத்துமாக இருப்போம். நீ விசாரப்படாதே...” மனுவர்க்கன் இன்னும் பலவித முகமன்களுடன் போய்விட்டான்.

விஷயம் அழகாக முற்றிக்கொண்டு வருகிறது என்று நினைத்தபடி சுமந்திரன் நாற்காலியில் சாயப்போகும் தருணத்தில் கதவை இடித்துக்கொண்டு சனத்குமார் உள்ளே வந்தான். சுமந்திரன் பின்னால் சாய மறந்து விட்டான். “நீயா?” என்று கேட்டான். சனத்குமார் இந்தக் கேள்வியை வேறுவிதமாக எடுத்துக்கொண்டான். ஈசுவரதாஸிடம் அடி வாங்கிவிட்டு வந்த சமயத்தில் சுமந்திரனும் ‘நீயா’ என்றால்? அவனும் தன்னைப்

பற்றி ஆதித்தியர்களிடம் கோள் சொல்லிவிடுவானோ? அவன் துதியுடனே கணபதி பூஜையை ஆரம்பித்தான்.

"சத்தியம், சீலம், நல்லொழுக்கமென்கிற ஆதித்திய அறநெறிகளை முறைக்குக் கொண்டுவர உன்னைப்போல் ஒருவராலும் முடியாது" என்று ஆரம்பித்தான் சனத்குமார்.

'ஓகோ... என்ன பீடிகை பலமாக இருக்கிறது! என் உதவியைக் கேட்கப் போகிறான் போலிருக்கிறது!' என்று சுமந்திரன் எண்ணிக்கொண்டு மேலும் அவன் சொல்லப் போவதை உற்சாகத்துடன் கேட்கத் தலைப்பட்டான்.

"அதனால்தான் விஷயத்தைத் தாமதமில்லாமல் உன் காதில் போடவேண்டுமென்று வந்தேன்... உன்னிடம் யாராவது சொன்னார்களோ என்னவோ... ஆனால் இந்த சரஸ்வதி அன்னவிமான விஷயமாய் யாரோ ஏதோ கிளப்பிவிட்டிருக்கிறார்கள்...?"

"என்ன!" சுமந்திரன் ஆச்சரியத்துடன் நிமிர்ந்து கொண்டான். சமாசாரம் அவன் எதிர்பார்த்தபடி போகவில்லையே!

"ஆமாம். யார் யாரோ சேர்ந்துகொண்டு அசோகனுடைய பெயரை அழிக்கப் பார்க்கிறார்கள்...."

"என்ன?"

"நீ கோபப்பட மாட்டாயா? உனக்கு இவ்விதமான அக்கிரமங்கள் பிடிக்காது என்று எனக்குத் தெரியும். அதுதான் சொல்லவந்தேன். நீ கவனமாக இரு. அசோகன் உன்னை... ஏன், இவர்கள் ரகுரஸ் கட்சியையே தொலைத்துவிடுவார்கள். வீண்விதண்டாவாதிகள். நீ இவர்களுக்கு இடம் கொடுக்கமாட்டாய். இருந்தாலும்...."

"அப்படியா சொல்லுகிறாய்?" என்று சுமந்திரன் வியப்புடன் கேட்டான்.

"பின்னே? உன் நேர்மை எனக்குத் தெரியும். அதனால் உன்னிடம் முறையிட வந்தேன். அசோகனைத் தொலைக்க என்று புறப்பட்டிருப்பது ஒரு சாக்குதான். ஒரு மறைவு என்று வைத்துக்கொள். நிஜமாகவே இவர்கள் நம் ராஜ்யத்தில் ஒரு பெரிய கலகத்தை உண்டுபண்ணப் புறப்பட்டிருக்கிறார்கள்.... சரி,

அடுத்த வாரம் ஜனசபை திறக்கிறது. எனக்கு தலைக்கு மேல் வேலை இருக்கிறது.... அதுவும் என் விஷயம் உனக்குத் தெரியுமே! நான் என்னுடைய பதவியைப் பயன்படுத்திக்கொள்வது கிடையாது. எல்லா வேலைகளையும் என் கையாலேயே செய்கிறவன்... அதனால் வருகிறேன்... போகவேண்டும்...”

‘இதென்னடா இது? செய்திகள் எப்படியெல்லாமோ வருகின்றன. இனிமேல் அசோகன் நீடித்திருப்பது கடினமென்ற முடிவிற்கு வரும் சமயத்தில், எவன் அவனைத் தொலைக்கப் பொடி வைத்திருக்கிறானோ, அவனே வந்து அசோகனின் கட்சிக்காகப் பேசினால்? இதென்ன மர்மம் விளங்கவில்லையே!’ சுமந்திரன் மேலே யோசிக்குமுன் டெலிபோன் மணி டிரிங் டிரிங் என்று அவசரமாக அடித்தது.

“ஓகோ, அரண்மனையிலிருந்து ஆதித்தியன் கூப்பிடுகிறானா?” சுமந்திரனுடைய குரல் மிருதுவாகவும் பெருந்தன்மையுடனும் ஒலித்தது. அதில் பணிவு இல்லை, சகோதர வாஞ்சை மிதந்தது. “ஆகா... ஆதித்தியனே... நீ நீடுழி வாழ்க...” என்றான். பிறகு ஆதித்தியன் சொல்ல வந்ததைக் கவனமாகக் கேட்டான். டெலிபோனில் பதிந்திருந்த சட்டத்தை ஆவலுடன் அடிக்கடி பார்த்துக்கொண்டான், ஆதித்தியனுடைய முகாரவிந்தத்தின் தரிசனம் கிடைக்குமாவென்று. ஆனால் முன்னேற்றத்தில் ஆர்வம் காண்பித்த ஆதித்தியர்கள் தங்கள் அரண்மனையில் மாத்திரம் ஏனோ பட டெலிபோன் உபயோகிப்பது கிடையாது. சுமந்திரனுக்கு இது ஏமாற்றமாய் இருந்தது.

ஆதித்தியன் பேசினான். சுமந்திரன் “ஊம்... ஆமாம்... ரொம்ப சரி... அப்படியே செய்கிறேன்...” என்று பதில் சொல்லிக்கொண்டே போனான். “என்ன? திரிசங்குவிலா? அன்னவிமானத்தைப் பற்றியா? விசாரிக்கிறேன்! ஆதித்திய தேஜசுக்கு ஒளி கொடுக்கும் ரகுரஸக் கட்சி தேசத்தின் சட்டங்களையும், நெறிகளையும் விதிக்கும்போது உனக்கு என்ன கவலை? ஆதித்திய நாமங்களை ஆயிரங் கோடி முறை ஜெபித்தாலும் ஜனங்களுக்கு என்னைப் போல் உன் மகிமை விளங்க முடியுமா?”

போன் பேச்சு முடிந்ததும் சுமந்திரன் பெருமூச்சு விட்டான். இப்படியா செய்தி? ஆதித்தியனுக்கு விஷயம் எவ்வளவு தூரம்

தெரியும்? அவன் சொன்னதற்கு எப்படி அர்த்தம் கொள்ளலாம்? திரிசங்கு முதலான பத்திரிகைகளில் அன்னவிமானக் கம்பெனியைப்பற்றி ஏதோ வதந்திகள் பிரசுரமாகியிருக்கின்றன. இதன் உண்மை என்ன? “சுமந்திரா... நீ இதைத் தீர விசாரிக்க வேண்டும். அசோகனுடைய முன்னேற்ற முறைகளால் தேசம் பயனடைந்திருக்கிறது. அதைக் கண்டு ஜனகாதிகளும் கொஞ்சம் அடங்கியிருக்கிறார்கள். அதனால் நீ இவ்விஷயத்தைக் கவனிக்க வேண்டும். தேசத்தின் நன்மையே நம்முடைய முதல் நோக்கம் இல்லையா?” என்றுதான் சொன்னான். சுமந்திரனும் விசாரிப்பதாகச் சொல்லி விட்டான். ஆனால் ஆதித்தனுடைய மனப்போக்கை அவனால் உணரமுடியவில்லை. அவன் அசோகன் சார்பாக இருந்துகொண்டு சமயம் வரும்போது அவனை அணைப்பானா? அப்படியானால் சுமந்திரன் அந்தச் சமயத்தில் பின்னால் இருக்கும்படியாய் நேரிடக்கூடாது. அவனும் அசோகனுக்குப் பக்கபலமாக இருப்பதாக ஆதித்தியன் எண்ணவேண்டும்.

சனத்குமார் பின்வாங்கிவிட்டான். என்ன காரணத்தினால் அவன் அப்படிச் செய்தான்? ஒருவேளை அசோகனே அவனுக்கு ஏதாவது ஆசை காட்டி... ஆனால் சனத்குமார் அத்தகைய ஆசாமி இல்லையே! அவனுடைய கண்ணியமான கொள்கைகள் சத்தியோத்தியாவில் பிரசித்தி பெற்றவை ஆயிற்றே! அப்போது...

ஒருவேளை ஈசுவரதாஸ் ஏதாவது உபாயம் செய்திருப்பானோ? அவன் அசோகனுடைய உயிர்த் தோழன் அல்லவா? மேலும் இது விஷயத்தில் அவன் அக்கறையுடன் அசோகனை இரட்சிக்க அரும்பாடு படுவதாக சுமந்திரனுக்குத் தெரியும். அதனால் ஒருவேளை... எப்படியானாலும் என்ன? அசோகனை மீட்பதில் நாமும் பங்குகொள்வதுதான் உசிதம் இல்லாவிட்டால்... ஆதித்தியனுக்கு என்ன தோன்றுமோ! இந்தத் தீர்மானத்திற்கு அவன் வரும் சமயத்தில்... என்ன ஆச்சரியம்! யாரைப்பற்றி எல்லோரும் இத்தனை தூரம் பேசினார்களோ, அவனே அசோகனே வந்துவிட்டான்.

அன்று காலை ஸ்ரீதேவியுடன் பேசியதிலிருந்து, போவதா வேண்டாமாவென்ற பிரச்னை அசோகன் மனத்தைக் குழப்பிக்கொண்டிருந்தது. வாஸ்தவம், ஸ்ரீதேவி இனிமேல்

பதவி மோகமென்று அவனை ஏசிக் காட்டமாட்டாள். ஆனால் அவனுடைய மனச்சாட்சி? அது அவனை ஏசாமல் இருக்குமா? அன்று முழுவதும் அவன் யோசனையில் இருந்தான். பிறகு திடீரென்று சாயங்காலம் ஆனதும் ஒரு முடிவிற்கு வந்தவன் போல் தெளிந்த முகத்துடன் சுமந்திரனைப் பார்க்க புறப்பட்டான்.

அசோகனைப் பார்த்தவுடன் சுமந்திரன் குழைந்தான். இருவரும் ரொம்ப மித்திர பாவத்துடன் குசலம் விசாரித்துக்கொண்டார்கள். ஸ்ரீதேவியைப் பற்றிய பேச்சையே சுமந்திரன் எடுக்கவில்லை. அவனுடைய பாய்ச்சல் பலிக்காத இடங்களை அவன் கவனியாதது போல் விட்டுவிடுவது வழக்கம். குசலப் பிரச்னம் ஆன பிறகு இருவருக்குமிடையே ஒரு தயக்கம் உண்டாயிற்று.

அசோகன் மெதுவாக "சுமந்திரா, நான் ராஜிநாமா செய்துவிட விரும்புகிறேன். இன்று இரவே ஆதித்தியனுடைய அனுமதியைக் கோரி அவனுக்குக் கடிதம் எழுதப்போகிறேன். விஷயம் உனக்கும் தெரிந்திருக்கட்டுமென்று சொல்ல வந்தேன்...." என்று அறிவித்தான்.

சுமந்திரன், எதை எதிர்பார்த்தானோ, அசோகன் இதைச் சொல்லுவான் என்று மட்டும் அவன் நினைக்கவில்லை.

"ராஜிநாமாவா?" என்று உண்மையான ஆச்சரியத்துடன் கேட்டான்.

"ஆமாம்." என்றான் அசோகன்.

"உனக்கென்ன பைத்தியமா? எதற்காக இப்படி திடீரென்று...?"

"இல்லை... என்னுடைய திட்டங்கள் குழம்புகின்றன. என் லட்சியங்கள் குலைகின்றன. ஜனசபையிலுள்ள ராஜ்யவாதிகள் என்னை இம்சிக்கிறார்கள். நான் போகிறேன்."

சுமந்திரன் யோசித்தான். நிச்சயமாய் ஆதித்தியன் இதற்கு இணங்க மாட்டான். அதனால் அவன் அசோகனைத் தூக்கிக் கொடுக்கவேண்டும்.

பிறகு பகிரங்கமாய், "முன்னேறும் பந்தயத்தில் இத்தனை உற்சாகம் காண்பித்த உன்னிடமா இந்த மனத்தளர்ச்சி?"

என்றான்.

"ஆமாம். நான் ஒரேயடியாக முன்னேற விரும்புகிறேன். ஓடுகிறேன்... அப்போது மூச்சு வாங்குகிறது. நீ சொன்னது சரி. நீ சொன்னாயே, ஒரே முட்டாக முன்னேற்றத்தில் இறங்கினால் வருத்தமென்று... அன்று சொன்னாயே...."

"வாஸ்தவம், அப்படியானால் நான் சொன்ன மாதிரி கொஞ்சம் நிதானித்துப் போயேன். அதற்காக ராஜிநாமா செய்வானேன்?"

"முடியாது. உனக்குத் தெரியாது. இதுபோன்ற விஷயங்களில் நிதானமென்பது கிடையாது. ஆரம்பித்துவிட்டால்... அப்புறம் ஓட்டம்தான். அதனால் எனக்கு நிற்க முடியவில்லை. நான் ஓடிக்கொண்டே இருக்கிறேன். சுதந்திரம் கிடைத்தவுடன் ஓட ஆரம்பித்தேன், இன்னமும் ஓடிக்கொண்டிருக்கிறேன்."

சுமந்திரன் அவனுக்கு நயமாக போதனை அளிக்க நினைத்தான். "அசோகா.... அப்படியானால் நீ அத்தனையையும் பாழாக்க விரும்புகிறாயா? அதாவது... நம்முடைய சுதந்திரப் போர், நம் வெற்றி, நம் ராஜ்யத்தை அழகாக முன்னுக்குக் கொண்டுவரும் திருப்பணி... அனைத்தும் வீண் போகுமே! ஜனகாதிகள் இதுதான் சாக்கென்று நம்மை ஏசுவார்கள். ரகுரஸர்களுக்கு சொற்பச் சீர்திருத்தங்களைச் செய்யக் கூட இயலாது. அவர்கள் தள்ளாடுகிறார்கள். அவர்களுடைய மந்திரிகள் சோர்ந்து உற்சாகம் குன்றி ராஜிநாமா செய்கிறார்கள் என்று பறையடித்து, ஜனங்களுக்கு முன் நம்மை இறக்குவார்களே! மேலும், இதை ஆதித்தியன் ஏற்கமாட்டான். நீ ராஜிநாமா பத்திரம் அனுப்பினால் கூட அவன் அதற்கு ஒப்பமாட்டான்."

"அப்படியா சொல்கிறாய்?"

"ஆமாம். என்னை நம்பு; ஆதித்தியனுக்கு நீ போவது இஷ்டமாக இருக்காது."

"என்னுடைய முன்னேற்ற முறைகள் உனக்குச் சம்மதமாக இருக்காது என்று...."

"அசோகா... நமக்குள் வீண் குழப்பமுண்டாக்குவதற்காக நடமாடும் அயோக்கியர்களுடைய பிரசாரங்கள் உன்னை

ஏமாற்றிவிட்டன. அதற்கென்ன, மனிதனுக்கு மனிதன் அபிப்பிராய பேதங்கள் இருக்கலாம். ஆதித்திய நாடு முன்னேறி வருவதில் எனக்கு மாத்திரம் சந்தோஷமில்லையா? அவசரப்படாதே என்று எச்சரித்தேன். அதற்குத் தகுந்தாற்போல் பாரேன்... சில விதண்டாவாதர்கள்...”

“உனக்குத் தெரியாது. புதன்கிழமை ஜனசபையில் என்னை எதிர்க்க...”

“அசோகா... நீயும் நானும் எழுந்து தைரியமாய் பேசும்போது, ஜனசபையில் நம்மிருவருடைய இணைப்பை எதிர்க்க யாருக்குத் துணிவு வரும்?”

“அதென்னமோ சரி...” இருந்தாலும் சுமந்திரன் அவன் கட்சி பேச எப்போது நிச்சயித்தான்? அசோகனுக்கு வியப்பாக இருந்தது. சுமந்திரனுக்கு தான் ராஜிநாமா செய்யப்போகும் விஷயம் மகிழ்ச்சியை உண்டாக்குமென்று அல்லவா அவன் எண்ணியிருந்தான்? அவன் என்னவென்றால் எதிர்பாராத விதத்தில் அவனை ஆதித்தியனுக்கு எழுதக்கூடாது என்று தடுப்பதும் அல்லாமல், ஜனசபையில் தான் பக்கபலமாகத் துணை இருப்பதாகக்கூட சூசனையாகச் சொல்லுகிறானே! அசோகனுக்கு ஒன்றும் பிடிபடவில்லை. வீடு போய் ஆலோசிக்க வேண்டுமென்று நினைத்து சுமந்திரனிடம் விடைபெற்றுக்கொண்டு போனான்.

சுமந்திரனோ அசோகன் போனவுடன் போனை எடுத்து அரண்மனைக்கு செய்தி கொடுத்தான். அவன் குரலில் பெருமிதம் ததும்பிற்று. ஆதித்தியர்களுக்கு ஜே! ஆதித்திய திலகா... ஜனகாதிகளுக்கு ஒரு பலத்த அடி. அவர்கள் அசோகனைக் குறிப்பிட்டு பத்திரிகையில் எழுதிவந்தது ஒரு மறைவிற்காகவே. வாஸ்தவத்தில் அடிப்படையாக நம்மை நம்மெல்லோரையுமே ஏமாற்ற அவர்கள் அஸ்திவாரம் போட்டிருந்தார்கள். அது பலிக்குமா? ஆதித்தியக் குலவிளக்கைப் பாதுகாக்க சதா சர்வதா விழிப்புடன் இருக்கும் இந்த சுமந்திரனுடைய கண்களிலிருந்து அவர்கள் தப்பியோட முடியுமா? - சுமந்திரன் பேச்சு சொல்மாரியாக வெளிவந்தது.

ஆதித்தியனுடைய பதில் பிரமாதமாகத்தான் இருந்திருக்க வேண்டும். மந்திரி சுமந்திரனுடைய கண்களில் மகிழ்ச்சி பொங்கி முகமெல்லாம் வழிந்தோடியது.

அவன் போனைக் கீழே வைத்தானோ இல்லையோ, அது மறுபடியும் மணி அடித்தது. இந்தத் தடவை தாரா ராணி பேசினாள். சுமந்திரன் முகத்தை அப்போது யாராவது பார்த்திருந்தால், மறுபடியும் ஆதித்தியன் தான் பேசுகிறானோ என்று ஐயமுறுவார்கள். தாராவின் வார்த்தைகள் அவனுக்கு அத்தனை சந்தோஷத்தைக் கொடுத்தன. அவனுக்குத் தன் ஆவலை அடக்கிக்கொள்ள முடியவில்லை. போனைக் கீழே வைத்த மறு நிமிஷமே தாரா வீட்டிற்குப் புறப்பட்டுவிட்டான்.

★★★

"கல்பனா, எதற்காக இப்படி உட்கார்ந்திருக்கிறாய் அம்மா? சுமந்திரனுக்குப் போன் செய்து விட்டேன். அவன் இதோ வந்துவிடுவான். அவன் மற்றவர்களைப்போல் இல்லை. உன் மனோபீஷ்டங்களை, உன் ஆசைகளை, உடனே நிறைவேற்றிவிடுவான். நீ கலங்காதே, வா. முகத்தைத் துடைத்துக் கொள்..." தாரா பரிவுடன் பேசினாள். இத்தனை கனிவு அவளுக்கு எங்கிருந்து வந்தது?

ஆனால், அவள் பேசினது ஒன்றும் கல்பனாவின் காதில் விழுந்ததாகத் தெரியவில்லை. கமலனை விட்டு வந்தது முதல் அவள் சுரணையற்று, கல்லாய்ச் சமைந்தபடி உட்கார்ந்திருந்தாள்.

"அம்மா, இனிமேல் நான் சுமந்திரனைப் பார்க்கத் தயார். நீ எப்போது வேண்டுமானாலும் அவனைக் கூப்பிடலாம்" என்று திரும்பி வந்தவுடன் தாராவிடம் அவள் சொன்னாள். கல்பனாவின் வாயிலிருந்து உதிர்ந்த இவ் வார்த்தைகள் பொருள் இல்லாதவை போல், அவ்வளவு உணர்ச்சியற்று இருந்தன.

ஆனால் தாரா அவளுடைய தோற்றத்தையோ, மனோநிலைமையையோ சட்டை செய்யவில்லை. பூரிப்புடன் உடனே சுமந்திரனை வரவழைக்க போனை எடுத்தாள்.

கல்பனாவோ அதற்குப்பிறகு பேசவே இல்லை. அப்படியே உட்கார்ந்த இடத்தைவிட்டு அசையாமல் வீற்றிருந்தாள்.

தாராவும் அவளுடைய அந்த ஸ்திதியைக் கலைக்க அஞ்சி, பேசாமல் இருந்தாள். அரைமணி சென்றது.

சுமந்திரன் வந்துவிட்டான். அவனைக் கண்டதும் அத்தனை நேரமாகப் பதுமைபோல் அசைவற்று உறைந்து போயிருந்த கல்பனாவின் தேகம் நடுங்க ஆரம்பித்தது.

“கல்பனா” - என்று அன்பொழுகும் குரலில் அவளைக் கூப்பிட்டபடி சுமந்திரன், அவளுடைய கரத்தைப் பற்றினான்.

கல்பனாவின் உடம்பில் உதறல் எடுத்தது. அவள் நிமிர்ந்து சுமந்திரனைப் பார்த்தாள். அவளுடைய கண்களில் மருட்சியும் பயமும் இருந்தன. சுமந்திரன் சிரித்தான்.

தேசிய கீதங்கள்

அன்று பனிகாலத்து ஜனசபை திறக்கும் தினம். சத்தியோத்தியா வீதிகளில் ஒரே கூட்டம். ஒவ்வொரு தடவையும் ஜனசபை கூடும் முதல் நாள் அன்று ஆதித்தியன் பேசுவது வழக்கம். அவனை எதிர்பார்த்துதான் ஜனங்கள் எங்கும் திரள்திரளாகக் கூடியிருந்தார்கள்.

தொலைவில் எட்டுக் குதிரைச் சாரட்டு, வெண் குடை, ஹனுமான் கொடி.... பிரசித்திபெற்ற ஆதித்திய கிரீடம் இவை இளம் சூரியகாந்தியில் பகட்டுடன் பிரகாசித்தன. வழிநெடுக ஜனங்கள் கரகோஷம் செய்தபடி இருந்தார்கள். ஆதித்தியன் சபையில் நுழைந்தான்.

சத்தியோத்தியா ஜனசபைக் கட்டிடம் ஒரு விசித்திர பாணியில் அமைந்திருந்தது. அதை வட்டமென்றும் சொல்லமுடியாது; சதுரம் என்றும் சொல்ல முடியாது; அதன் முகப்பு எல்லோராவின் அணிவகுப்பு மாடங்களைப் போல் இருந்தது. வாசல்களும், தோரணங்களும், தூண்களின் அமைப்பும் நாசூக்கான ஹோய்சால வேலைப்பாட்டைக் குறிப்பிட்டன. கட்டிடத்தைச் சுற்றியுள்ள தோட்டம் மொகலாய பாணியில் அமைந்திருந்தது.

ஆதித்தியன் வருமுன் சபையைச் சுற்றி இருந்த நடைகளில், ஒரே கலகலப்பான பேச்சு. விடுமுறை நாட்களுக்குப் பிறகு

சந்திக்கும் பள்ளி மாணவர்கள் போல் ஜனசபையோர்கள் குதூகலத்துடனும் உற்சாகத்துடனும் ஒருவரையொருவர் குசலம் விசாரித்துக் கொண்டார்கள்.

மேலும், மந்திரி அசோகனை யார் யாரோ ஒரு கை பார்க்கப் போகிறார்கள் என்ற ஒரு பேச்சு, நடைகளில் ஒருவித மகிழ்ச்சி பொங்கும் குதூகலத்தை உண்டாக்கி இருந்தது. தன்னை விட்டுப் பின்னொருவனுக்கு உதை என்றால் எவன் தான் சந்தோஷப்பட மாட்டான்? அவ்விதத் திருப்தி மானிடனுக்கு இயற்கையாயிற்றே! சபையோர் அதைப்பற்றிக் கசமுசவென்று பேசிக்கொள்ளும்போது அவர்கள் குரல்களில் அமிழ்ந்த திருப்தி இருந்தது.

தாரா ராணி மலர்ந்த முகத்துடன் நடையில் நடமாடிக் கொண்டிருந்தாள்.

மனுவர்க்கன் அவளைச் சந்தித்தான். “என்ன தாரா, ஒத்திகையா?” என்று கேட்டபடி இளித்தான்.

என்ன ஆச்சரியம்! எப்போதும்போல் முறைத்துக் கொள்ளாமல் தாரா ராணி சிரித்தாள்! “ஆமாம். நாளைக்கே லட்சுமணபுரி போகிறேன். அடுத்த வாரம் அங்கே மறு தேர்தல். இன்று அசோகன் பேசுவானே... கேட்டுவிட்டுப் போகலாமென்று தங்கினேன்.”

“ஓகோ அப்படியா... அப்படியானால் விஷயம் நிஜமாகவே கிட்டிமுட்டி வந்துவிட்டதா?”

தாரா பதில் சொல்வதற்குள் சனத்குமார் அங்கே வந்துவிட்டான். “என்ன தாரா தேர்தலுக்காகக் கிளம்பிவிட்டாயா? உன் பாடு சுகம்.” என்றான்.

மனுவர்க்கன் சிரித்தான். “சுமந்திரன் உதவி இருக்கும்போது...” என்று மேலே ஏதோ சொல்ல வந்தவன் வாளி தாடியினால் ஏற்கனவே நீண்டிருந்த சனத்குமாருடைய முகம் மேலும் நீண்டிருப்பதைப் பார்த்து, தன் பேச்சை நிறுத்திக்கொண்டான்.

“தாரா, இனிமேல் ஜனசபையில் நீ என்னுடைய ஆதரவை எதிர்பார்க்க முடியாது. நான் சுவிஸ்வாஸ் கோஷுடைய

அஸ்தி கிடைத்த இடத்தில் ஒரு பர்ணசாலை அமைத்துக் கொண்டு அங்கேயே தங்கப் போகிறேன்."

"ஓய்வு வேண்டுமானால் என்னுடைய தேயிலைத் தோட்டத்திற்கு வாயேன்" என்று கூப்பிட்டான் மனுவர்க்கன். "ஒரே வனாந்தரம், ரம்மியமான சூழ்நிலை... அந்தப் பெண்கள் பாடிக்கொண்டே தேயிலை பறிக்கும் காட்சி - பார்ப்பதற்கு ஆனந்தமாயிருக்கும்."

"அது வேண்டாம். நீ என்னுடன் லட்சுமணபுரிக்கு வா. உன்னுடைய அனுபவம் மிகுந்த சகாயம் எனக்கு உதவியாக இருக்கும். கிட்டே இருப்பதால், அடிக்கடி ஜனசபைக் காரியங்களையும் நீ கவனித்துக்கொள்ளலாம்'' என்று அழைத்தாள் தாரா ராணி.

"இனிமேல் நான் ஜனசபையைக் கவனிக்கப்போவதில்லை" என்று கசப்புடன் சொன்னான் சனத்குமார்.

மனுவர்க்கன், ''என்ன அப்படிச் சொல்லிவிட்டாய்? உன்னைப்போல் தைரியமாய் அக்கிரமங்களைத் தூண்டித் துலக்கி பகிரங்கப்படுத்த யாரால் முடியும்? நீ இவ்வித சேவை செய்வதை நிறுத்திக்கொண்டால் ஜனங்கள் கதி அதோகதியாய் விடும். இப்போது கூட நான் ஒரு புதிய செய்தி கேள்விப்பட்டேன். அதை ஆராய உன்னுடைய உதவியை அல்லவா எதிர்பார்த்துக் கொண்டிருக்கிறேன்? நீ பர்ணசாலை, விச்ராந்தி என்று சொல்லிக்கொண்டு எங்களைக் கைவிடலாமா? என்ன தாரா, நான் சொல்லுவது சரிதானே?"

"ஆமாம்" என்றபடி தாரா தலையை அசைத்தாள். அவளுக்கு சனத்குமாரைப்பற்றி என்ன கவலை? லட்சுமணபுரி தேர்தல், அப்புறம் ஜனசபை...... பிறகு அடுத்ததாக, உப மந்திரிப்பதவி என்று அவள் சிந்தனை அவளைக் கவ்வி விழுங்கிக்கொண்டிருந்தது.

ஜனசபைத் தாழ்வாரங்களில் ஜனங்கள் கும்பலாகப் போய்க்கொண்டிருந்தார்கள். முதல்நாள் வைபவத்தையும், ஆதித்தியன் பேசுவதையும் காண அவர்களுக்கு ஆவல். மேல் தட்டிலுள்ள மேடையில் ஜனங்களுக்கு உட்கார தாராளமாக இடம் இருந்தது. அந்த மேல் மாடத்தின் வட்டமான சாலையில் தட்டுத்தட்டாக ஆசனங்கள் அணிவகுத்து விடப்பட்டிருந்தன.

அங்கே உட்கார்ந்தால், கீழே ஜனசபையில் என்ன நடக்கிறதென்று தெளிவாகப் பார்க்கலாம்.

பூமா முதலில் உள்ளே போகத் தெரியாமல் திண்டாடினாள். சர்மா அவளுக்காக 'பாஸ்' வாங்கிக் கொடுத்திருந்தான்; ஆனால் அவள் இதுவரையில் ஜனசபைக்கு வந்ததே இல்லை; வழி தெரியவில்லை. அந்தச் சமயத்தில் பாஸு அவ்வழியே போனான். 'யார்? அசோகன் மைத்துனி மாதிரி இருக்கிறதே' என்று எண்ணி அவளுக்கு உதவ வேண்டி அவளிடம் போனான். "இப்படி வாருங்கள், அம்மா, நான் உங்களை மேலே அழைத்துப்போகிறேன்" என்று உபசாரமாய்ச் சொன்னான். பூமாவிற்கு ஒரே பூரிப்பு. அவளுக்கு நவநாகரிக உபசார வார்த்தைகளில் பழக்கமில்லை.

"அசோகனிடம் சொல்லியிருக்கக் கூடாதோ? அவர் உங்களுக்காகத் தனி ஏற்பாடு செய்திருப்பாரே!" என்றான் பாஸு. பூமாவிற்குப் பெருமை தாங்கவில்லை. தான் இன்னாரென்று கூடக் கண்டுகொண்டுவிட்டாரே இவர்! என்ன இருந்தாலும் உடன்பிறப்பு உடன் பிறப்புத்தான்.

உள்ளே போனவுடன் பூமா திகைத்து நின்று விட்டாள், இத்தனை விஸ்தாரமான இடத்தை அவள் எதிர்பார்க்கவில்லை. கீழே அமர்ந்துள்ள ஜனசபையோரின் தலைகள் தெரிந்தன. ஓர் உயர்ந்த நாற்காலியில் ஸ்பீக்கர் அமர்ந்திருந்தார். சுமந்திரனை அவள் இதற்கு முன் பார்த்ததில்லையானதால், அவனை அடையாளம் தெரியவில்லை. அசோகனைப் பார்த்தாள். கு.கு. கு.வும், சர்மாவும் மற்றும் அவளுக்குத் தெரிந்த சில ஆபீஸர்களும், மந்திரிகளுக்கு அருகேயுள்ள ஒரு கூண்டில், கைதிகள் போல் வீற்றிருந்தார்கள். பூமா தன்னைச் சுற்றியிருப்பவர்களையும் கவனித்தாள். கூட்டம் நெருக்கிற்று. எதிர்சாரியில் பத்திரிகை ஆசிரியர்கள் இருந்தார்கள். அவளை உபசரித்த பாஸு, கேசவன், சீனிவாசன், அமலன் முதலியோரை அவள் பார்த்தாள். அவள் கண்கள் மேல்தட்டு முழுவதையும் சோதனை போட்டன. அப்போது உத்தியோகஸ்தர்களுக்கும், பெரிய அந்தஸ்து உள்ளவர்களுக்கும் என்று தனியாக ஒதுக்கிவிட்டிருந்த ஒரு பகுதியில் அவள் ஸ்ரீதேவியைக் கண்டாள். என்ன தைரியம்

அவளுக்கு... அசோகன் அவமானப்படப் போவதைப் பார்க்க வந்திருக்கிறாளே!

வழிதவறிவிட்டதால், பூமா ஆதித்தியனைப் பார்க்க முடியவில்லை, அவன் பேச்சையும் கேட்கமுடியவில்லை. அவள் மேலே வருவதற்குள், அவன் சபையைத் திறந்துவிட்டுப் போய்விட்டான். அவள் வந்து உட்கார்ந்ததும், சபையில் கேள்விகள் ஆரம்பித்து விட்டன. அவள் பக்கத்திலுள்ளவர்கள், தமக்குள் குறிப்புகள் சொல்லியபடி பேசிக்கொண்டார்கள். பூமா காதில் அக்குறிப்புக்கள் விழுந்தன.

"அது யார்?"

"அவர்தான் சனத்குமார். அவர்தான் இன்று அசோகனை..." மேலே அவர்கள் பேசியது அவள் காதிற்கு எட்டவில்லை.

"அந்தத் தாடிக்காரனா? பார்த்தால் என்னமோ ரொம்ப சாதுவாய்த் தென்படுகிறானே!"

"ஆமாம்.... வெளியே அவருடன் ஓர் அம்மாள் பேசிக்கொண்டிருந்தாளே, அவளைக் கவனித்தாயா? அவள்தான் லட்சுமணபுரி அங்கத்தினராக வரப் போகிறாளாம்."

"ஐய்யய்யோ.... திரிசங்கு கூடக் குறிப்பிட்டிருந்தானே... அந்தத் தாரா ராணியா...."

"அவன் என்ன எழுதியிருந்தான்?"

"அந்த அம்மாளுக்காக வோட்டுப் போட ஒருவரும் வரமாட்டார்கள் என்று பயந்து ரகுரஸக் கட்சிக்காரர்கள் தேர்தல் அன்று வாக்காளர்களுக்கு இட்லி காப்பி சப்ளை செய்ய நம்ப வீரண்ணாவைக் கூப்பிட்டிருக்கிறார்களாம்."

"அப்படியாவது யாராவது வருவார்களோ என்றா... ஆனால் பாரு... எல்லோரும் இட்லி காப்பியை உள்ளே விட்டுவிட்டு, கம்பி நீட்டிவிடுவார்கள்."

"அந்த யோசனை கட்சிக்காரர்களுக்கும் ஏற்பட்டிருக்குமென்று நினைக்கிறேன். ஏனென்றால் ஆளுக்கு ஒரு சிறு தட்சணை...."

"சூ... சூ... அதோ சுமந்திரன் எழுந்திருக்கிறான்."

பூமா அவனைக் கூர்ந்து கவனித்தாள். அவள் இதுவரையில் அவனைப் பார்த்தது கிடையாது. ஆனால் அவனைப்பற்றி அவள் கேள்வியுற்ற விஷயங்களை வைத்துக்கொண்டு, சுமந்திரன் மிக்க கம்பீரமான தோற்றத்துடனும், அதிகார தோரணையுடனும் இருப்பான் என்று எதிர்பார்த்தாள். அவள் கண்டது சர்வ சாதாரணமான ஒரு மனிதன். இது அவளுக்கு ஓர் ஏமாற்றமாக இருந்தது என்றுகூடச் சொல்லலாம்.

இதற்குள் ஸ்பீக்கர் தன் கழியைத் தட்டினார். சர்மா கு.கு.கு.விடம் ஏதோ சொன்னான். கு.கு.கு. எழுந்து அசோகனிடம் ஒரு சீட்டை நீட்டினான். பத்திரிகை நிருபர்கள் எட்டிப் பார்த்தார்கள். கல்பனா அங்கே இருந்தாள். ஸ்ரீதேவியும் படபடவென்று அடித்துக்கொள்ளும் மார்புடன் எல்லாவற்றையும் கவனித்தாள்.

கேள்விகள் ஆரம்பமாயின. எல்லாம் சாதாரணக் கேள்விகளே. முதலில் சுமந்திரன் எழுந்து பதில் சொன்னான். அப்புறம் ஒவ்வொரு மந்திரியாக தத்தம் சப்ஜெக்டுகளுக்குத் தகுந்தபடி எழுந்து பதிலுரைத்தார்கள். அங்கத்தினர்களும் சளைக்காமல் எழுந்து கேட்டுக்கொண்டே இருந்தார்கள்.

ஜனசபை அங்கத்தினர்கள் என்றால், ஏதோ புரியாத புதிர்களாகத்தான் பேசுவார்கள் என்று எண்ணியிருந்த பூமாவிற்கு அவர்கள் போட்ட சில கேள்விகளைக் கேட்டு அதிசயமாய் இருந்தது. அங்கத்தினர்கள் என்றால் இப்படியா சில்லறை விஷயங்களைக் குறித்து நீட்டிப் பேசிக்கொண்டு போவார்கள் என்று வியந்தாள்.

“ராமநாதபுர அகதிகள் தங்க விடுதிகள் இல்லாமல் அவதிப்படுகிறார்களாம். அவர்களுக்கு சர்க்கார் என்ன உபகாரம் செய்யப்போகிறது?” என்று கேட்டார் ஒரு ஜனசபைப் பிரமுகர்.

“வீடுகள் ஏராளமாகக் கட்டியிருக்கிறோம். அவர்களுக்கு அங்கே குடிபோக இஷ்டமில்லை” என்றார் ஒரு மந்திரி.

“அவை அவர்களுடைய தொழிற்சாலைகளிலிருந்து மிகத் தள்ளி இருக்கின்றனவாம். வேறு எங்கேயாவது சௌகரியமாய் பக்கத்தில்...”

ஸ்பீக்கர் இடைமறித்தார். "சர்க்கார் விடுதிகள் ஏற்படுத்தியாகி விட்டது. அவர்களுக்கு அங்கே போக இஷ்டமில்லை என்றால் அதற்கு சர்க்கார் பொறுப்பாளி அல்ல. மேலே இந்தக் கேள்வியைத் தொடர்ந்து பேசவேண்டிய அவசியமில்லை" என்றார்.

இதைக் கேட்டவுடன், அந்த அங்கத்தினர் முகத்தைத் தொங்கப்போட்டுக்கொண்டு உட்கார்ந்துவிட்டார்.

சபையில் அமிழ்ந்த ஹாஸ்யம்.

அடுத்தபடியாக, "ரயிலில் போகும் பிரயாணிகளுக்கு சௌகரியம் போதாது. ஸ்நான அறையில் கைகழுவப் போனால், துடைத்துக் கொள்ளத் துண்டுகள் வைக்க வேண்டும்" என்றார் ஒருவர்.

"அப்படிச் செய்து பார்த்தாய்விட்டது. துண்டுகள் காணாமல் போய்விடுகின்றன" என்றார் ரயில்வே மந்திரி.

"சங்கிலி மாட்டி, பூட்டுப்போட்டுப் பாருங்கள்" என்றார் ஸ்பீக்கர். சபையில் ஒரே சிரிப்பு.

"ஆபாசப் படங்களும், புத்தகங்களும் சத்தியோத்தியா வீதிக் கடைகளை நிரப்புகின்றன. இந்த வெட்கக்கேட்டை நிறுத்தவேண்டும்" என்றார் மற்றொரு அங்கத்தினர்.

"அப்படி ஒன்றும் இருப்பதாகத் தெரியவில்லையே! இது பொழுதுபோகாத சில பேர்கள் வீணாகத் தூண்டிவிடும் வம்பு" என்றான் சுமந்திரன்.

அங்கத்தினர், "மந்திரி அவற்றை வாசித்து ரசித்திருக்கிறார் போல் தெரிகிறது" என்றார்.

சபையில் கொக்கரிப்பு, கூத்தாட்டம்; ஸ்பீக்கர் கழியைத் தட்டினார்.

மற்றோர் அங்கத்தினர் எழுந்து, "புத்தகங்களையாவது போகட்டுமென்று வைக்கலாம்...." மறுபடி சபையில் கும்மாளச் சிரிப்பு - "ஆனால் வியாதி பிடுங்கித் தின்னும் பிச்சைக்காரர்கள் சத்தியோத்தியாவின் அழகான வீதிகளை அசிங்கமாக்குகிறார்கள். இவர்களுக்கு ஒரு விடுதி ஏற்படுத்த சர்க்கார் என்ன முயற்சி செய்கிறது?" என்று கேட்டார்.

ஒரு மந்திரி எழுந்து பதில் சொன்னார். "அது சம்பந்தமாக யோசனைகள் நடந்துகொண்டிருக்கின்றன. ஆனால் ஓர் எச்சரிக்கை. ஜனங்கள், அவர்களுடைய வியாதி தம்மைத் தொற்றிக்கொண்டுவிடுமென்கிற பயத்தில் பிச்சையிட்டு, அவர்களுக்கு ஆதரவாக இருக்கக்கூடாது."

ஸ்பீக்கர் சொன்னார். "தினசரி கேள்விகள் முடிவடைந்துவிட்டன. அடுத்தபடியாக, அன்னவிமானக் கம்பெனி விஷயங்களை ஆராயவேண்டுமென்று குறிக்கப்பட்டிருக்கிறது. இந்த விசாரணையை யார் துவக்கப்போகிறார்கள்?"

அவருடைய கேள்விக்குப் பதில் கொடுக்க சனத்குமார் எழுந்தான். சபையில் ஒரே பரபரப்பு. எங்கும் குசுகுசுவென்று பேச்சு. ஒரே கிளர்ச்சி. அது அடங்கும்வரையில் அவன் வாய் திறவாமல் காத்திருந்தான்.

பிறகு சொன்னான்: "ஸ்பீக்கர் அவர்களே! அன்னவிமானங்களைப் பற்றிச் சில விஷயங்கள் என் வசம் இருக்கின்றன. சபையோருக்கு இவ்விஷயங்களை இன்று தெரியப்படுத்தலாமென்றுதான் இருந்தேன். ஆனால் சில சந்தேகங்கள், சில தடங்கல்கள்... சபையோர்களே! என்னுடைய நோக்கம் தேசத்தொண்டு குறிக்கோள் நாட்டின் சௌக்கியம். அதனால் ஆதாரங்கள் இருந்துங்கூட, இச்சந்தேகங்களைத் தீர்த்துக்கொள்ளும்வரையில் அனாவசியமாகப் பிறர்மேல் பழி சுமத்தி சபையில் அவர்களை அலச விரும்பவில்லை. அதனால் ஸ்பீக்கர் அவர்களே, தயவுசெய்து இந்த விசாரணையை அடுத்த வாரத்திற்குத் தள்ளிப் போடவும்."

சனத்குமார் பேசி முடித்துவிட்டுத் தன் ஆசனத்தில் அமர்ந்தவுடன், மேல் மாடியில் ஏதோ கலக்கம் உண்டாயிற்று. ஸ்பீக்கர் மணியை அடித்தார். ஆனால் ஜனங்கள் அதைக் கவனியாமல் கூச்சல் போட்டார்கள். "என்ன! என்ன ஆயிற்று?" என்று பூமாவின் அருகில் இருந்தவர்கள் ஒருவரையொருவர் கேட்டுக்கொண்டார்கள். ஆனால் அந்தக் கெடுபிடியில் என்ன நடந்தது என்று ஒருவருக்கும் சொல்லத் தெரியவில்லை. ஸ்பீக்கர் ஓயாமல் மணியை அடித்துக்கொண்டிருந்தார். சிறிது நேரத்திற்கெல்லாம் அமளி ஓய்ந்தது. சபையில் மறுபடியும்

நிம்மதி உண்டாயிற்று. கலங்கிவிட்ட சட்டசபையோர்கள் ஆசுவாசத்துடன் ஆதித்திய நாட்டிற்குச் சட்டம் விதிக்கும் பணியை மறுபடி துவக்கினார்கள். அப்போதுதான் பூமா, ஸ்ரீதேவி தன் இடத்தில் இல்லாததைக் கவனித்தாள். அவள் போய்விட்டாளா? இந்த நெருக்கடியில் அவளால் எப்படி வெளியே போக முடிந்தது? ஏன் போய்விட்டாள்? அசோகன் பேசுவதற்குள்ளாகவா போய்விட்டாள்?

★★★

திக்குத் தெரியாத காட்டில்

திடுதிடுவென்று ஜனசபை மேல் மாடத்திலுள்ள மொட்டை மாடிக்கு வரவும், தடதடவென்று தன் அன்னவிமானத்தைப் புறப்படச் செய்யவும் ஈசுவரதாஸுக்குச் சில நிமிஷங்களே பிடித்தன. நேரே உயரே எழும்பி, சத்தியோத்தியா மேல் பறக்க ஆரம்பித்த பிறகுதான் அவன் தன் அருகில் துவண்டு கிடந்த ஸ்ரீதேவியைத் திரும்பிப் பார்த்தான்.

அவளுடைய முகத்தில் அரும்பி நின்ற கவலைக் களை அவனுடைய உள்ளத்தைத் துளைத்தது. மயக்கத்தில் அவள் புரண்டாள். அப்போது அவளுடைய தேகம் அவன் மேல் பட்டது. உடனே அவன் அங்கம் புல்லரித்தது. சில வினாடிகளுக்கே இருந்தாலும் அந்தச் சில விநாடிகள், நிரந்தரமான வானொளியில், அவளுடன் தான் தனித்திருக்க நேரிட்டதைக் குறித்து அவன் இன்பமுற்றான். இந்தச் சில நிமிஷங்களுக்கு அவள் அவனுக்கே சொந்தம். இந்தச் சமயத் தில் யாராலும் அவளை, அவனிடமிருந்து பிரிக்க முடியாது. வைத்த கண் வாங்காமல் அவளுடைய வாடிய வதனத்தை அவன் பார்த்துக்கொண்டான். கடைசி முறையாக அவளுடைய பிம்பத்தை இழுத்துத் தனக்குள் புதைத்துக் கொண்டான்.

இதற்குள் விமானம் அசோகனுடைய தோட்டத்திலுள்ள மேடையில் இறங்கிவிட்டது. அவன் ஸ்ரீதேவியை

விமானத்திலிருந்து தூக்குவதைப் பார்த்து, சேவகனும் தாதியும் ஓடி வந்தார்கள். ரம்பா பாய்ந்து வந்து அவளை முகர்ந்தாள்.

ஈசுவரதாஸ் ஸ்ரீதேவியை அவள் அறைக்குள் எடுத்துச் சென்று, மெதுவாகப் படுக்கையில் கிடத்தினான். ஒரு நிமிஷம் தன்னுடைய முரட்டுக் கையால் அவளுடைய மெல்லிய தாடையை வருடினான்.

பிறகு பின்னால் நின்றிருந்த தாதியிடம் சொன்னான்: “ஒன்றுமில்லை. ஜனசபையில் உட்கார்ந்திருந்தபோது அம்மாவிற்குக் கொஞ்சம் மயக்கமாய் இருந்தது. உடனே அழைத்து வந்துவிட்டேன். நெற்றியில் குளிர்ந்த ஜலத்தினால் ஒத்தடம் போடு. கொஞ்ச நேரத்தில் சரியாய் விடும். நான் பக்கத்து அறையில் இருக்கிறேன். ஏதாவது தேவையானால் கூப்பிடு” என்று சொல்லிவிட்டுப் போனான்.

அரைமணி கழித்து, தாதி வந்து ஸ்ரீதேவி கூப்பிடுவதாகச் சொல்லி ஈசுவரதாஸை அழைத்தாள். அவன் அறைக்குள் பிரவேசித்தபோது, அவள் எழுந்து, படுக்கையிலேயே தலையணை மேல் சாய்ந்தபடி உட்கார்ந்திருப்பதைக் கண்டான்.

“என்ன நடந்தது?” என்று அவள் அவனை விசாரித்தாள்.

அவன் வேண்டுமென்றே, அவள் கேட்டது புரியாததுபோல், “ஒன்றுமில்லையே! உனக்கு ஏதோ கொஞ்சம் தலை சுற்றினாற்போல் இருந்தது. உன் அருகே இருந்தவர்கள் அனாவசியமாகப் பதற்றம் கொண்டு சபையைக் குழப்ப ஆரம்பித்தார்கள். அதனால் உன்னைச் சட்டென்று இங்கே கூட்டி வந்து விட்டேன்” என்று பதில் சொன்னான்.

“ஆமாம், ரொம்ப வெட்கக்கேடு. நான் அசட்டுத்தனமாக, போயும் போயும் ஜனசபையில் இப்படி நடந்து கொண்டேன். ஆனால் இப்பொழுது நான் அதைப்பற்றிக் கேட்கவில்லை. என்ன நடந்தது...? சனத்குமார் என்ன கேட்டான்...? அசோகன் என்ன பதில் சொன்னார்...?”

“ஓ... அதுவா. ஒன்றுமே ஆகவில்லை. சனத்குமார் யாதொரு கேள்வியும் கேட்கவில்லை. அதனால் அசோகன் பேசவேண்டிய

அவசியமும் ஏற்படவில்லை." அவன் இரண்டு கால்களையும் அகற்றிக்கொண்டு அவள் எதிரில் நின்றான். ஏன் கவலைப்பட வேண்டும் என்பது போல் நிதானமாக தன் புகைக் குழலை ஊதினான்.

"ஏன்? இத்தனை தூரம் அசோகனை எச்சரித்து வந்தவன் எதனால் இப்படிக் கடைசி நிமிஷத்தில் பின்வாங்கினான்...?"

அவன் தன் தோள்களைக் குலுக்கிக் கொண்டான். "என்னவோ, யார் கண்டார்கள்?" என்றான்.

இந்தப் பதில் அவளுக்குத் திருப்திகரமாகப் படவில்லை. "எனக்குப் புரியவில்லை. எதற்காக...?"

"சில சமயங்களில் நாமெல்லோரும் அசட்டுத்தனமாக ஏதாவது ஒரு காரியத்தை ஆரம்பிப்போம். அப்புறம் உண்மை விளங்கினதும் விலகிக்கொள்வோம். சனத்குமாரும் அப்படி செய்திருக்கலாம்..."

''ஒருவேளை யாராவது இது விஷயத்தில் தலையிட்டிருக்கலாமோ..?" அவள் பேசும்போது அவளுடைய கண்கள் ஈசுவரதாஸை ஊடுருவிப் பார்த்தன.

"அப்படி இருந்தால் கூட என்ன?" என்று அவன் கேட்டான்.

"இத்துடன் சங்கதி முடிவு பெறாதே! நாளைக்கு வேறு யாராவது அன்னவிமானக் கம்பெனி விஷயத்தைத் தோண்டிப்பார்க்கப் புறப்பட்டால்..." ஈசுவரதாஸ் மௌனமாய் இருந்தான்.

ஸ்ரீதேவி மறுபடியும் கேட்டாள். "ஒருவேளை யாராவது சனத்குமார் வாயைப் பலவந்தமாக, பலாத்காரமாக அடைத்திருக்க முடியுமோ?"

"இருக்கலாம்... நல்லதுதானே!"

"என்ன? அசோகனுக்குத் தெரியாமல் அவருடைய கொள்கைக்கு மாறாக அப்படிச் செய்ய யார் துணிவார்கள்?" - அவள் அவனைப் பார்த்தாள்.

அவனுடைய கண்கள் அவளைக் கெஞ்சின. "ஸ்ரீதேவி, ஒன்று செய்; அசோகன் வேலையை விட அவசரப்படுகிறான்.

கொஞ்சம் அவனை நிதானிக்கச் சொல். ஒன்றிரண்டு நாட்கள் பொறுக்கச் சொல்...”

“எதற்காக இப்படி இரண்டு நாட்கள் தவணை?”

“சும்மாத்தான்”. அப்படிச் சொல்லிவிட்டு அவன் அவளுக்கு அருகில் வந்தான்.

வார்த்தைகள் அவனுடைய தொண்டையிலிருந்து கிளம்ப மறுத்துவிட்டன. ஆனால் அவன் கைவிரல் அவளுடைய கரத்தில் மிருதுவாகக் கோடுகள் கிழித்தது. ‘ஸ்ரீதேவி!’ தித்திக்கும் அந்தப் பெயரைப் பன்முறை அவன் தன் நாவிற்குள்ளேயே சொல்லிக்கொண்டான். பிறகு லேசாக அவளுடைய கன்னத்தைத் தொட்டுப் பார்த்தான். ஒருவேளை ஸ்ரீதேவி மயக்கத்தின் விளைவாக அயர்ந்திருந்தாளோ... அவளால் அவனைத் தடுக்கமுடியவில்லையோ! அந்த பலஹீன நிலைமையில் இந்த இசைவான செய்கைகள், அவளுக்குத் தாலாட்டுப் போல் இதமாக இருந்தனவோ? ஏனென்றால் அவள் அசையவில்லை. அதற்குப் பதிலாகக் கண்களை மூடியவண்ணம், ஒரு நூதனமான இன்ப உணர்ச்சிக்கு இடம் கொடுப்பதுபோல் தென்பட்டாள். அவள் பேசாமலிருப்பதைப் பார்த்து, அவனும் அவளைத் தொடும் பாக்கியத்தை ரசித்துக் கொண்டிருந்தான்.

சீக்கிரம் அந்த இன்ப உணர்வு கலைந்தது. அவள் மறுபடியும் கேட்டாள் “ஏன் இந்தத் தவணை?” என்று.

அவன் மனம் இதற்குப் பதில் சொல்லும் நிலைமையில் இல்லை. அடுத்தாற்போல் அவன் சொன்ன வார்த்தைகளிலிருந்து அது எங்கே போயிருக்கிறது என்பது தெளிவாயிற்று. “ஸ்ரீதேவி, நாளைக்கே நான் உலகப் பிரயாணம் கிளம்புகிறேன்” என்றான்.

இதைக் கேட்டவுடன் அவள் கலவரங்கொண்ட மாதிரியில் படுக்கையிலிருந்து எழுந்திருக்க முயன்றாள்.

ஆனால், அவன் அங்கே நிற்கவில்லை. “எழுந்திருக்காதே!” என்றான் பற்களைக் கடித்தபடி. பிறகு அவளைப் பார்க்காமலேயே ஓட்டமும் நடையுமாக அவ்விடத்தைவிட்டு

அகன்றான்.

ஈசுவரதாஸ் ஏதோ செய்திருக்கிறான். எப்படி, என்னவென்று அவளுக்குத் தெரியாவிட்டாலும், அவன் சொல்வதிலிருந்து அது நன்றாகத் தெரிகிறது. அப்படிச் செய்ததுமல்லாமல், 'இதோ என் பங்கை நான் செய்துவிட்டேன். இனிமேல் உன் பாடு' என்பதுபோல் பகிர்ந்துவிட்டுப் போகவும் போய்விட்டான். இனிமேல்...? இவள் பங்கு....? இனிமேல் இவள் மந்திரி அசோகனுக்குத் தகுந்த மனைவியாக விசாந்தக் கலையைப் பழகிக்கொண்டு, சத்தியோத்தியாவிற்கு ஓர் அணிகலமாகத் திகழவேண்டும். அவள் பெருமூச்சு விட்டாள். ஆமாம், அப்படித்தான்.

ஆனால் அவள் நினைத்துக்கொண்டாள். ஆனால் ஒன்று, ஒரு நினைவு... அதை ஒருவராலும், சத்தியோத்தியா வாழ்வால் கூட, அவள் மனதிலிருந்து பிய்த்து எறியமுடியாது. அதுதான் ஒரு மனிதன் அவளைப் பூரணமாகக் காதலித்த அந்த இன்ப நினைவு. அது மாத்திரமல்ல... அந்த நினைவு எப்போதும் அவள் உள்ளத்தில் வாழுமென்ற உறுதி... அதையும் யாராலும் அழிக்கமுடியாது.

அப்போது ஜனசபையிலிருந்து திரும்பிய அசோகன் உள்ளே வந்தான். அவன் முகத்தில் கவலைக் குறி மாறவில்லை.

"சனத்குமார் ஒன்றும் கேட்கவில்லை என்று கேள்விப்பட்டேன்" என்றாள் அவள்.

"ஆமாம். நீ வரவில்லையா? வருவதாகச் சொல்லியிருந்தாயே!" என்றான் அவன்.

"ஆமாம், சொன்னேன்; வரவும் வந்தேன், ஆனால் திடீரென்று உடம்பு கொஞ்சம் அசௌக்கியமாய் விட்டது. உடனே வீடு திரும்பிவிட்டேன். சனத்குமார் என்ன சொன்னான்?"

"ஒன்றுமில்லை.... ஏதோ தவக்கம். சந்தேகங்கள் ருசுவாகவில்லை; இந்த விசாரணையை அடுத்த வாரத்திற்குத் தள்ளிப்போடவும் என்று ஸ்பீக்கரைக் கேட்டுக்கொண்டான்."

அவனும் அவள் உடம்பைப்பற்றி மேலே விசாரிக்கவில்லை.

அவளும் அதை எதிர்பார்க்கவில்லை போலும். அவன் மனத்திலுள்ள விஷயத்தைப் பற்றியே பேசினாள். “அப்போது இனிமேல் மேலே நடக்க வேண்டியது?”

“அப்போது என்ன விஷயம் முடிவடையவில்லை என்று அர்த்தம். அதனால் நான் எப்படியும் போவது என்று முடிவுகட்டிவிட்டேன்.”

“வேண்டாம். நீங்கள் போகக்கூடாது. அசோகன், நீங்கள் சென்றால் நம் நாட்டின் முன்னேற்றத் திட்டங்கள் சீர்குலையுமென்று நீங்கள் உணரவில்லையா?” என்று கேட்டாள் ஸ்ரீதேவி.

“என்னால் இந்தச் சஞ்சலமான நிலைமையைத் தாள முடியவில்லை. இன்றைக்கோ நாளைக்கோ யார் வேண்டுமானாலும் என்ன குற்றங்களை வேண்டுமானாலும் கொணர்ந்து என் மேல் சாட்டலாமென்று நினைக்கும்போது இந்த ராஜீய விஷயங்கள் எனக்கு வெறுப்பைத்தான் தருகின்றன. எதற்காக இந்தப் பதவியை வைத்துக்கொண்டு இப்படி நிலைகொள்ளாமல் திண்டாட வேண்டுமென்று தோன்றுகிறது.”

“நீங்கள் போகக்கூடாது.”

“உனக்குப் புரியவில்லை. திடீரென்று எதிர்பாராத திக்கிலிருந்து யார் வேண்டுமானாலும் என்னைத் தாக்கலாம்.”

“என்னமோ... நமக்கும் அனுகூலமாக இருக்க நான்கு பேர்கள் தழைக்கமாட்டார்களா?”

“ஏன் அப்படிச் சொல்லுகிறாய்? யாராவது ஏதாவது நம்பிக்கை வரும்படி சொன்னார்களா?” அவன் உள்ளத்தில் சிறிதளவு தைரியம் துளிர்த்தது.

“இல்லையே....”

“அப்படியானால்... நீ சொல்லுவதற்கு ஆதாரம்....? ஸ்ரீதேவி, ஈசுவரதாஸ் இங்கே வந்திருந்தானா?”

“ஆமாம்.”

“ஏதாவது சொன்னானா?”

“இல்லை... ஆனால் எனக்கென்னமோ சந்தேகம்...”

அப்போது ராஜு வராந்தா வழியாக வந்து, அறை வாசற்படியில் தயங்கியபடி நின்றான். அசோகன் அவனைப் பார்த்துவிட்டான். “என்ன ராஜு?” என்று கேட்டான்.

“மன்னிக்க வேண்டும். ரொம்ப முக்கியமான செய்தி என்று தோன்றியதால் சொல்லவந்தேன்...”

“என்ன?”

“சர்மா ஆபீஸிலிருந்து இப்போதுதான் போன் செய்தார். அந்த நோட் அகப்பட்டுவிட்டதாம்.”

“என்ன? எப்படி? எங்கே கிடைத்தது?”

“தவறுதலாக வேறு ஃபைலுடன் அது ஸரஸ்வதிக்கு போயிருக்கவேண்டும். இன்று அங்கிருந்து வந்த ஃபைல் ஒன்றில் அது கிடைத்ததாம்...”

மந்திரி அசோகனுக்கு இதைக் கேட்க ஒரே திகைப்பாக இருந்தது. ஒரு ஃபைலிலுள்ள நோட்டை எடுத்து யாராவது இன்னுமொரு ஃபைலில் வைக்கக்கூடுமா? இதில் ஏதோ சூதிருக்கிறது. ஒருவேளை ஈசுவரதாஸ்..? ஆனால் அவன் கைக்கு அது எப்படிப் போக முடியும்? அப்படி அவன் ஏதாவது தந்திரம் செய்து ஃபைலை எடுத்திருந்தால்கூட நோட்டை எங்கிருந்து தருவித்து அதற்குள் செருகினான்?

“சரி ராஜு. நீ போ... நானும் ஆபீஸ் அறைக்கு இதோ வந்துவிடுகிறேன்” என்றான் அசோகன் காரியதரிசியிடம்.

அவன் போனான்.

“இதென்ன? இந்த நோட் விஷயம் எனக்குப் புதிதாக இருக்கிறதே!” என்று கேட்டாள் ஸ்ரீதேவி.

“ஸ்ரீதேவி, இந்த நோட் அகப்பட்டுவிட்டதால் இனிமேல் என் பிழையை நான் ஆதித்தியனிடம்கூட ஒப்புக்கொள்ளவேண்டாம். இனிமேல் நான் அவமானப்படாமல் போகலாம். எனக்கு இந்த அரசியல் வாழ்க்கை பிடிக்கவில்லை என்று சொல்லிக்கொண்டு சங்கை இல்லாமல் விலகலாம்.”

"அதுதான் சொன்னேனே... நீங்கள் போனால் நாடு சீர்குலையுமென்று. ஒரு நாட்டின் உண்மை பலம் அதனுடைய உழைப்பாளிகள் செய்யும் பொதுநல முயற்சிகளால்தான் தெரியும். அதனால்..."

"நீ இப்படி ஏன் மாறிவிட்டாயென்றுதான் எனக்குப் புரியவில்லை."

"அதைப்பற்றித்தான் அன்றைக்கே விளக்கினேனே! இத்தனை நாட்களாக நான் அசட்டுத்தனமாக உங்களுக்குப் பதவிமோகம் என்று எண்ணியிருந்தேன். தேசத்திற்காக நீங்கள் செய்யும் பணி ஏனோ என் கண்களில் படவில்லை; நான் குருடாக இருந்து விட்டேன்."

இதைக் கேட்டு அவன் மனம் இளகினான். "வாஸ்தவம். நான் என்னவோ பொதுஜனத்தின் நலத்தை உத்தேசித்துத்தான் எல்லாப் பணிகளையும் ஏற்கிறேன். அந்தச் சேவை செய்வதற்காகவேதான் உயிர்வாழ வேண்டுமென்று எண்ணுகிறேன். ஆனால்... இனிமேல் காரியம் மிஞ்சிவிட்டது. ஏன் என்று கேட்கிறாயா? இந்த நோட்டுதான் கிடைத்துவிட்டதே... இனி மேல் கு.கு. கு. வின் யோசனையைப் பின்பற்றலாமென்றால்கூட அது முடியாத காரியம். அப்படிப் பொய் சொல்லிக்கூட தப்ப வழியில்லை. நோட்டின் காப்பி யார் யாரிடம் அகப்பட்டுக்கொண்டிருக்கிறதோ! மந்திரி. அசோகன் தன் பதவியைக் காக்க ஜனசபையில் பொய் சொன்னான் என்ற அபகீர்த்தி வந்துவிட்டால்...?" அவன் தன் மனைவியின் பக்கம் திரும்பி "நான் தங்கப்போவதில்லை. கட்டாயம் போவேன்" என்றான்.

"அசோகன், அன்று நான் வற்புறுத்துவதால், எனக்காகப் போகவேண்டுமென்றீர்களே! இன்று நான் மன்றாடுவதால் எனக்காக இருங்கள். அப்புறம் என் கலை என்ன ஆவது? என் வாழ்வு எப்படி இருக்கும்? ஜனங்களுடைய எதிர்கால வாழ்வு... என்னுடைய கலை... இவற்றை உத்தேசித்தாவது..."

அந்தச் சமயத்தில் ராஜூ மறுபடியும் வாசற்படியில் தோன்றினான்.

இந்தத் தடவை அசோகன் பொறுமை இழந்தவாறு, "என்ன வேண்டும்?" என்று அதட்டும் குரலில் கேட்டான்.

ராஜு தயங்கியபடி பதில் சொன்னான்: "இல்லை... ஸரஸ்வதியிலிருந்து ஒரு அவசரக் கடிதம். மந்திரி அவர்கள் ஸரஸ்வதியைப் பற்றி ரொம்ப விசாரப்படுவதால் ஒருவேளை இதை உடனே கொடுக்க வேண்டுமோவென்று நினைத்து ...." அவன் ஒரு உறையை நீட்டினான்.

அசோகன் ராஜு சொன்னதைக் கேட்டவுடன் கொஞ்சம் தணிந்தான். உறையை வாங்கி உடைத்து வாசித்தான். உடனே இத்தனை பொழுதாகச் சிடுசிடுத்திருந்த அவன் முகம் மலர்ந்தது. கவலையால் சுருக்கங்கள் விழுந்திருந்த அவனுடைய நெற்றி மறுபடியும் வழவழப்புடன் மிளிர்ந்தது.

அவன் ராஜுவைப் பார்த்து தன் கண்கள் ஒடுங்கச் சிரித்தான். "நீ நினைத்தது சரி. இது நான் உடனே கவனிக்கவேண்டிய விஷயம் தான்" என்றான்.

ராஜு செத்தோம் பிழைத்தோமென்று அவ்விடத்தைவிட்டு அகன்றான்.

இந்தக் காரியதரிசி வேலை என்றாலே இப்படித்தான். யாரையாவது கேட்டு, ஏதாவது சிபாரிசு செய்யச் சொல்லி இந்த வேலையை விட்டுத் தொலைத்துவிட்டுப் போய்விடவேண்டுமென்று தீர்மானித்தபடி ராஜு ஆபீஸ் அறையை நெருங்கினான்.

அங்கே, அசோகனை அவசரமாகப் பார்ப்பதற்காக மனுவர்க்கன் காத்திருப்பதைக் கண்டான்.

உடனே அவனுடைய வேலைமேல் அவன் கொண்ட வெறுப்பு மின்னல் போல் மறைந்துவிட்டது. தன் மார்பை அகற்றிவிட்டுக்கொண்டு, மனுவர்க்கனை முகமலர்ச்சியுடன் வரவேற்றான்.

"மந்திரி இதோ வந்துவிடுவார். உட்காருங்கள். அவருக்கு எத்தனையோ வேலை.... சொன்னால் போதுமா அவர் தாங்கும் பாரத்தை!" தான்தான் ஏதோ தாங்குவது போல் ராஜு பெருமூச்சுவிட்டான்.

மனுவர்க்கன் நினைத்துக்கொண்டான். ‘‘இந்தக் காரியதரிசிகளே இப்படித்தான். ஏதோ அவர்கள்தான் மந்திரிப்பதவியை வகிப்பவர்கள் போல் எத்தனை பெருமை அடித்துக்கொள்கிறார்கள்..!”

ராஜு சென்ற பிறகு, “உங்கள் முகத்தைப் பார்த்தால் பளிச்சென்று ஏதோ கவலை விட்டுவிட்டது போல் காணுகிறதே! என்ன விஷயம்?” என்று ஸ்ரீதேவி அசோகனைக் கேட்டாள்.

“ஆமாம். நீ நினைத்தது சரி. இந்தக் கடிதம் மதர்லாந்துக் கம்பெனி வேனிடமிருந்து வந்திருக்கிறது. அன்ன விமானங்களை நேரே எழுப்பச் செய்ய ஸ்மித் கையாண்ட ஆராய்ச்சி விஷயங்கள், இப்போதுதான் வேனின் கைக்குக் கிடைத்தனவாம். ஸ்மித் இறந்து விட்டதால் அவன் தன்னந்தனியாக மேற்கொண்ட இவ்வாராய்ச்சிப் பேப்பர்கள் அவனுடைய சொந்தப் பேப்பர்களுடன் அகப்பட்டுக்கொண்டு, வேனைச் சேர இத்தனை தவக்கமாய் விட்டதாம். ஸ்மித் இவ்வளவு தூரம் ஆராய்ச்சி நடத்திய விஷயமே வேனிற்குத் தெரியாததினால்.... என்னிடம் அவன் உறுதி கூற முடியவில்லை. இனிமேல் தாமதமில்லாமல் என் எண்ணப்படி ஆதித்திய நாட்டின் அன்னவிமானங்கள் அழகாகவும் செங்குத்தாகவும் எழும்பவோ இறங்கவோ செய்யும்படி தயாரித்துத் தருவதாக வேன் எழுதியிருக்கிறான். இதோ வாசித்துப் பாரு... என்ன அருமையான மரியாதை தொகுத்த வார்த்தைகள் பார்த்தாயா? சரி, ஸ்ரீதேவி இனிமேல் நான் மானத்துடன் அரசாங்கத்திலிருந்து ஒதுங்கிக்கொள்ள முடியும்.”

‘‘இதென்ன மதியீனம்! இத்தனை நாட்களாக அன்னவிமானங்களுக்காக உழைத்துவிட்டு, இப்போது அவை அழகாகப் பூர்த்தியாகும் சமயத்தில் போவதா? விமானங்களை முதல் முதல் பார்வையிட ஆதித்தியன் வரும்போது, உங்களுக்குப் பதிலாக சுமந்திரனா அவனுடைய பெருமிதப் பார்வைகளையும் புகழ்களையும் ஏற்கவேண்டும்?”

சுமந்திரன் என்றதும் அசோகனுக்குத் தயக்கமுண்டாயிற்று. “நான் ராஜிநாமா செய்யப்போகிறேன்” என்றதும் சுமந்திரன் மிக்க கருத்துடன் அவனைத் தடுத்தான். அதுமாதிரிதான்

அவனுக்குப் பட்டது. இருந்தாலும், அசோகன் போய்விட்டால் அவனுக்கு சந்தோஷம் இருக்காதா? அதைக்கூட இயற்கை என்று தள்ளிவிடலாம். ஆனால் தன்னுடைய அரும் பாடுகளின் விளைவுகளை அவன் அல்லவா ருசிப்பான்? கண்டு மகிழ்வான். ஆதித்தியனுடைய கருணை பொங்கும் பார்வை அவன் மேல் அல்லவா விழும்! அதற்கு இடம் கொடுப்பதா, அதுவும் எல்லாவித சந்தேகங்களும் அகன்ற பிறகு ....?

“அப்படியா நினைக்கிறாய்?” என்று அவன் தன் மனைவியை உரக்கக் கேட்டான்.

“ஆமாம். ஏதோ கண்ணிற்குக்கூடத் தெரியாத உயர்தரப் பிரமாணங்கள் என்று சொல்லிக்கொண்டு நீங்கள் போனால், வேண்டுமென்றே சுமந்திரனுக்கு வழிவிட்ட மாதிரி ஆகும்.”

அதற்குமேல் அசோகன் தர்க்கம் செய்யவில்லை. ஏதோ ஒருவித அந்தரங்க உணர்வினால் ஈசுவரதாஸைப் போல் ஸ்ரீதேவியும் அசோகனுடைய பலஹீனத்தைத் தெரிந்து கொண்டு, அந்தக் கருவியை தக்க சந்தர்ப்பத்தில் உபயோகப்படுத்தி விட்டாள். அதாவது சுமந்திரனுக்கு அவனைவிடப் புகழ் கிடைத்துவிடுமென்ற செய்தியை....

அசோகனுக்கு இப்போதுதான் ஸ்ரீதேவியைப் பற்றிய நினைவு வந்தது. அவன் அவளண்டை வந்தான். “ஆனால்.... நீ என் மனதை அறிந்து எனக்காக, உன்னுடைய கலைப் பிரமாணங்களைக்கூட விட்டுவிட்டு...”

“சீ...சீ... சரியாகச் சொல்லுங்கள்...? நீங்கள் அல்லவா என் கலையை உலகமறிய வேண்டுமென்று... மந்திரியாக இருக்க ஒப்புக்கொண்டீர்கள்?”

அசோகன் இனிமையாகச் சிரித்தான். அவனுடைய கண்கள் அழகாகச் சுருங்கிக்கொண்டன. அவன் ஸ்ரீதேவியின் மோவாயைத் தன் விரல்களால் லேசாகப் பிடித்து உயர்த்தினான். பிறகு அவள் கன்னத்தில் அழகாக ஒரு முத்தமிட்டான்.

★★★

தில்லானா

சற்று நேரத்திற்கெல்லாம் அசோகனின் ஆபீஸ் அறையில் மந்திரியும் மனுவர்க்கனுமாக வார்த்தையாடிக் கொண்டிருந்தார்கள்.

"இன்று ஜனசபை விசாரணை ஒரே சப்பென்று ஆய்விட்டது, பார்த்தாயா? சனத்குமாரின் சூதுகள் பலிக்காமல் போய்விட்டன! இத்தனை நேர்மையுடன் தேசத்திற்கே வாழ்க்கையை அர்ப்பணம் செய்திருக்கும் உன்னைக் குற்றம் சொல்லப் புறப்பட்டானே!"

அசோகனுக்கு மனுவர்க்கனுடைய புகழ்ச்சி விளங்கத்தானில்லை. 'எதற்காக திடீரென்று இப்படித் திரும்பிவிட்டான். நேற்றுவரையில் இவனும் சனத்குமாருடன் கூடிக்கூடிப் பேசிக்கொண்டிருந்தானே' என்று வியந்தான்.

"ஆனால் சனத்குமார் சொன்னதில் ஒரு விஷயம் என்னமோ சரி. இந்த நாட்டில் அட்டூழியங்கள் பல நடக்கின்றன. மிதிலைப் பிரதேசத்தில் நிலம் வாங்கும் பைத்தியம் இப்போது அசாத்தியமாய்க் கொண்டு வருகிறது."

"மிதிலையிலா... அது சுமந்திரனுடைய ஜனப்பகுதி ஆயிற்றே!"

"என்னவோ.... சில பேர்கள் சுமந்திரனே இதில் சம்பந்தப்பட்டிருக்கிறான் என்று கூட சந்தேகப்படுகிறார்கள்.

அசோகா! நீ மந்திரியாக இருக்கும்போது இந்த மாதிரியான அக்கிரமங்கள் நடக்கலாமா?" என்றான் மனுவர்க்கன்.

அசோகனுக்கு விஷயம் விளங்கிவிட்டது. "ஓகோ என்னை விட்ட பிசாசு இப்போது சுமந்திரனைப் பிடித்துக் கொண்டிருக்கிறதா? இப்படியே சுழலும் குயுக்திகளுக்கு இந்த ஊரில் ஓய்வே கிடையாதா?"

"கேளு. மிதிலைப் பிரதேசத்தில், அந்த வழியாக ரயில் பாதை போட, சர்க்கார் அங்கே நிலங்களை வாங்கப்போவதாகக் கேள்வியுற்று யார் யாரோ ஏகமாக நிலங்களை வாங்கித் தள்ளுகிறார்களாம். கேளு..." மனுவர்க்கன் பேசிக்கொண்டே போனான்.

மனுவர்க்கன் விடைபெற்றுக்கொண்டு, வெளியே வந்தவுடன், வராந்தாவில் பாஸுவைக் கண்டான்.

"என்ன சார் விஷயம்?"

"அதை ஏன் கேட்கிறாய். இந்த அநியாயத்தை..." மனுவர்க்கன் தனக்குத் தெரிந்த விவரங்களை பாஸுவிற்குத் தெரிவித்தான்.

இருவரும் வராந்தாவில் போட்டிருந்த நாற்காலிகளில் உட்கார்ந்தபடி சாங்கோபாங்கமாக விஷயத்தை அலசிப் பார்த்தார்கள்.

சற்று நேரம் கழித்து பத்திரிகைப் பிரசுராலயத்தில் பாஸு தன் சகாக்களுக்குச் செய்தி சொன்னான். "சுமந்திரன் தலை ஆடுகிறது" என்று.

"அடடா... சுமந்திரனுடைய தலையா... அது ஆட முடியுமா?"- பேச்சு கொழுத்தது.

அடுத்த நாள் மந்திரி ஆலய நடைகளில் இந்தப் புதுச் செய்தி வளைய வந்தது. சத்தியோத்தியாவின் மந்திரி ஆலயங்களில் மற்றும் ஒரு சிக்கலாமே.....!

★★★

மங்களம்

ஆதித்திய நாடு செழிப்புற வாழவேண்டுமென்று நாடெங்கும் ஆதித்திய ஆயிரங்கால் மண்டபங்கள் நிறுவினார்கள்.

அங்கிருந்து நல்ல கீதங்களையும், கானங்களையும் ஒலிபரப்பி வந்தார்கள்.

எல்லாப் பாட்டுகளிலும், ஆதித்திய முத்திரை பெருமையுடன் மிளிர்ந்தது.

கிருத்திகா என்ற பெயரில் திருமதி மதுரம் பூதலிங்கம் எழுதிவந்தார். *புகை நடுவில், சத்தியமேவ, பொன்கூண்டு, வாசவேஸ்வரம், தர்மக்ஷேத்திரே, புதிய கோணங்கி, நேற்றும் இன்றும்* - இவை இவரின் படைப்புலக சாதனைகள்.

1953 முதல் எழுதிவரும் கிருத்திகாவின் நாவல்களில் சமூக அக்கறையும், தொலைநோக்கும் தெரியும். விமர்சன வெளிச்சத்தில் சமுதாயத்தை அடையாளப்படுத்தும் இவர் எழுத்தில் நளினமும், அங்கதமும் சுவை சேர்க்கும்.

ஆங்கிலத்தில் குழந்தைகளுக்கான புத்தகங்கள் எழுதியுள்ளார். இவருடைய சிறுகதைத் தொகுப்பு ஆங்கிலத்தில் வெளிவந்துள்ளது.

www.ingramcontent.com/pod-product-compliance
Lightning Source LLC
LaVergne TN
LVHW060216051026
849517LV00005B/1420